സ്മൃതി

Smrithi
Novel

Perumbadavam Sreedharan

CHINTHA PUBLISHERS
Thiruvananthapuram

First Chintha Edition
April 2023

Published
Chintha Publishers, Thiruvananthapuram

Typesetting
Star communications, Thiruvananthapuram

Printed at
Repro India Ltd. Mumbai

Cover Design
Vinod Mangoes

ISBN : 978-93-94753-32-7

CO - 3260 / 6454

Email: chinthapublishers@gmail.com
Website: www.chinthapublishers.com

A version is available at National Libraries
Kolkata, Mumbai, Chennai and Delhi

Distribution
DESHABHIMANI BOOKHOUSE
H O Thiruvananthapuram 695035

Branch
Head Office Kunnukuzhi • Statue Thiruvananthapuram
KSRTC Bus Terminal Thampanoor • Saphalyam Complex Thiruvananthapuram
KSRTC Bus Station Alappuzha • KSRTC Bus Station Ernakulam
Machingal Lane Thrissur • IG Road Kozhikode
Mavoor Road Kozhikode • NGO Union Building Kannur
Central Bus Terminal Complex Thavakkara Kannur

സ്മൃതി

പെരുമ്പടവം ശ്രീധരൻ

ചിന്ത പബ്ലിഷേഴ്സ്
തിരുവനന്തപുരം-695 035
വില: ₹ 240

പെരുമ്പടവം ശ്രീധരൻ

നോവലിസ്റ്റ്. കഥാകൃത്ത്. തിരക്കഥാകൃത്ത്. മൂവാറ്റുപുഴ താലൂക്കിലെ പെരുമ്പടവം ഗ്രാമത്തിൽ 1938 ഫെബ്രുവരി 12 ന് ജനിച്ചു. കുട്ടിക്കാലംതൊട്ടേ സാഹിത്യത്തിൽ താല്പര്യമുണ്ടായി. എഴുത്തിന്റെ ആരംഭം കവിതയിലായിരുന്നു. പിന്നീട് കഥയിലേക്കും നോവലിലേക്കും തിരിഞ്ഞു. *അഭയം, അഷ്ടപദി, ആയില്യം, അന്തിവെയിലിലെ പൊന്ന്, കാൽവരിയിലേക്ക് വീണ്ടും, പ്രദക്ഷിണവഴി, എന്റെ ഹൃദയത്തിന്റെ ഉടമ, ഒരു സങ്കീർത്തനംപോലെ, അരൂപിയുടെ മൂന്നാം പ്രാവ്, ശംഖുമുദ്രയുള്ള വാൾ, നാരായണം, ഒരു കീറ് ആകാശം* എന്നീ നോവലുകളും *വേനലിൽ പൂക്കുന്ന മരം, ഇലത്തുമ്പുകളിലെ മഴ, ദൈവത്തിന്റെ കാട്ടിലെ ഒരില, ഡിസംബർ, രണ്ടു സങ്കടങ്ങൾ കണ്ടുമുട്ടുമ്പോൾ* എന്നീ ചെറുകഥാ സമാഹാരങ്ങളുമാണ് പ്രധാന കൃതികൾ. *അഭയം* കേരളശബ്ദം അവാർഡിനും, *അഷ്ടപദി* കേരള സാഹിത്യ അക്കാദമി അവാർഡിനും, *അന്തിവെയിലിലെ പൊന്ന്* ഗൾഫ് മലയാളികൾക്ക് ഏറ്റവും ഇഷ്ടപ്പെട്ട നോവലിസ്റ്റിനുള്ള അവാർഡിനും അർഹമായി. *ഒരു സങ്കീർത്തനം പോലെ* വയലാർ അവാർഡ് ഉൾപ്പെടെ ഒൻപത് അവാർഡുകൾ നേടി - അബുദാബി മലയാളി സമാജം സാഹിത്യ അവാർഡ്, അബുദാബി ശക്തി അവാർഡ്, വി ടി ഭട്ടതിരിപ്പാട് സ്മാരക സാഹിത്യ അവാർഡ്, കാവ്യമണ്ഡലം അവാർഡ്, ദുബായ് കൈരളി കലാകേന്ദ്രം രജത ജൂബിലി സാഹിത്യ അവാർഡ്, മസ്കറ്റ് മലയാളി സമാജം സാഹിത്യ അവാർഡ്, മലയാറ്റൂർ അവാർഡ് എന്നിങ്ങനെ. *ഒരു സങ്കീർത്തനം പോലെ, അഭയം, നാരായണം* ഉൾപ്പെടെ ചില കൃതികൾ ഇന്ത്യൻ ഭാഷകളിലും വിദേശ ഭാഷകളിലും തർജ്ജമ ചെയ്തിട്ടുണ്ട്. 12 ചലച്ചിത്രങ്ങൾക്ക് തിരക്കഥയെഴുതി. *സൂര്യദാഹത്തിന്* കേരളാ സ്റ്റേറ്റ് ഫിലിം അവാർഡും, *അഷ്ടപദിക്ക്* ഫിലിം ക്രിട്ടിക്സ് അവാർഡും, *നിലാവിന്റെ ഭംഗിക്ക്* സംസ്ഥാന ബാലസാഹിത്യ ഇൻസ്റ്റിറ്റ്യൂട്ട് അവാർഡും കിട്ടി. കേരള സാഹിത്യ അക്കാദമിയിലും ഫിലിം സെൻസർ ബോർഡിലും സാഹിത്യ പ്രവർത്തക സഹകരണ സംഘം ഡയറക്ടർ ബോർഡിലും അംഗമായിരുന്നു.

വിലാസം : പെരുമ്പടവം വീട്
തമലം, തിരുവനന്തപുരം 695 012

പ്രസാധകക്കുറിപ്പ്

ഓർമ്മകളുടെ അനുഭൂതി മണ്ഡലങ്ങളിലൂടെ സഞ്ചരിക്കാത്തവർ വിരളമാണ്. ബാല്യകൗമാര യൗവനകാലങ്ങളിലെ പ്രണയ വിരഹങ്ങൾ, സൗഹൃദങ്ങൾ, നിരാശകൾ, ദേശാനുഭവങ്ങൾ എന്നിവയെല്ലാം ഓരോരുത്തരുടെയും സ്മൃതി മണ്ഡലങ്ങളിലൂടെ കടന്നുപോകും. അത്തരത്തിലുള്ള ഒരു പിടി മനുഷ്യരുടെ അനുഭവങ്ങളെയാണ് നോവൽ രചനയിലെ മാന്ത്രികൻ പെരുമ്പടവം *സ്മൃതി*യിലൂടെ വരഞ്ഞിടുന്നത്. ജനപ്രിയ വായനയെ സംപുഷ്ടമാക്കാൻ പെരുമ്പടവത്തിന്റെ മറ്റൊരു കൃതി കൂടി.

ചിന്ത പബ്ലിഷേഴ്സ്

നന്ദി

ജീവിതത്തിന്റെ മുറിവുകളും വ്യഥകളും ഉള്ളിൽ വഹിച്ചുകൊണ്ടു നടക്കുന്ന മനുഷ്യർ. സ്വന്തം വിധിശാപങ്ങളുടെ ഇരകൾ. അവരുടെ നിരാശകളും സ്വപ്നങ്ങളും നെടുവീർപ്പുകളും കണ്ണീരും...

*സ്മൃതി*യെക്കുറിച്ച് അങ്ങനെ പറയാം.

സാധാരണ മനുഷ്യർ അവരുടെ ജീവിതാനുഭവങ്ങളുടെ ദാർശനികമായ പൊരുൾ അന്വേഷിക്കുന്നില്ല, അതിന്റെ പീഡകളും സങ്കടങ്ങളും നിശ്ശബ്ദം അനുഭവിക്കുകയല്ലാതെ.

ജനനമരണങ്ങൾക്കിടയിൽ അവരുടെ ജീവിതം സഹനത്തിന്റെ ഒരിടവേളയായി തീരുന്നു.

എത്ര നിസ്സാരമായ ജീവിതത്തിന്റെയും അടിയിൽ ദാർശനികമായ ഒരു ഭാവമണ്ഡലം ഉണ്ടാവാതെ വരില്ല. ആകാശത്തിന്റെ നീലിമ പോലെ അത് ജീവിതത്തിൽ കലർന്നു കിടക്കുന്നു, ആരുടെയും കണ്ണിൽ അതു പെടുന്നില്ലെങ്കിലും.

ആരും വായിക്കാനില്ലാത്ത ബലിക്കുറിപ്പ് പോലെ അവരുടെ ജീവിതം.

ക്രൂരമായ അനുഭവങ്ങളിലൂടെ കടന്നുപോകുമ്പോൾ അവർക്ക് ജീവിതം കയ്ക്കുന്നു.

*സ്മൃതി*യിലെ ബാലു ഗീതയോടു പറഞ്ഞു:

"മനുഷ്യനോളം സ്വാർത്ഥതയുള്ള മറ്റൊരു ജന്തുവില്ല കുട്ടീ. സ്നേഹബന്ധങ്ങളെക്കുറിച്ചൊക്കെ ഭംഗിയായി വർത്തമാനം പറയും. സ്വന്തം കാര്യത്തോടടുക്കുമ്പോൾ അവന്റെ ഉള്ളിലെ വന്യമൃഗം പല്ലിളിക്കുകയും ചെയ്യും. തത്ത്വം പറയാൻ ആർക്കാ വിഷമം? താനൊരു ജ്ഞാനിയാണെന്നു കാണിക്കാനുള്ള സന്ദർഭം ആരും നഷ്ടപ്പെടുത്തുന്നില്ല. പക്ഷേ, ചെറിയൊരു വിട്ടുവീഴ്ച, എത്ര പേരുണ്ടാവും അങ്ങനെ ഒരു സൗജന്യം

കാണിക്കാൻ? ഞാനെന്റെ അനുജന്റെ കാവല്ക്കാരനോ എന്നു ചോദിച്ച ജ്യേഷ്ഠനെക്കുറിച്ചു കേട്ടിട്ടില്ലേ?"

ബാലുവിന്റെ അനുഭവം അങ്ങനെയായിരുന്നു. തന്റെ ദുഃഖങ്ങളുമായി നടക്കുമ്പോഴും ജീവിതത്തെ സ്നേഹിക്കുകയാണ് അയാൾ ചെയ്തത്.

അയാൾ പറഞ്ഞു:

"സ്വന്തപ്പെട്ടിട്ട് ആരുമില്ല. എന്നോർത്ത് ഞാൻ ആത്മഹത്യ ചെയ്യാനൊന്നും പോകുന്നില്ല. ലോകത്തുള്ളോരു മുഴുവൻ ഉപേക്ഷിച്ചാലും എനിക്കെന്നെ വേണം."

"എല്ലാം ഉപേക്ഷിച്ചു പോകുന്നതിലും ഒരു സുഖമുണ്ടു കുട്ടീ" എന്നു പറയുന്ന നാരായണേട്ടൻ എല്ലാം ഉപേക്ഷിച്ചുപോയ ആളാണ്. വിദൂരങ്ങളിലെ പുണ്യക്ഷേത്രങ്ങളും ആശ്രമങ്ങളും ചുറ്റിനടക്കുന്ന നാരായണേട്ടനെ കണ്ടാൽ സന്ന്യാസിയാണെന്നു തോന്നും. ജീവിതവും അങ്ങനെയാണ്. പക്ഷേ, താൻ സന്ന്യാസിയാണെന്ന് നാരായണേട്ടൻ സമ്മതിക്കുകയില്ല. യാത്ര ജീവിതമാക്കിയവന് യോജിച്ച വേഷം കാവിയാണെന്നാണ് നാരായണേട്ടൻ പറയാറ്. യാത്രയ്ക്കിടയിൽ നാരായണേട്ടൻ വല്ലപ്പോഴും തിരിച്ചുവരുന്നു നാട്ടിലേക്ക്, വീട്ടിലേക്ക്.

എല്ലാം ഉപേക്ഷിച്ചുപോയ ആളെ മടങ്ങിവരാൻ പ്രേരിപ്പിക്കുന്നതെന്താണ്?

ഗ്രാമത്തിലെ പഴയ വീടിന്റെ സാന്ത്വനത്തിലേക്കു തിരിച്ചുവരുമ്പോൾ നാരായണേട്ടൻ പറയുന്നതിതാണ്.

"ഞാൻ നോക്കുമ്പോൾ എന്റെ വീടിന് കുറേക്കൂടി വാർദ്ധക്യം ബാധിച്ചിരിക്കുന്നു. ചിലേടത്തൊക്കെ ചിതൽ കേറി, മുഴുവൻ ചുക്രിവലകൾ തൂങ്ങി, പൊടിപിടിച്ച്! സത്യത്തിൽ ഇങ്ങനെ വെറുതെ ഇട്ടേക്കുന്നതിന് ഇതെന്നെ ശപിക്കുകയാണ് വേണ്ടത്. അതിനു പകരം പഴകി ജീർണ്ണിച്ച് വാർദ്ധക്യം ബാധിച്ച ഈ വീട് എന്നെ കൂടുതൽ സ്നേഹിക്കുന്നു."

തന്നെ മനസ്സിലാക്കുന്ന ഒരാളിന്റെ സ്നേഹത്തെക്കുറിച്ചോർക്കാനില്ലാത്തതുകൊണ്ട് നാരായണേട്ടൻ പഴകി ജീർണ്ണിച്ച ആ വീടിന്റെ സ്നേഹം പകരം വയ്ക്കുന്നു.

സഹിച്ചു സഹിച്ചു മടുത്ത ഒരാത്മാവിന് മക്കളോടുള്ള സ്നേഹം പ്രകടിപ്പിക്കാൻ അവസരം കിട്ടുന്നില്ല. അമ്മുക്കുട്ടിയമ്മയുടെ മനസ്സിൽ തീയും കണ്ണീരുമാണുള്ളത്. അതുകൊണ്ട് ചിലപ്പോൾ അവർ പൊട്ടിത്തെറിക്കുന്നു:

"എന്നാൽ ഞാനിനി എവിടെയെങ്കിലും പോയി പഠിച്ചേച്ചുവരാം മക്കളെ സ്നേഹിക്കാൻ! അല്ല പിന്നെ! തേനേ പാലേന്നു പറഞ്ഞിരിക്കുന്നതാണോ? സ്നേഹം?"

സ്വന്തം ഭാഗം വാദിക്കുന്ന ഒരു വക്കീലുണ്ട് ഓരോ ആളിന്റെയും ഉള്ളിൽ. മറ്റുള്ളവരുടെ മനസ്സ് അവർ ആരായുന്നില്ല. അല്ലെങ്കിൽ വസന്ത

സ്വന്തം ഭാഗം ന്യായീകരിക്കുന്നതിന് എന്താണ് അർത്ഥം?

അവൾ പറഞ്ഞു:

"സ്നേഹത്തിന്റെ കാര്യമൊന്നും പറയണ്ട. അതൊക്കെ എനിക്കല്ലേ അറിയൂ. എന്നെ സംശയിക്കുകയും കുറ്റപ്പെടുത്തുകയും ചെയ്യുന്നവർക്ക് എന്റെ സങ്കടങ്ങൾ അറിയണ്ടല്ലോ. പുറത്തുനിന്നുകണ്ട ജീവിതത്തെക്കുറിച്ചല്ലേ നീ തത്ത്വം പറയുന്നത്? അതിനകത്തു കിടന്നു സഹിക്കുമ്പോൾ...! നീ പറഞ്ഞല്ലോ സ്നേഹമുള്ള ആളെന്ന്. അത്ര സ്നേഹമുള്ള ആൾക്ക് ഒന്നു വന്നെന്നോർത്തെന്താ? ഞാൻ തെറ്റു ചെയ്തെങ്കിൽ എന്നോട് ക്ഷമിക്കാൻ മേലേ?"

തുരുമ്പെടുത്ത സൈക്കിളിന്റെ പിറകിൽ പലഹാരപ്പാട്ട വച്ചുകെട്ടി, പൊട്ടമണി കിലുക്കി ജീവിതത്തിന്റെ ദുർഘടദൂരങ്ങൾ പിന്നിടുന്ന കാശി വിശ്വനാഥ അയ്യരുടെ ജീവിതം എവിടെ എത്തുന്നു?

ആ മനുഷ്യൻ ആരെയും കുറ്റപ്പെടുത്തുന്നില്ല. "കടവുൾ കാപ്പാത്തും" എന്നു വിശ്വസിച്ചിരുന്ന ആ പാവം മനുഷ്യനെ വിശ്വാസം രക്ഷിച്ചോ?

പക്ഷേ, മാറിപ്പോകാൻ വഴി വേറെ ഉണ്ട്. കാശി വിശ്വനാഥ അയ്യരുടെ മകൾ ശോഭ ചെയ്തത് അതാണ്. അഗ്രഹാരത്തിൽ അടിക്കാനിരിക്കുന്ന കൊടുങ്കാറ്റിനെക്കുറിച്ചൊന്നും അവൾ ചിന്തിച്ചില്ല.

പക്ഷേ, എല്ലാവർക്കും മുമ്പിൽ അങ്ങനെ ഒരു വഴി ഉണ്ടായെന്നു വരുമോ എപ്പോഴും?

അല്ലെങ്കിൽ കെട്ടുകൾ പൊട്ടിച്ച് സ്വന്തം ഇഷ്ടാനിഷ്ടങ്ങൾ നോക്കി ഇറങ്ങിപ്പോകാൻ കഴിയുന്നുണ്ടോ എല്ലാവർക്കും?

ഒരു സ്റ്റെനോ ആയ ഓമനക്കുട്ടി ആ കെട്ടുകൾ പൊട്ടിക്കുന്നില്ല. കെട്ടുകൾക്കുള്ളിൽ കുരുങ്ങി കിടക്കുന്നത് സ്വന്തം ധർമ്മമായി അവൾ കരുതുന്നു.

അവൾ ഗീതയോടു പറഞ്ഞു:

"അന്ന് അവിടന്നു പിരിഞ്ഞുപോരുമ്പോൾ എനിക്കു സങ്കടം തോന്നി. എന്റെ വീട്ടിലെ സ്ഥിതി ഓർത്തിട്ട്. ഞാനതു പറഞ്ഞില്ല. അന്നു ഞാനതു പറഞ്ഞാൽ ഗീതയ്ക്കെന്തു തോന്നുമായിരുന്നെന്ന് അറിഞ്ഞുകൂടാ. അന്നതു പറയാൻ എന്റെ മനസ്സ് സമ്മതിക്കുകയുമില്ലായിരുന്നു. ദുരഭിമാനം കൊണ്ടൊന്നുമല്ല. എനിക്കറിയാം, അന്നു ഞാനതു പറഞ്ഞാൽ എന്റെ നില കൂടുതൽ ദയനീയമാവുകയേ ഉള്ളൂ. പക്ഷേ, ഇപ്പോൾ പറയാം, ഞാൻ കൊണ്ടുചെന്നിട്ടു വേണം എന്റെ കുടുംബം കഴിയാൻ."

അത്രമേൽ മോഹിപ്പിച്ചതിനുശേഷം ഗീതയിൽനിന്ന് അകന്നുമാറുമ്പോൾ എന്തായിരുന്നു കൃഷ്ണമോഹന്റെ മറുപടി? അച്ഛനമ്മമാരുടെ സങ്കടത്തിനു മുമ്പിൽ അയാൾ തോറ്റുപോകുന്നു. നമുക്കതു വിശ്വാസമാകുന്നുണ്ടോ? മുമ്പെന്നോ ഒരിക്കൽ താനൊരു വിപ്ലവകാരിയായിരുന്നു എന്ന് അയാൾ ഓർക്കുന്നു. ആരാണത് വിശ്വസിക്കുന്നത്? ഉള്ളിൽ തട്ടിയ എന്തെങ്കിലും ഉണ്ടായിരുന്നോ അയാൾക്ക്? "ഒരു റൊമാന്റിക് റവല്യൂഷ

നറിയുടെ ചരിത്രം മിക്കപ്പോഴും ഒരു മോഹഭംഗത്തിലാണ് അവസാനിക്കുക”യെന്ന് അയാൾ പറയുന്നത് ആര് കാര്യമായെടുക്കുന്നു? പൂക്കളും സ്വപ്നങ്ങളും വില്ക്കുന്ന അയാൾക്ക് മറ്റൊരാളുടെ നഷ്ടമോർത്ത് ഉറക്കം നഷ്ടപ്പെടുന്നില്ല.

സ്വപ്നങ്ങളൊക്കെ നഷ്ടപ്പെട്ട് ഏതോ ഒരു ദുർബ്ബല നിമിഷത്തിൽ ജീവിതത്തിന്റെ അക്കരയ്ക്കു യാത്രയാകുന്ന ഗീതയ്ക്കു ജീവിതം എന്തായിരുന്നു?

എന്തിനാണ് അവൾ ആ ബുദ്ധിമോശം കാണിച്ചത്?

നിന്റെ സ്നേഹം ആവർത്തനവിരസമായ ഒരു കഥയാണെന്നു പറഞ്ഞ് ബാലു അവളെ ആശ്വസിപ്പിക്കാൻ ശ്രമിച്ചപ്പോൾ വാക്കുകളുടെ പൊരുൾ അവൾക്ക് ഉൾക്കൊള്ളാൻ കഴിഞ്ഞില്ലല്ലോ. അബദ്ധമൊന്നും കാണിക്കരുതെന്ന് അയാൾ ഉപദേശിക്കുക കൂടി ചെയ്തിരുന്നു.

എന്നിട്ടും അവളതു ചെയ്തു.

നമുക്കവളെ കുറ്റപ്പെടുത്താം.

പക്ഷേ, അവളുടെ മറുപടി എന്താണെന്ന് നമുക്കറിയാൻ കഴിയുന്നില്ലല്ലോ.

അവൾ അതു പറഞ്ഞില്ല.

ശ്മശാനത്തിനരികിലെ വാടകവീട്ടിൽ താമസിക്കുന്ന ബാലുവിന് ബോദ്ധ്യമുണ്ട്, ഒടുവിൽ എല്ലാവരും ഏകാകികളായിത്തീരുന്നു എന്ന്. ശ്മശാനത്തിനരികിൽ ജീവിക്കുന്ന അയാൾ ദിവസവും അതു കാണുന്നു.

ബാലു പറഞ്ഞു:

“*ബൈബിളി*ലെ ഇയ്യോബിന്റെ വാക്യങ്ങൾ ഓർമ്മ വരുന്നു. സ്ത്രീ പ്രസവിച്ച മനുഷ്യൻ അല്പായുസ്സുള്ളവനും ക്ലേശസമ്പൂർണ്ണനുമാകുന്നു. അവൻ പൂവ് പോലെ വിടർന്ന് കൊഴിഞ്ഞുപോകുന്നു. നിഴൽപോലെ ഓടിപ്പോകുന്നു. ഇത്രയും ഇയ്യോബിന്റെ. ഇനി വരുന്നത് എന്റെ വാക്യങ്ങളാണ്. ഒരു ശ്മശാനത്തിന്റെ അരികിൽ താമസിക്കുമ്പോൾ എനിക്കതു കൂടുതൽ മനസ്സിലാകുന്നു. മനുഷ്യനും അവന്റെ കുഴിമാടത്തിനുമിടയ്ക്കു അധികം അകലമില്ല.”

അതിന്റെ പൊരുളറിഞ്ഞുകൊണ്ടൊന്നുമായിരിക്കില്ല ഗീത സ്വന്തം ചിതയിലേക്കു പോയത്.

എനിക്കു തോന്നുന്നതിങ്ങനെയാണ്. അവൾ അത്രമേൽ സ്നേഹിച്ചതുകൊണ്ട്. അല്ലെങ്കിൽ അവൾക്കുള്ളത് ഒരു തളിര് മനസ്സായിരുന്നതുകൊണ്ട്. അല്ലെങ്കിൽ അവൾ സ്വന്തം വിധിശാപങ്ങളുടെ ഇരയായിരുന്നതുകൊണ്ട്.

ഓർത്തുനോക്കുമ്പോൾ നമ്മളൊക്കെയും അങ്ങനെയല്ലേ?

പെരുമ്പടവം ശ്രീധരൻ

ഒന്ന്

എവിടെയെങ്കിലും ഒരു ജോലി കിട്ടിയാൽ മതിയെന്നായിരുന്നു ഗീതയുടെ പ്രാർത്ഥന. അപേക്ഷകളയച്ച് പ്രതീക്ഷകളോടെ കാത്തിരിക്കുമ്പോൾ ഒരു കത്തു കിട്ടുന്നു, നിങ്ങളുടെ സേവനം പ്രയോജനപ്പെടുത്താൻ കഴിയാത്തതിൽ ഖേദമുണ്ടെന്ന്. നുണ. മനുഷ്യരെന്തിനാണ് ഇങ്ങനെ കാപട്യം കാണിക്കുന്നത്? ജോലിയില്ലെങ്കിൽ ഇല്ലെന്നുപറഞ്ഞാൽ പോരേ? അതിന് ഖേദമുണ്ടെന്ന്!

വീട്ടിൽ അവൾക്ക് മടുത്തുകഴിഞ്ഞിരുന്നു. ഇല്ലവല്ലായ്മകൾകൊണ്ടുള്ള ഞെരുക്കങ്ങൾ കാരണം ജീവിതത്തോടുള്ള താല്പര്യംതന്നെ നഷ്ടപ്പെടാൻ തുടങ്ങിയിരിക്കുന്നു. ഒന്നും ആശിക്കാനില്ല. കഷ്ടപ്പാടും ദുരിതവുംകൊണ്ട് എല്ലാവർക്കും മടുത്തിരിക്കുന്നു. അതൊന്നും പുറത്തറിയാതെ കഴിക്കാൻ പെടുന്ന പാട് ചില്ലറയല്ല. അമ്മയ്ക്കു കിട്ടുന്ന തുച്ഛമായ പെൻഷൻകൊണ്ട് എന്താകാനാണ്? മ്യൂസിക് അക്കാദമിയിലെ ടീച്ചർക്ക് പഴയ വീട് വാടകയ്ക്കു കൊടുത്തതുകൊണ്ട് അങ്ങനെ ഒരാദായം കിട്ടുന്നു. വാടകയിൽനിന്ന് ഒരംശം അമ്മ ചിട്ടിക്കു കൊടുക്കും. ഒരു മുൻകരുതലില്ലെങ്കിൽ എന്തു ചെയ്യുമെന്നാണ് അമ്മയുടെ ആലോചന. വേറെ ആരാണ് സഹായിക്കാനുള്ളത്?

ഉള്ള കഷ്ടപ്പാടിനും ബുദ്ധിമുട്ടിനും പുറമെ വസന്തച്ചേച്ചി ഭർത്താവിനോടു വഴക്കിട്ട് വീട്ടിലേക്കു വന്നിരിക്കുന്നു. എന്തോ നിസ്സാരമായ പ്രശ്നത്തിന്മേൽ ആരംഭിച്ച സ്വരച്ചേർച്ചയില്ലായ്മ വളർന്നുവളർന്ന് വേർപിരിയലിന്റെ വക്കുവരെ എത്തിയിരിക്കുന്നു. കാരണമെന്താണെന്ന് ആർക്കും അറിയില്ല. എത്ര ചോദിച്ചാലും വസന്തച്ചേച്ചി ഒന്നുമില്ലെന്നേ പറയൂ.

അതു കേൾക്കുമ്പോൾ അമ്മയ്ക്കു കലി വരും:

"ഒന്നുമില്ലെങ്കിൽ പിന്നെ അവനെന്താ വരാത്തെ? നീയെന്താ പോകാത്തെ?"

അപ്പോൾ വസന്തച്ചേച്ചി ശുണ്ഠിയെടുക്കും.

"ഞാനിവിടെ കഴിയണത് അമ്മയ്ക്കിഷ്ടല്ലെങ്കീ അതു പറഞ്ഞേര്. എന്നെയോർത്ത് ആരും വിഷമിക്കണ്ടാ."

അങ്ങ് വടക്കെങ്ങോ ആണ് വസന്തയുടെ ഭർത്താവിന് ഇപ്പോൾ ജോലി. മുമ്പ് പൂനെയിലായിരുന്നു. അവിടന്നാണ് വസന്ത വീട്ടിലേക്കു വന്നത്. തനിയെ ഒരു ദിവസം അവൾ വീട്ടിൽ വന്നു. അമ്മയ്ക്കും ഗീതയ്ക്കും അത് അത്ഭുതമായിരുന്നു. അമ്മ ദേഷ്യപ്പെടുകയും ചെയ്തു.

"എന്തക്രമമാന്ന് നോക്കണേ! ഇത്രേം ദൂരം നീ തനിയെ! എന്താടീ സുരേന്ദ്രൻ പോരാഞ്ഞെ?"

ചേട്ടനു ലീവില്ലെന്നു പറഞ്ഞ് വസന്ത അമ്മയുടെ മുമ്പിൽനിന്ന് ഒഴിയാൻ നോക്കി. അമ്മയ്ക്കെന്തോ അത് വിശ്വാസം വന്നില്ല.

"ഇല്ലെങ്കിൽ നീയെന്തിനാ തനിയെ പോന്നേന്നാ ഞാൻ ചോദിച്ചെ. അവനും കൂടി ഒഴിവുണ്ടായിട്ട് പോന്നാ പോരായിരുന്നോ? ഇത്രേം ദൂരം ഒരു പെണ്ണ് തനിച്ച് യാത്ര ചെയ്യ്യേ! ഓരോ ദിവസോം എന്തൊക്കെ കഥകളാ കേക്കണേ! അതു വല്ലോം വിചാരോണ്ടോ നിനക്ക്?"

അമ്മ ദേഷ്യപ്പെടുന്നതു കണ്ടിട്ട് അവൾക്കു യാതൊരു കൂസലുമില്ല.

"പിന്നേ! ഇത്രേം ദൂരം തനിച്ചു യാത്ര ചെയ്തതാണോ വലിയ കാര്യം? തനിച്ചല്ലല്ലോ. വണ്ടിയിൽ വേറെ യാത്രക്കാരില്ലേ? അപ്പോൾ ഓരോരുത്തര് അന്യരാജ്യത്തേക്കു തനിയെ പോണതോ?"

നിങ്ങൾ സംശയിക്കുന്ന തരത്തിൽ ഒന്നുമില്ലെന്നായിരുന്നു അവളുടെ നാട്യം. എങ്കിലും എന്തോ കുഴപ്പമുണ്ടെന്ന് ഗീത ഊഹിച്ചു. അവളൊന്നും ചോദിച്ചില്ല. ചേച്ചിക്കിഷ്ടപ്പെട്ടില്ലെങ്കിലോ!

ഒന്നൊന്നര വർഷം മുമ്പാണത്. വല്ലപ്പോഴും ഒരിക്കൽ വസന്തയ്ക്ക് ഭർത്താവിന്റെ കത്തുവരും. അവളത് ആരെയും കാണിക്കാതെ ഒളിച്ചു വയ്ക്കും. "എന്താടീ എഴുത്തിലെന്ന്" അമ്മ ചോദിക്കുമ്പോൾ, ഏയ് ഒന്നുമില്ലെന്നു പറഞ്ഞ് അവൾ മാറിപ്പോകും.

ഗീതയ്ക്ക് അന്നുതൊട്ടേ സംശയമുണ്ടായിരുന്നു. ഒളിച്ചുവയ്ക്കാനും വേണ്ടി എന്താ ഇത്ര രഹസ്യമുള്ളത്?

മേശവലിപ്പിന്റെ ഉള്ളിൽ എന്തോ തപ്പുന്നതിനിടയ്ക്കാണ് യാദൃച്ഛികമായി ഒരെഴുത്ത് ഗീതയുടെ കണ്ണിൽപ്പെട്ടത്. എടുത്തു നോക്കണോ വേണ്ടയോ എന്ന് മനസ്സ് തർക്കിച്ചു. ഭർത്താവ് ഭാര്യക്കയയ്ക്കുന്ന കത്ത് മറ്റൊരാൾ വായിക്കുന്നത് ശരിയല്ല. പോരാത്തതിന് വേറെ ആരും കാണാതെ ഒളിച്ചുവച്ചതുമല്ലേ.

കത്ത് അവിടെത്തന്നെവച്ച് ഗീത മേശവലിപ്പ് അടച്ചതായിരുന്നു. എങ്കിലും അതിലെന്തോ രഹസ്യമുണ്ടാവുമെന്നുള്ള ആകാംക്ഷ അവളെ

തടഞ്ഞുനിർത്തി. എന്തായാലും മറ്റുള്ളവർ അറിഞ്ഞെന്നോർത്ത് ആകാശം ഇടിഞ്ഞുവീഴാനൊന്നും പോകുന്നില്ലല്ലോ. തന്നെയല്ല വീട്ടിൽ ഒരാൾമാത്രം ഒരു രഹസ്യം ഒളിച്ചുപിടിക്കുന്നത് ശരിയാണോ? എന്തു രഹസ്യമായാലും എല്ലാവരും അറിഞ്ഞല്ലേ ഒക്കൂ എന്നെങ്കിലും.

കത്തെടുത്തു നോക്കിയപ്പോൾ ഗീതയ്ക്കു രഹസ്യം പിടികിട്ടി. എന്തോ കാര്യത്തിന് ചേച്ചി പിണങ്ങിപ്പോന്നതാണ്.

സ്വതേ സൗമ്യനായ സുരേന്ദ്രന്റെ വാശി ആ കത്തിൽ കണ്ടു.

'നീ നിന്റെ ഇഷ്ടപ്രകാരം പോയതാണ്. എന്റെ അനുവാദം കൂടാതെ. അതുകൊണ്ട് പോയതുപോലെ നീ തനിയെ തിരിച്ചുവരണം. അല്ലാതെ നിന്നെ എഴുന്നള്ളിച്ചുകൊണ്ടുവരാനൊന്നും എന്നെ കിട്ടുകയില്ല. നിന്റെ ഇഷ്ടത്തിനൊക്കെ തുള്ളാൻ നില്ക്കുന്ന ഒരാളെയായിരിക്കും നീ പ്രതീക്ഷിച്ചത്. എന്നെ അതിനു കാക്കണ്ടാ. ഒരാൾ എത്രയെന്നു വച്ചാണ് സഹിക്കുന്നത്? സഹിക്കുന്നതിനും ഒരതിരില്ലേ? നിന്റെ എടുത്തുചാട്ടവും ദുർവ്വാശിയും കുറേ കൂടിപ്പോയി. അതാണ് കുഴപ്പം. ഞാനൊരു വിഡ്ഢിയാണെന്നാണോ നീ വിചാരിച്ചത്? ക്ഷമിക്കാവുന്നതിന്റെ അപ്പുറം ക്ഷമിച്ചതിനുശേഷമാണ് നിനക്കു വേണ്ടെങ്കിൽ എനിക്കും വേണ്ടെന്ന് ഞാൻ പറഞ്ഞത്. കാര്യങ്ങൾ അത്രത്തോളം കൊണ്ടെത്തിച്ചത് നീയാണ്. അത് തെറ്റായിപ്പോയെന്ന് ഇപ്പോഴെങ്കിലും നിനക്കു തോന്നുന്നുണ്ടെങ്കിൽ അത്രയും നല്ലത്.'

പിന്നെയും എന്തോ എഴുതിയിട്ട് അത് വായിക്കാൻ മേലാത്ത തരത്തിൽ വെട്ടിക്കളഞ്ഞിരിക്കുന്നു.

സുരേന്ദ്രൻചേട്ടന്റെ കത്തിന് ചേച്ചി എന്തു മറുപടി എഴുതിയിട്ടുണ്ടാവുമെന്ന് ഗീത ആലോചിച്ചു. അങ്ങനെ കീഴടങ്ങുന്ന സ്വഭാവം ചേച്ചിക്കു പണ്ടേ ഇല്ല. ദുർവ്വാശിയുടെ കാര്യത്തിൽ ചേച്ചിയുടെ ഒപ്പം നില്ക്കാൻ വേറെ ആരിരിക്കുന്നു!

കത്ത് അമ്മയെ കാണിച്ചാലോ എന്ന് ഗീത ആലോചിച്ചതായിരുന്നു. പിന്നെ വേണ്ടെന്നുവച്ചു. ഇനി അതിന്റെ പേരിൽ വീട്ടിൽ ഒരു പടയുണ്ടാകണ്ടാ.

സുരേന്ദ്രൻ വന്നു വിളിച്ചാൽ കൂടെ ചെല്ലാമെന്നായിരുന്നു വസന്തയുടെ മനസ്സ്. തനിയെ ചെല്ലാൻ ദുരഭിമാനം സമ്മതിക്കുന്നില്ല.

പക്ഷേ, സുരേന്ദ്രൻ വന്നില്ല.

വസന്ത ഒന്നും പറഞ്ഞില്ലെങ്കിലും അമ്മ എങ്ങനെയോ സംഗതിയൊക്കെ ഏറക്കുറെ മനസ്സിലാക്കിയിട്ടുണ്ടായിരുന്നു. അതു മനസ്സിൽ വച്ചുകൊണ്ട് അമ്മ എന്തെങ്കിലുമൊക്കെ പറയും, മുള്ളും മുനയും വച്ച്. അതു കേൾക്കുമ്പോൾ അവൾ ആരോടെന്നില്ലാതെ മുഖം വീർപ്പിക്കും.

"എന്നെയോർത്ത് ആരും വിഷമിക്കണ്ടാ. ആർക്കും ഭാരമാകാതെ ഞാൻ നോക്കിക്കൊള്ളാം."

അമ്മ ശുണ്ഠിയെടുക്കുന്നത് അമ്മയുടെ സങ്കടംകൊണ്ടാണെന്ന് ഗീതയ്ക്കറിയാം. കുടുംബത്തിന്റെ ഭാരം വഹിച്ച് അമ്മ തളർന്നിരിക്കുന്നു.

പഴയ വീട്ടിൽ വാടകയ്ക്കു താമസിക്കുന്ന മ്യൂസിക് ടീച്ചറോട് ഒരു ദിവസം അമ്മ പറയുന്നത് അവൾ കേട്ടു:

"എന്തോർത്താലാണ് എനിക്കൊരു സമാധാനം? എന്റെ ഭാഗ്യക്കേട്! അല്ലാതെന്താ? എന്റെ സങ്കടങ്ങൾ ഞാനാരോടു പറയും?"

വേറെ ആരും സഹായിക്കാനില്ലാത്തതിന്റെ സങ്കടമാണ് അമ്മയ്ക്ക്. അച്ഛന്റെ മരണത്തിനുശേഷം അമ്മ എന്തെല്ലാം കഷ്ടപ്പാടുകൾ അനുഭവിച്ചെന്ന് അമ്മയ്ക്കു മാത്രമേ അറിയൂ. കുറ്റപ്പെടുത്താനും ഉപദേശിക്കാനുമല്ലാതെ സഹായിക്കാൻ ആരും ഉണ്ടായിരുന്നില്ല. അമ്മ ഒറ്റയ്ക്കു തുഴഞ്ഞു. എങ്ങനെയെങ്കിലും ഒരു കരപറ്റാനുള്ള വെപ്രാളമായിരുന്നു അമ്മയ്ക്ക്.

അകന്ന ബന്ധത്തിൽപ്പെട്ട ഒരു നാരായണേട്ടൻ ഇടയ്ക്കു വരും. ക്ഷേത്രങ്ങളിലും ആശ്രമങ്ങളിലും ദീർഘയാത്രകളിലും ജീവിതം കഴിച്ചുകൂട്ടുന്ന നാരായണേട്ടന് വീടോ സ്വന്തപ്പെട്ടവരോ ഇല്ല. സന്ന്യാസിയെപ്പോലെ പഴയ കാവി മുണ്ടും ചുറ്റി തോന്നിയ വഴിക്കു നടക്കും. യാത്രയ്ക്കിടയിൽ എന്നോ ഒരു രാത്രി വീട്ടിൽ തങ്ങിയപ്പോൾ നാരായണേട്ടൻ പറഞ്ഞത് ഗീത ഇടയ്ക്കോർക്കും.

'നമ്മുടെയൊക്കെ ജീവിതം ഇങ്ങനെയാ. നിസ്സഹായവും ക്ലേശപൂർണ്ണവുമായിട്ട്. ആശ്രയിക്കാൻ ആരുമില്ലാതെ. പക്ഷേ, അതൊന്നും ഓർത്തു വ്യസനിക്കരുത്. എല്ലാ അനുഭവങ്ങളിലൂടെയും കടന്നു പോകേണ്ടിയിരിക്കുന്നു. ഓരോരുത്തർക്കും അവരവരുടെ വിധിയുണ്ട്. കേട്ടിട്ടില്ലേ, തലയിൽ ഒരു ചുമടോടുകൂടിയാണ് മനുഷ്യൻ ജനിക്കുന്നതെന്ന്? ജീവിതം എന്ന ചുമട്. അവന്റെ വിധിശാപങ്ങളുടെ ചുമട്.'

അതു ശരിയാണെന്നു ഗീതയ്ക്കും തോന്നുന്നു. സഹിക്കാവുന്നതിലേറെ സഹിച്ചുകൊണ്ടാണ് ഓരോരുത്തരും ജീവിക്കുന്നത്. ആരും ആരോടും സഹതപിക്കുന്നില്ല. തനിക്കൊരു ജോലി കിട്ടിയിരുന്നെങ്കിൽ അമ്മയുടെ കഷ്ടപ്പാടുകൾ കുറെയൊക്കെ തീർന്നേനെയെന്ന് ഗീത ഓർക്കാറുണ്ട്.

അമ്മ പറയുന്നതങ്ങനെയല്ല:

"എന്റെ കഷ്ടപ്പാടൊന്നും സാരമില്ല. അതല്ലല്ലോ കാര്യം. എവിടെയെങ്കിലും ഒരു ജോലി കിട്ടിയാൽ നിന്റെ ജീവിതത്തിന് ഒരു വഴിയായില്ലേ?"

അമ്പലത്തിൽ പോയി തൊഴാനും വഴിപാട് കഴിക്കാനും പറയും അമ്മ അവളോട്.

"തൊഴാഞ്ഞിട്ടാണോ? വഴിപാട് കഴിക്കാഞ്ഞിട്ടാണോ? മനുഷ്യരുടെ സങ്കടങ്ങൾ പറഞ്ഞാലേ മനസ്സിലാവ്വൊള്ളോ ദൈവങ്ങൾക്ക്?"

ഒരാഴ്ചമുമ്പ് എന്തിനോ നഗരത്തിൽ പോയി തിരിച്ചുവരുമ്പോൾ വസന്ത പറഞ്ഞു:

"ഗീതയ്ക്കൊരു ജോലിയായിട്ടുണ്ട്. കൃഷ്ണമോഹന്റെ അശ്വതി റോസ് ഗാർഡൻസിൽ. യാദൃച്ഛികമായിട്ടാണ് കൃഷ്ണമോഹനെ കണ്ടത്. കാര്യം ഒന്നിച്ചു പഠിച്ചതാണെങ്കിലും അതൊക്കെ മറന്നു കാണുമെന്നാ ഞാനോർത്തത്. എന്റെ അനിയത്തിക്കൊരു ജോലി കിട്ടിയെങ്കിൽ ഭാഗ്യാ യെന്ന് പറഞ്ഞേയുള്ളു, ആ നിമിഷം സമ്മതിച്ചു. വരുന്ന തിങ്കളാഴ്ച അനിയത്തിയെ അയച്ചേക്കാൻ."

ഗീതയ്ക്കിതിൽപ്പരം ഒരു സന്തോഷം തോന്നാനില്ല. ഒരിടത്തും ഒരു ജോലി കിട്ടുകയില്ലെന്ന് നിരാശപ്പെട്ടിരിക്കുമ്പോൾ ഓർക്കാപ്പുറത്ത് മഹാ ഭാഗ്യം വരുന്നു! "എന്റെ ഭഗവതീ" എന്നു വിളിച്ച് അമ്മ ഒരു നിമിഷം ധ്യാനിച്ചു. അമ്മയ്ക്കു വിശ്വാസമുണ്ടായിരുന്നു ഭഗവതിയുടെ അനു ഗ്രഹംകൊണ്ട് എവിടെയെങ്കിലും ജോലി കിട്ടുമെന്ന്.

അമ്മ അതു ചോദിക്കുകയും ചെയ്തു.

"ഞാൻ പറഞ്ഞത് ഇപ്പോൾ വിശ്വാസായോ?"

കൃഷ്ണമോഹന്റെ റോസ്ഗാർഡൻസ് നഗരത്തിൽ എല്ലാവരും അറിയും. നഗരമദ്ധ്യത്തിൽ പൂക്കളുടെ ഒരു ഗ്രാമം. ഇത്രയിനം റോസു കൾ ഉണ്ടോ എന്ന് അതിശയിച്ചുപോകും. റോസ് മാത്രമല്ല വേറെ അനേ കയിനം പൂക്കളുമുണ്ട്. നഗരത്തിന്റെ ഹൃദയഭാഗത്ത് പൂക്കളുടെ ആ ഗ്രാമം എല്ലാവരെയും ആകർഷിക്കുന്നു. ഇത്രയധികം പൂക്കൾ എവിടെ വില്ക്കാനാണ്, ആര് വാങ്ങാനാണ് എന്നൊക്കെ ഗീത അത്ഭുതപ്പെട്ടിട്ടുണ്ട്.

"നിനക്കെന്തറിയാം! മണ്ടി!" വസന്ത കളിയാക്കി: "ആരും വാങ്ങാ തെയാണോ അവർ ലക്ഷക്കണക്കിന് ലാഭമുണ്ടാക്കുന്നത്? നിനക്കറി യാമോ? വിദേശങ്ങളിലേക്കുവരെ അവർ പൂക്കളും ചെടികളും കയറ്റി അയയ്ക്കുന്നുണ്ട്. എത്രപേരാ അവരുടെ ഗാർഡനിൽ പണിയെടു ക്കുന്നത്."

ആരൊക്കെയോ പറഞ്ഞ് അതൊക്കെ ഗീതയും കേട്ടിട്ടുണ്ട്. ആദ്യം ഒരു ഹോബി എന്ന നിലയ്ക്കാണ് കൃഷ്ണമോഹന്റെ അച്ഛൻ ആ സ്ഥാപനം തുടങ്ങിയത്. അന്നത് അശ്വതി റോസ് ഗാർഡൻസ് ആയിരു ന്നില്ല. അന്നതിന് ഒരു പേരുണ്ടായിരുന്നില്ല. ഒരു ചെറിയ ഗാർഡൻ. പല തരം റോസുകളുടെ ഒരു കളക്ഷൻ.

ഇപ്പോൾ ആ സ്ഥാപനത്തിന്റെ വളർച്ച വിസ്മയകരമായിരിക്കുന്നു. കൃഷ്ണമോഹന്റെ അച്ഛൻ ധാരാളം സമ്പാദിച്ചു. രാജകൊട്ടാരംപോലുള്ള ബംഗ്ലാവ്. കാറ്. നാലഞ്ചു നഗരങ്ങളിൽ അശ്വതി റോസ് ഗാർഡൻസിന്റെ സെയിൽസ് ഡിപ്പോകൾ. ബിസിനസ്സിന്റെ ചുമതല ഇപ്പോൾ കൃഷ്ണ മോഹനാണ്. അച്ഛനു വയസ്സായി. വല്ലപ്പോഴും മാത്രം ഓഫീസിൽ വരും. ബൊട്ടാണിക്കൽ ഗാർഡൻസിൽ ഏതോ ചെറിയ ജോലിയുണ്ടായിരുന്ന

ആ മനുഷ്യന്റെ വളർച്ച കണ്ട് നഗരം ആശ്ചര്യപ്പെടുന്നു.

യാതൊരു പരിചയവുമില്ലാത്ത ഒരാളുടെ അടുത്തേക്കെങ്ങനെ തനിയെ കേറിച്ചെല്ലുമെന്നോർത്ത് ഒരു സങ്കോചമുണ്ടായിരുന്നു ഗീതയ്ക്ക്.

“നീ പരിഭ്രമിക്കണ്ടാ.” വസന്ത പറഞ്ഞു: “ഞാൻ എല്ലാം പറഞ്ഞിട്ടുണ്ട്. കൃഷ്ണമോഹൻ നിന്നെ അറിയും. ഒരിക്കൽ എവിടെയോ വച്ച് എന്റെ കൂടെ നിന്നെ കണ്ടിട്ടുണ്ടെന്ന്.”

ഗീതയ്ക്ക് അങ്ങനെ ഒരോർമ്മപോലും ഇല്ല.

ഇറങ്ങാൻനേരത്ത് അമ്മ ഓർമ്മിപ്പിച്ചു.

“കാവിൽ തൊഴുത് ഭഗവതീടെ അനുഗ്രഹം മേടിച്ചോണ്ടുവേണം പോകാൻ.”

രണ്ട്

ഓവർബ്രിഡ്ജിനപ്പുറത്തുള്ള ബസ് സ്റ്റോപ്പിൽ ഗീത ഇറങ്ങി. അവിടന്ന് അഞ്ചുമിനിറ്റുനേരത്തെ നടത്തമുണ്ടായിരുന്നു അശ്വതി റോസ് ഗാർഡൻസിലേക്ക്. വെയിലിന്റെ ചൂടൊന്നും അവൾ അറിഞ്ഞില്ല. ധൃതിയിൽ നടന്നു. നിരത്തിൽനിന്ന് കുറെ ഉള്ളിലേക്കു മാറി പഴയ മാതൃകയിലുള്ള കെട്ടിടത്തിന്റെ മുമ്പിൽ ഒരു ചെറിയ ബോർഡ് തൂങ്ങുന്നു. അശ്വതി റോസ് ഗാർഡൻസ്. ഗേറ്റ് കടന്ന് അകത്തേക്കു ചെന്നപ്പോൾ പൂക്കളുടെ ഒരു ഗ്രാമത്തിൽ എത്തിയതുപോലെ അവൾക്കു തോന്നി. ചെടിച്ചട്ടികളിൽ വിടർന്നു നില്ക്കുന്ന അനേകായിരം പൂക്കൾ. വിവിധതരം പൂക്കൾ. പഴയ മാതൃകയിലുള്ള കെട്ടിടത്തിന്റെ പുറകിൽ വളരെ ദൂരത്തോളം പൂക്കളുടെ ഗ്രാമം വ്യാപിച്ചുകിടക്കുന്നു. അവിടെ ചെടികൾക്ക് നനയ്ക്കുകയും വളമിടുകയുംചെയ്യുന്ന ജോലിക്കാരുണ്ട്.

അവൾ ചെല്ലുമ്പോൾ ഒരു മിനിലോറിയിൽ ജോലിക്കാർ റോസ് ചെടികൾ കയറ്റിക്കൊണ്ടിരിക്കുകയായിരുന്നു.

മുറ്റത്ത് പൂച്ചെടികൾക്കു നനയ്ക്കുന്ന കൊമ്പൻ മീശക്കാരൻ അവളുടെ നേരെ നോക്കി.

"എന്താ?"

അവൾ പറഞ്ഞു:

"കൃഷ്ണമോഹൻ സാറിനെ കാണാൻ."

ചുവന്ന വട്ടക്കണ്ണുള്ള ജോലിക്കാരൻ അവളോട് അകത്തേക്കു കയറിച്ചെല്ലാൻ ആംഗ്യം കാണിച്ചു.

പടിക്കെട്ടുകൾ കയറി അകത്തേക്കു ചെന്നപ്പോൾ അവിടെ ടൈപ്പ്റൈറ്റിങ് മെഷീനുമുമ്പിൽ മ്ലാനമായ മുഖത്തോടെനിന്നിരുന്ന

മെലിഞ്ഞ പെൺകുട്ടി ശൂന്യമായ ദൃഷ്ടികളോടെ ഗീതയെ നോക്കി.

അടുത്തുചെന്ന് അവൾ പറഞ്ഞു:

"കൃഷ്ണമോഹൻ സാറിനെ ഒന്നു കാണാൻ."

ഗീതയെ അടിമുടി നോക്കിയതിനുശേഷം യാതൊരു ഭാവഭേദവും കൂടാതെ ആ പെൺകുട്ടി ചോദിച്ചു: "ഗീതയെന്നല്ലേ പേര്?"

ഗീതയ്ക്കാശ്ചര്യം തോന്നി.

"അതെ. എങ്ങനെയറിഞ്ഞു?"

"എനിക്കറിയാമായിരുന്നു ഗീത വരുമെന്ന്."

ആ പെൺകുട്ടിയുടെ മുഖത്ത് വിഷാദച്ഛായയുള്ള ഒരു ചിരി തെളിഞ്ഞു. പിന്നെ അവൾ പറഞ്ഞു;

"എന്റെ പേര് ഓമന. ഇന്നലെവരെ ഈ കസേരയിൽ ഞാനാണിരുന്നത്. ഇന്നുമുതൽ ഇവിടെ ഗീത. എന്നെ തെറ്റിദ്ധരിക്കില്ലെങ്കിൽ ഒരു കാര്യം പറയാം. സൂക്ഷിച്ചിരിക്കണം, വീഴാതെ."

അവൾക്കതിന്റെ അർത്ഥം മനസ്സിലായില്ല.

"എന്താ അങ്ങനെ പറഞ്ഞത്?"

"അതൊക്കെ പിന്നീട് മനസ്സിലാകും."

ഓമനയുടെ വാക്കുകളിൽ അടക്കിപ്പിടിച്ച ഏതോ ആത്മദുഃഖത്തിന്റെ വിങ്ങലുണ്ടായിരുന്നു. അതിന്റെ കാരണമെന്തെന്ന് ഊഹിക്കുവാൻ ഗീതയ്ക്കു കഴിഞ്ഞില്ല. താൻ കാരണമാണോ ഓമനയ്ക്ക് ഇവിടന്ന് പോകേണ്ടിവരുന്നത്?

എവിടെയെങ്കിലും ഒരു ജോലി കിട്ടണമെന്നേ അവൾ ആശിച്ചുള്ളു.

അപേക്ഷകളയച്ചു കാത്തിരുന്നു മടുത്ത് സ്വയം ശപിക്കാൻ തുടങ്ങിയ സന്ദർഭത്തിലാണ് അശ്വതി റോസ് ഗാർഡൻസിൽനിന്ന് ഭാഗ്യം വരുന്നത്. അത് മറ്റൊരാളെ പിരിച്ചുവിട്ടുകൊണ്ടാണോ?

പുറമേ കാണിക്കുന്നില്ലെങ്കിലും ഓമനയ്ക്ക് ഉള്ളിൽ തന്നോട് കഠിനമായ വെറുപ്പുണ്ടെന്ന് അവൾക്കു തോന്നി. അവളുടെ വിഷാദം അതിന്റെ അടയാളമല്ലേ?

സങ്കടം ഒതുക്കിപ്പിടിച്ചുകൊണ്ട് അവൾ ചിരിക്കാൻ ക്ലേശിക്കുന്നതു കണ്ടപ്പോൾ ഗീതയുടെ മനസ്സിടിഞ്ഞു. ഉള്ള ജോലി ഓർക്കാപ്പുറത്ത് നഷ്ടപ്പെടുമ്പോഴത്തെ സങ്കടം ഊഹിക്കാൻ കഴിയും.

ജോലി വേണ്ടെന്നുവച്ച് തിരിച്ചുപോയാലോ എന്നോർത്തു നില്ക്കുമ്പോൾ കൃഷ്ണമോഹന്റെ മുറിയിൽനിന്ന് കാക്കിവേഷം ധരിച്ച വൃദ്ധൻ ഇറങ്ങിവന്നു. അയാളൊരു കടലാസ് ഓമനയുടെ കൈയിൽ കൊടുത്തു. അവൾ അതുവാങ്ങി അതിലെന്താണ് എഴുതിയിരിക്കുന്നതെന്നു നോക്കുക പോലും ചെയ്യാതെ എന്തോ ഓർത്ത് നെടുതായി നിശ്വസിച്ചു. പിന്നെ യാത്ര ചോദിക്കുന്ന മട്ടിൽ ഗീതയെ നോക്കി.

ഓമന കരയുന്നില്ല. പക്ഷേ, അവളുടെ മ്ലാനമായ മുഖത്ത്

അടക്കിപ്പിടിച്ച ദുഃഖത്തിന്റെ വിങ്ങലുണ്ട്.

നിശ്ശബ്ദമായി യാത്ര പറഞ്ഞ് അവളിറങ്ങിപ്പോകുന്നത് ഗീത സങ്കടത്തോടെ നോക്കിനിന്നു. നിർവ്വികാരതയുടെ പൊയ്മുഖം വച്ചുകെട്ടിയതുപോലെ തോന്നിപ്പിക്കുന്ന കിഴവൻ അവളോടു ചോദിച്ചു:

"എന്താ? എന്തിനാ വന്നേ?"

അവൾ അകത്തേക്കു ചൂണ്ടി കൃഷ്ണമോഹനെ കാണാനെന്ന് ആംഗ്യം കാട്ടി.

കിഴവൻ പറഞ്ഞു:

"അകത്തുണ്ട്."

അടഞ്ഞുകിടന്ന ഹാഫ്ഡോർ തള്ളിത്തുറന്ന് അവൾ അകത്തേക്കു ചെന്നു. ഏതോ കടലാസ് മറിച്ചുനോക്കിക്കൊണ്ടിരുന്ന കൃഷ്ണമോഹൻ മുഖമുയർത്തി. അവൾ പറയാതെ തന്നെ അയാൾക്ക് അവളെ മനസ്സിലായി.

"ഗീത, അല്ലേ?"

മുതലാളിയുടെ ഗമയുള്ള ഒരാളാണ് ഗീതയുടെ സങ്കല്പത്തിൽ ഉണ്ടായിരുന്നത്. ഇതങ്ങനെയല്ല. സുമുഖനായ ഒരു ചെറുപ്പക്കാരൻ.

കൃഷ്ണമോഹൻ ഇരിക്കാൻ പറഞ്ഞെങ്കിലും അവൾ ഇരുന്നില്ല. ഭവ്യതയോടെ ഒതുങ്ങിനിന്നു.

മുറിക്കകത്ത് അലങ്കാരമൊന്നുമില്ല. പഴയ വീടിന്റെ ഒരകമുറി ഒരുക്കിയെടുത്തതാണെന്ന് കണ്ടാലറിയാം. ഒരു മൂലയിൽ ലക്ഷ്മീദേവിയുടെ വിഗ്രഹം അലങ്കരിച്ചുവച്ചിട്ടുണ്ട്. അതിന്റെ മുമ്പിൽ ധാരാളം പൂക്കൾ.

"എന്താ ഇരിക്കാത്തെ?" കടലാസ് നീക്കിവയ്ക്കുന്നതിനിടയിൽ കൃഷ്ണമോഹൻ ചോദിച്ചു: "അത്ര ഭവ്യതയൊന്നും ഇവിടെ ആവശ്യമില്ല."

എന്നിട്ടും അവൾ ഇരിക്കാൻ കൂട്ടാക്കിയില്ല.

"ഇവിടെ ഒഴിവുണ്ടായിട്ടല്ല." കസേരയിലേക്കു മലർന്നിരുന്ന് കൃഷ്ണമോഹൻ പറഞ്ഞു: "വസന്ത ഒരു കാര്യം പറയുമ്പോൾ എനിക്കതു കേട്ടില്ലെന്നു വയ്ക്കാൻ സാധിക്കില്ല. എന്താ കാരണമെന്നറിയാമോ? ഞങ്ങൾ കോളേജിൽ ഒന്നിച്ചു പഠിച്ചതാണ്."

അവൾ പറഞ്ഞു:

"എല്ലാം ചേച്ചി പറഞ്ഞിട്ടുണ്ടെന്നോട്."

"ഒരുദിവസം യാദൃച്ഛികമായി കണ്ടപ്പോഴാണ് വസന്ത എന്നോടു ഗീതയുടെ കാര്യം പറഞ്ഞത്. ഞാനപ്പോൾത്തന്നെ വാക്ക് കൊടുത്തു. വേറെ ഒന്നും ഓർത്തല്ല. എന്നെക്കൊണ്ടു കഴിയുന്ന ഒരു ചെറിയ സഹായം."

"അച്ഛൻ മരിച്ചേപ്പിന്നെ വീട്ടിലെ സ്ഥിതിയൊക്കെ മോശാണ്. അമ്മയ്ക്കു കിട്ടുന്ന പെൻഷൻ കൊണ്ട്..."

"അതൊന്നും ഓർത്തു വിഷമിക്കണ്ടാ. എല്ലാം നേരെയാകുമെന്നു

വിചാരിക്ക്. ഇവിടത്തെ ജോലി അത്ര കാര്യമായിട്ടൊന്നും കണക്കാക്കണ്ട. ഇത് തല്ക്കാലത്തേക്ക്. വേറെ എവിടെയെങ്കിലും ഒരു നല്ല ജോലി കിട്ടുന്നതുവരെ."

"എവിടെ കിട്ടാനാ? അപേക്ഷകളയച്ചു മടുത്തു."

"അതൊക്കെ അങ്ങനെയാണ്. ഒരു ജോലി കിട്ടുക അത്ര എളുപ്പമല്ലെന്നെനിക്കറിയാം. അവസരം വരട്ടെ. എന്തെങ്കിലും സഹായം ചെയ്യാമോന്ന് ഞാനും നോക്കാം."

അപ്പോഴേക്കും ആരോ കൃഷ്ണമോഹനെ ടെലിഫോണിൽ വിളിച്ചു.

അയാൾ ഫോണെടുക്കുന്നതും ആരോടോ ബിസിനസ് കാര്യത്തെ സംബന്ധിച്ച് സംസാരിക്കുന്നതും അവൾ ശ്രദ്ധയോടെ കേട്ടിരുന്നു.

ടെലിഫോൺ താഴെ വച്ചതിനുശേഷം കസേരയിൽ മുന്നോട്ടാഞ്ഞിരുന്ന് ഉള്ളിൽ വർണ്ണക്കുമിളകളുള്ള പേപ്പർ വെയിറ്റിന്റെ സ്ഫടികക്കട്ട കറക്കിക്കൊണ്ട് കൃഷ്ണമോഹൻ പറഞ്ഞു:

"യഥാർത്ഥത്തിൽ എനിക്കിവിടെ ഒരു സ്റ്റെനോഗ്രാഫറെയല്ല ആവശ്യം, സ്റ്റെനോയും സെക്രട്ടറിയുമെല്ലാമായിട്ട് ഒരാളെയാണ്."

എന്തു പറയണമെന്ന് അവൾക്കറിയില്ലായിരുന്നു. അവൾ മുഖം കുനിച്ചു നിന്നു.

"ചില ദിവസങ്ങളിൽ ഞാനിവിടെ ഉണ്ടാവില്ല." കൃഷ്ണമോഹൻ പറഞ്ഞു: "അപ്പോൾ ബിസിനസിന്റെ കാര്യങ്ങളും നോക്കേണ്ടി വരും."

അവൾ പറഞ്ഞു:

"എനിക്കു ബിസിനസിന്റെയൊന്നും അറിയില്ലല്ലോ."

"ഇതൊരു ബിസിനസല്ല, കലയാണ്. പൂക്കൾ, പൂച്ചെടികൾ, പുഷ്പോത്സവങ്ങൾ. പൊതുവേ ലോകം സുന്ദരമാക്കാനുള്ള വിദ്യ. ഒറ്റ ദുരുദ്ദേശ്യമേ ഉള്ളു. ഈ കഷ്ടപ്പാടിന്റെ മുതലൊത്തു കിട്ടണം."

സൈഡ് ബോർഡിന്റെ ഡ്രോയിൽനിന്ന് കൃഷ്ണമോഹൻ ഒരു ഫയലെടുത്തു തുറന്ന് അതിലെ കടലാസുകൾ മറിച്ചുനോക്കി. എന്നിട്ട് ഒരു നിമിഷം എന്തോ ഓർത്തിരുന്നു.

"ഒരു ലെറ്റർ ടൈപ്പ് ചെയ്യണം." ഫയലിൽ നോക്കിക്കൊണ്ട് കൃഷ്ണമോഹൻ പറഞ്ഞു: "പ്ലീസ്, റൈറ്റ് ഡൗൺ."

വിദേശത്തുള്ള ഏതോ ഒരു റോസ് സൊസൈറ്റിക്ക് കുറെ റോസ് ചെടികൾ അയച്ചുകൊടുക്കുന്നതിനെക്കുറിച്ചായിരുന്നു കത്ത്. അവളത് കഴിയുന്നത്ര വേഗത്തിൽ കുറിച്ചെടുത്തു.

ടൈപ്പ് റൈറ്റിങ് മെഷീനുമുമ്പിൽ ചെന്നിരുന്ന് അതിന്മേൽ ഭക്തിപൂർവ്വം തൊട്ട് ഒരു നിമിഷം അവൾ ധ്യാനിച്ചു.

"അമ്മേ ഭഗവതീ"

വളരെ ശ്രദ്ധിച്ച് ഒരു തെറ്റും വരാതെ ആവുന്നത്ര വേഗത്തിൽ അവൾ എഴുത്ത് ടൈപ്പ് ചെയ്തു. മെഷീനിൽനിന്ന് കടലാസ് വലിച്ചെ

ടുത്ത് ഒന്നുകൂടി ഓടിച്ചുനോക്കി. ഇല്ല. ഒരു തെറ്റുമില്ല.

അതിനിടയ്ക്ക് ഒന്നുരണ്ടുപേർ ഓഫീസിലേക്കു കയറിപ്പോകുന്നതു കണ്ടു. വീട്ടിൽ ഗാർഡനുണ്ടാക്കാൻ പൂച്ചെടികൾക്കു വന്ന ഫാമിലി യാവാം.

പൂക്കൾക്കിത്ര വിലയുണ്ടെന്ന് അവൾ അറിഞ്ഞിരുന്നില്ല. പതിനായിരങ്ങളുടെയും ലക്ഷങ്ങളുടെയും കണക്കുകളാണ് അവർ പറയുന്നത്. നഗരത്തിൽ ഒരുദിവസം വിറ്റഴിയുന്ന പൂക്കളുടെ വില കേട്ട് അവൾ അത്ഭുതപ്പെട്ടു.

നഗരത്തിൽ ഒരുദിവസം ഇത്രയും പൊന്ന് വില്ക്കുന്നുണ്ടോ?

റോസ് വാങ്ങാൻ വന്ന ഫാമിലി പോയിക്കഴിഞ്ഞപ്പോൾ അവൾ അകത്തേക്കു ചെന്നു. ടൈപ്പ് ചെയ്ത എഴുത്ത് മേശപ്പുറത്തു വച്ചിട്ട് അവൾ മാറിനിന്നു. എന്തെങ്കിലും തെറ്റുണ്ടാവുമോ എന്ന് വേവലാതിപ്പെട്ടു നില്ക്കുമ്പോൾ കൃഷ്ണമോഹൻ അഭിനന്ദിക്കുകയാണ് ചെയ്തത്.

"വെരി നൈസ്."

അപ്പോഴാണ് അവളുടെ ഉള്ള് തണുത്തത്.

"ഇതൊക്കെയൊന്ന് നോക്കിപ്പഠിക്ക്." പൂക്കളെയും ഗാർഡനിങ്ങിനെയും കുറിച്ചുള്ള ചില പ്രസിദ്ധീകരണങ്ങൾ എടുത്തുനീട്ടിക്കൊണ്ട് കൃഷ്ണമോഹൻ പറഞ്ഞു; "ചിലപ്പോൾ ഗീതയ്ക്കിതിൽ താല്പര്യം തോന്നിയെന്നു വരാം."

അവളതിന്റെ താളുകൾ മറിച്ചുനോക്കുന്നതിനിടയിൽ വീണ്ടും അയാൾ പറഞ്ഞു:

"നമ്മുടെ നാട്ടിൽ ഇതൊക്കെ ഒരുതരം ആർഭാടമായിട്ടാണ് ആളുകൾ കരുതുന്നത്. പക്ഷേ, പുറത്തുള്ളവർ അങ്ങനെയല്ല. അവിടെ പൂക്കളും പുഷ്പോത്സവങ്ങളും അവരുടെ ജീവിതത്തിന്റെ ഒരു ഭാഗമാണ്. റോസ് സൊസൈറ്റികൾ എന്നൊക്കെ കേട്ടിട്ടില്ലേ?"

അവൾ വെറുതെ ചിരിച്ചു.

"വീട്ടുമുറ്റത്തു ചെറിയ ഒരു ഗാർഡൻ. അതിൽ ധാരാളം പൂക്കൾ." അയാൾ പറഞ്ഞു: "അങ്ങനെ ഒരു സങ്കല്പം നമ്മുടെ ആളുകൾക്കില്ല. അവരതിനുപകരം ചീനിയോ വെണ്ടയോ കുഴിച്ചുവയ്ക്കും. മനുഷ്യന് സൗന്ദര്യബോധം വേണ്ടേ!"

എന്നും ജീവിതത്തിന്റെ ദുഃഖമനുഭവിക്കുന്നവർക്ക് പൂക്കൾ ഒരാകർഷണമല്ലെന്നു പറയാൻ അവൾ ഓർത്തതാണ്. പൊന്നും പൂവുമൊക്കെയുള്ള ജീവിതം എല്ലാവർക്കും വിധിച്ചിട്ടുണ്ടോ?

വിഷാദം ഘനീഭവിച്ച ഓമനയുടെ മുഖമായിരുന്നു അവളുടെ മനസ്സിൽ അപ്പോഴും.

വൈകിട്ട് വീട്ടിൽ ചെന്നപ്പോൾ ജോലികിട്ടിയതിന്റെ സന്തോഷമൊന്നും അവളുടെ മുഖത്തുണ്ടായിരുന്നില്ല. അതിനു പകരം ഒരുതരം

മ്ലാനത പ്രകടമായിരുന്നുതാനും.

വസന്ത ചോദിച്ചു;

“ങും, എന്തുപറ്റി നിനക്ക്? ഒരു വല്ലായ്മപോലെ.”

അവൾ ജോലി നഷ്ടപ്പെട്ട ഓമനയുടെ കാര്യം പറഞ്ഞു.

“മറ്റുള്ളോരുടെ കാര്യമൊന്നും നീ അന്വേഷിക്കണ്ടാ.” വസന്ത പറഞ്ഞു: “നിനക്ക് നിന്റെ കാര്യം നോക്കിയാൽ പോരേ?”

“ഞാനല്ലേ ആ കുട്ടീടെ സങ്കടം കണ്ടത്!” അനുതാപത്തോടെ ഗീത പറഞ്ഞു: “ഏഴു കൊല്ലമായി ആ കുട്ടീടെ അച്ഛൻ രോഗം പിടിപെട്ട് കിടപ്പായിട്ട്. ഒമ്പതുപേരുള്ള ഒരു കുടുംബം എങ്ങനെ കഴിയും? ഇറങ്ങിപ്പോകുമ്പോൾ അവൾ കരഞ്ഞില്ലെന്നേ ഉള്ളൂ.”

“അതൊക്കെ അങ്ങനെയാണ്.” വസന്ത പറഞ്ഞു: “ഓരോരുത്തർക്കുമുണ്ടാവും ഓരോ സങ്കടം. അതിനൊക്കെ നമ്മളെന്തു ചെയ്യാനാ! മറ്റുള്ളോരുടെ സങ്കടങ്ങൾക്ക് നമ്മളാണോ കാരണക്കാർ?”

ചേച്ചി അങ്ങനെയൊക്കെ പറഞ്ഞെങ്കിലും ഗീതയ്ക്ക് യാതൊരു സമാധാനവും ഉണ്ടായില്ല. ഉറങ്ങാൻ കിടക്കുമ്പോഴും ഓമനയെക്കുറിച്ചുള്ള ഓർമ്മയായിരുന്നു അവൾക്ക്.

മൂന്ന്

അശ്വതി റോസ് ഗാർഡൻസിൽ പൂക്കൾ വാങ്ങാൻ വരുന്നവരുടെ തിരക്കായിരുന്നു എപ്പോഴും. ചിലപ്പോൾ വലിയ കമ്പനികളുടെ ഓർഡറുകൾ വരും, വിദേശങ്ങളിൽനിന്നുവരെ. അതൊക്കെ മറ്റു ജോലിക്കാർ നോക്കിക്കൊള്ളും. ഇടയ്ക്കു ചില വീട്ടമ്മമാർ കാറോടിച്ചു വലിയ സ്റ്റൈലിൽ വരും. ചിലപ്പോൾ നാലോ അഞ്ചോ ഇനം ചെടികളേ അവർക്കാവശ്യമുണ്ടാവുകയുള്ളൂ. എങ്കിലും ഒരു നൂറ്റെട്ടെണ്ണത്തിന്റെ ജാതകം അറിയണം അവർക്ക്. പൂക്കളോടുള്ള സ്നേഹം കൊണ്ടാണോ അതോ അന്തസ്സും പ്രൗഢിയും കാണിക്കാനാണോ അവർ വരുന്നതെന്ന് സംശയം തോന്നും. പക്ഷേ, അതൊന്നും അവരോടു കാണിക്കാൻ പറ്റില്ലല്ലോ. വളരെ ക്ഷമയോടെ അത് നല്ലതാണ്, ഇത് നല്ലതാണ് എന്നു പറഞ്ഞ് അവരെ സന്തോഷിപ്പിക്കാതെ നിവൃത്തിയില്ല.

ആറേഴുദിവസംകൊണ്ടുതന്നെ അശ്വതി റോസ് ഗാർഡൻസിലെ ജോലിയിൽ അവൾക്ക് മടുപ്പുതോന്നി. താനിതൊന്നുമല്ല ആശിച്ചതെന്നൊരു തോന്നൽ. അതിനിടയ്ക്ക് ആശിക്കുന്നതൊന്നുമല്ലല്ലോ കിട്ടുന്നതെന്നു സ്വയം സമാധാനിക്കാനും അവൾ ശ്രമിച്ചു.

സങ്കടം ഒതുക്കിപ്പിടിച്ചുകൊണ്ട് അവിടന്നിറങ്ങിപ്പോയ ഓമനയുടെ ഓർമ്മ അവളുടെ മനസ്സിനെ അലട്ടിക്കൊണ്ടിരുന്നു. എത്ര ശ്രമിച്ചിട്ടും അതു മറക്കാൻ കഴിയുന്നില്ല. അവളുടെ രൂപം മനസ്സിൽ തെളിഞ്ഞു നില്ക്കുന്നു. വ്യസനം നിറഞ്ഞ അവളുടെ വാക്കുകൾ ഹൃദയത്തിൽ മാറ്റൊലികളുണ്ടാക്കുന്നു.

'നീയെന്തിന് മറ്റുള്ളവരുടെ കാര്യം അന്വേഷിക്കുന്നു'വെന്ന് ചേച്ചി ശാസിച്ചപ്പോൾ അവൾക്ക് ആശ്ചര്യം തോന്നി. ചേച്ചിക്കെങ്ങനെ ഇത്ര

ക്രൂരയാകാൻ കഴിയുന്നു? ഓമനയുടെ വീട് കഴിഞ്ഞിരുന്നത് അവളുടെ തുച്ഛമായ വരുമാനംകൊണ്ടും കൂടിയായിരുന്നിരിക്കണം. ഓർക്കാപ്പുറത്ത് അത് നഷ്ടപ്പെടുമ്പോൾ ആ കുടുംബം കൂടുതൽ കഷ്ടത്തിലാകുകയില്ലേ? ഇനി അവൾക്കെവിടെയെങ്കിലും ഒരു ജോലി കിട്ടുന്നതെന്നാണ്!

വീട്ടിൽ അമ്മയ്ക്ക് വളരെ സന്തോഷമായിരിക്കുന്നു. ഗീതയ്ക്കും ഒരു ജോലിയായല്ലോ. അവളുടെ കാര്യമോർത്തും അമ്മയ്ക്ക് ദുഃഖമുണ്ടായിരുന്നു. എവിടെയെങ്കിലും ഒരു ജോലി കിട്ടിയാൽ അവളുടെ ജീവിതം ഒരു വഴിക്കാകുമല്ലോ എന്നായിരുന്നു ഇതുവരെ.

വസന്തയുടെ കാര്യമോർത്ത് അമ്മ വേവലാതിപ്പെടുന്നില്ല. അവൾക്ക് അവളുടെ കാര്യം നോക്കാൻ സാമർത്ഥ്യമുണ്ട്. ഭർത്താവുമായി എന്തോ സൗന്ദര്യപ്പിണക്കമുണ്ടെങ്കിലും കുറെ കഴിയുമ്പോൾ അതു തീരും. അവൾ ഭർത്താവിന്റെ അടുത്തേക്കു പോകുകയും ചെയ്യും. അവളുടെ ദുർവ്വാശികൊണ്ട്. അല്ലെങ്കിൽ അവൾക്കു പണ്ടേ ഭർത്താവിന്റെ അടുത്തേക്കു പോകാമായിരുന്നു. ഒരുദിവസം അതിനെച്ചൊല്ലി വീട്ടിൽ വസന്തയും അമ്മയും തമ്മിൽ ഇടഞ്ഞു.

അമ്മ ഇത്രയേ പറഞ്ഞുള്ളു.

"എനിക്കു സമാധാനക്കേടുണ്ടായിട്ടല്ല. നാട്ടുകാർ ഓരോന്ന് ചോദിക്കുന്നു. അവനെന്താ വരാത്തെ, നീയെന്താ പോകാത്തെ എന്നൊക്കെ. മറ്റുള്ളോർക്കു സംശയം തോന്നുന്നത് തെറ്റാണോ? ഞാനെന്തു പറയും അവരോട്?"

വസന്തയ്ക്കു ശുണ്ഠിവന്നു.

"എന്റെ കാര്യമോർത്ത് ആർക്കാ ഇത്ര സമാധാനക്കേട്."

അമ്മ പറഞ്ഞു:

"അതാർക്കായാലും തോന്നൂല്ലേ? നീ അരിശപ്പെട്ടിട്ടൊന്നും കാര്യമില്ല. എപ്പോ ചോദിച്ചാലും ഒന്നൂല്ലെന്നേ നിന്റെ നാക്കേൽ വരൊള്ളൂ? ഒന്നൂല്ലെങ്കീപ്പിന്നെ നിനക്കങ്ങ് പൊയ്ക്കൂടെ, അവന്റെ അടുത്തേക്ക്? ഭർത്താവിന്റെ അടുത്തേക്കു ചെല്ലണേന് നിനക്കെന്താ മാനക്കേട്?"

വസന്ത ശുണ്ഠിയെടുത്തു:

"ഞാനങ്ങനെ മാനംകെട്ട് ആരുടെ അടുത്തേക്കും പോണില്ല. ഇഷ്ടമുണ്ടെങ്കിൽ ഇങ്ങോട്ടു വരട്ടെ."

"എടീ പെണ്ണിന് ഇത്രേം വാശി പാടില്ല. നിനക്കെന്താ ഒന്നു തോറ്റു കൊടുത്താല്?"

"അമ്മയ്ക്കൊന്നു മിണ്ടാതിരിക്കാമോ? രാപ്പകൽ ഉപദേശംതന്നെ! കേട്ടുകേട്ടു മടുത്തു. ഞാനിവിടെ ഉള്ളതുകൊണ്ടാണോ അമ്മയ്ക്കു വിഷമം? എന്നാലതു പറ."

"എന്റെ വിഷമത്തിന്റെ കാര്യാണോ? മറ്റുള്ളവര് ചോദിക്കുമ്പം ഞാനെന്തു പറയും? നീ നിന്റെ ഭർത്താവിനോട് വഴക്കിട്ടു പോന്നതാ

ണെന്നാ ആളുകൾ പറയുന്നത്."

"ആണെങ്കിൽ ആളുകൾക്കെന്താ നഷ്ടം? അവരുടെ ചെലവിലല്ലല്ലോ ഞാൻ ജീവിക്കുന്നത്."

"നിനക്കങ്ങനെയൊക്കെ പറയാം. ഓരോരുത്തര് ഓരോന്നു ചോദിക്കുമ്പം എനിക്കാ നാണക്കേട്. അറിയാമോ?"

"അതിനിപ്പം ഞാനെന്തുവേണമെന്നാ അമ്മ പറയുന്നത്? ഇറങ്ങിപ്പോണോ ഇവിടന്ന്?"

"നീയിങ്ങനെ മുഖം കറുപ്പിച്ചതുകൊണ്ടൊന്നും കാര്യമില്ല. നിങ്ങളിങ്ങനെ പിണങ്ങിപ്പിരിയാൻ കാരണമെന്താന്നാ ഞാൻ ചോദിച്ചെ."

"ആ, എനിക്കറിയില്ല."

"നിന്റെ ഗുണവസ്യാരംകൊണ്ട്! അല്ലാതെന്താ? പെണ്ണുങ്ങളായാൽ കുറെ അനുസരണയും കീഴ്വഴക്കവും വേണം. നിനക്കു പണ്ടേ അതില്ല. നീ ആരാന്നാ നിന്റെ വിചാരം? ഇളമുറത്തമ്പുരാട്ടിയോ?"

വസന്ത മിണ്ടാതെ അരിശവും സങ്കടവും കടിച്ചമർത്തി. അമ്മ അതു ഗൗനിക്കാൻ പോയില്ല. അവിടെ ഇരിക്കട്ടെ. ആർക്കു ചേതം? കുറെ കൂടുതൽ ലാളിച്ചു. അതിന്റെ ദോഷം.

ഉച്ചകഴിഞ്ഞ് വസന്ത അണിഞ്ഞൊരുങ്ങി പുറത്തേക്കിറങ്ങാൻ തുടങ്ങിയപ്പോൾ അമ്മ ചോദിച്ചു:

"എങ്ങോട്ടാ എഴുന്നള്ളത്ത്?"

വസന്ത പറഞ്ഞു:

"ഒരു കൂട്ടുകാരിയെ കാണാൻ."

അമ്മയ്ക്കത് വിശ്വാസമായില്ല.

"ചമഞ്ഞൊരുങ്ങി അങ്ങോട്ടിറങ്ങും. ആരെക്കാണാനാണെന്നാർക്കറിയാം!"

വസന്തയ്ക്ക് അത് ഇഷ്ടപ്പെട്ടില്ല. അവളത് ഒളിച്ചുവച്ചുമില്ല.

"വീട്ടിലിരുന്നാൽ അതു കുറ്റം. എന്നാലൊന്ന് പുറത്തിറങ്ങാമെന്നു വച്ചാൽ അതും കുറ്റം! അമ്മയ്ക്കിത്ര കയ്പെന്താ എന്നോട്?"

അമ്മ പറഞ്ഞു:

"അതു ഞാൻ പറഞ്ഞാൽ കുറെ ഏറിപ്പോകും. ദൈവത്തെ ഓർത്ത് എന്നെക്കൊണ്ടൊന്നും പറയിപ്പിക്കാതിരിക്കുവാ നല്ലത്."

"എന്നിട്ടമ്മ ഒന്നും പറയാതെയല്ലേ ഇരിക്കുന്നത്?"

അമ്മ പറഞ്ഞു:

"ഞാൻ പറയുന്നത് എന്റെ സങ്കടം കൊണ്ടാ. നീയെന്താ അതു മനസ്സിലാക്കാത്തെ? മുള്ളും മുനയുംവച്ച് ആൾക്കാര് ഓരോന്നു പറയുന്നതു കേൾക്കുമ്പോൾ ഞാനാ വിഷമിക്കുന്നത്. നിനക്കറിയാവോ?"

"അതിനു ഞാൻ എന്തു കാണിച്ചിട്ടാ? ഞാനും എന്റെ ഭർത്താവും തമ്മിൽ പിണങ്ങിയെങ്കിത്തന്നെ മറ്റുള്ളോർക്കെന്താ? അവർക്കവരുടെ

കാര്യം നോക്കിയാൽ പോരേ?"

"എനിക്കിത്രയേ പറയാനുള്ളൂ. സഹിക്കാവുന്നതിനപ്പുറം സഹിച്ചാ ഞാൻ ജീവിക്കുന്നെ. അതു പോരാഞ്ഞിട്ട് നീയായിട്ടിനി."

അമ്മയുടെ വാക്കുകളിൽ അവിശ്വാസത്തിന്റെയും പരിഹാസത്തിന്റെയും മുള്ളുകളുണ്ടായിരുന്നു. അത് ഉള്ളിൽക്കൊണ്ടു മുറിഞ്ഞിട്ടും അതിന്റെ നീറ്റൽ അവൾ പുറമെ കാണിച്ചില്ല.

വസന്തയുടെ പ്രകൃതം കാണുമ്പോൾ ഗീതയ്ക്കും ചിലപ്പോൾ ഇഷ്ടക്കേട് തോന്നും. എന്നാലും അവളത് ഉള്ളിൽ ഒതുക്കും. ആവശ്യത്തിലേറെ അമ്മ പറയുന്നുണ്ട്. ഇനി അതിനു പുറമേ എന്തിന് താനുംകൂടി? പുറമേ ഭാവിക്കുന്നില്ലെങ്കിലും വസന്തയുടെ ഉള്ളിൽ കുറ്റബോധവും സങ്കടവും ഉണ്ടെന്ന് ഗീതയ്ക്കറിയാം. ചേച്ചി ഇങ്ങനെ വിഷമിക്കേണ്ടയാതൊരാവശ്യവുമില്ല. നേരെയങ്ങ് ചെന്നാൽ ചേട്ടനതു സന്തോഷമാവുകയേ ഉള്ളു. അതിൽ ചേച്ചിക്കെന്താ ഇത്ര മാനക്കേട്? വെറും ദുർവ്വാശി. ചേട്ടനത് അഭിമാനത്തിന്റെ പ്രശ്നമായിരിക്കുമെന്ന് ഗീത ഊഹിച്ചു. അഭിമാനം എല്ലാവർക്കും വലുതല്ലേ? ഒരുപക്ഷേ, ചേട്ടൻ വിചാരിക്കുന്നുണ്ടാവും അവൾ സ്വന്തം ഇഷ്ടപ്രകാരം പോയതല്ലേ, തനിയെ പോയ ആൾക്ക് തനിയെ വരാനും അറിയാമെന്ന്.

ഓർത്തുനോക്കുമ്പോൾ യഥാർത്ഥത്തിൽ ഒരു ചെറിയ വിട്ടുവീഴ്ചയുടെ പ്രശ്നമേ ഉള്ളു. അതുപക്ഷേ, വസന്തയ്ക്കു മനസ്സിലാകുന്നില്ല. അതു മനസ്സിലാക്കാൻ അവൾ കൂട്ടാക്കുന്നില്ല. ഭർത്താവിന്റെ മുമ്പിൽ തോറ്റുകൊടുത്തെന്നോർത്ത് ഭാര്യക്ക് എന്താ ഇത്ര കുറച്ചിൽ? അല്ലെങ്കിൽ അത് തോല്‌വിയാണോ?

ചേച്ചി അങ്ങോട്ടു ചെന്നാൽ ചേട്ടന്റെ പിണക്കം തീരുമെന്നാണ് ഗീതയുടെ ഊഹം. ചേച്ചിയെന്നുവച്ചാൽ ജീവനായിരുന്നു ചേട്ടന്. ഭർത്താവിനെപ്പോലെയല്ല കാമുകനെപ്പോലെയായിരുന്നു ചേട്ടൻ ചേച്ചിയെ സ്നേഹിച്ചത്. അതൊക്കെ ചേച്ചിതന്നെ അവളോടു പറഞ്ഞിട്ടുണ്ട്. എന്നിട്ടിപ്പോൾ ഇടയ്ക്കെന്താണ് സംഭവിച്ചത്? എവിടെയോ സ്നേഹത്തിന്റെ ഇഴകൾ കെട്ടുപിണഞ്ഞു. ഇനി അത് ആരഴിക്കും?

വഴക്കിട്ടു പിരിയാൻ മാത്രം എന്താണുണ്ടായത്? അതിന്റെ കാരണമൊന്നും ആർക്കും അറിയില്ല. എങ്ങനെയൊക്കെ ചോദിച്ചാലും ഒന്നുമില്ലെന്നേ അവൾ പറയു. എങ്കിലും അമ്മ ഒരു കാരണം ഊഹിച്ചു;

"അവളുടെ അഹമ്മതികൊണ്ട്, അല്ലാതെന്താ? കണ്ടില്ലേ, തിരിഞ്ഞു നോക്കണണ്ടോ അവൻ?"

ഗീത അമ്മയെ സമാധാനിപ്പിക്കാൻ ശ്രമിച്ചു.

"അമ്മ ഒന്നു മിണ്ടാതിരിക്കുന്നുണ്ടോ? ഇതൊക്കെ കേട്ടാൽ ചേച്ചിക്കെന്തു തോന്നും?"

"എന്തു തോന്നാനാ? കല്ലല്ലേ അവളുടെ മനസ്സ്!"

“ചേച്ചിക്ക് സങ്കടമില്ലെന്നാണോ അമ്മയുടെ വിചാരം?”

“പിന്നേ, അവൾക്കാ സങ്കടം! സങ്കടമുള്ളോളിങ്ങനെയാണോ? ഇനിയെന്താ സ്വർണ്ണപ്പല്ലക്കുംകൊണ്ടു വരണോ അവൻ ഇവളെ എതിരേല്ക്കാൻ?”

സത്യത്തിൽ അമ്മയ്ക്കുമുണ്ട് സങ്കടം. മോളെന്താ ഭർത്താവിന്റെ അടുത്തേക്കു പോകാത്തതെന്ന് മറ്റുള്ളവർ ചോദിക്കുമ്പോൾ അമ്മ എന്തു മറുപടി പറയും? അതു മാത്രമാണോ, ഭർത്താവിനോട് പിണങ്ങിപ്പിരിഞ്ഞ് വീട്ടിൽ വന്നു നില്ക്കുന്ന മകൾ ഏതമ്മയ്ക്കും ഒരു മനോദുഃഖമാണ്.

“അമ്മ എന്നെയോർത്തു വിഷമിക്കണ്ടാ.” ഒരുദിവസം അരിശത്തോടും സങ്കടത്തോടും കൂടി വസന്ത പറഞ്ഞു: “ആർക്കും വേണ്ടാതാകുമ്പോൾ ഞാനൊരു വഴി കണ്ടിട്ടുണ്ട്.”

അതു കേട്ടപ്പോൾ അമ്മയ്ക്ക് അരിശം വന്നു.

“നീ ഏതു വഴിയാ കണ്ടിരിക്കുന്നെ?”

“ഞാനേതു വഴിക്കു പോയാൽ അമ്മയ്ക്കെന്താ? എങ്ങനെയെങ്കിലും എന്റെ ഭാരം ഒഴിഞ്ഞുകിട്ടണമെന്നല്ലേ ഒള്ളൂ അമ്മയ്ക്ക്?”

ഒരു നിമിഷംകൊണ്ട് അമ്മ സങ്കടപ്പെടുകയും ചെയ്തു.

“നീയൊക്കെ അങ്ങനെ പോവേ ഉള്ളൂ. സ്വഭാവം അതല്ലേ? നല്ല വഴിക്കു പോകാൻ ഇമ്മിണി പ്രയാസാ!”

വസന്ത സങ്കടപ്പെട്ടു.

“സമാധാനിപ്പിക്കുന്ന ഒരു വാക്ക് പറയാൻ ആരുമില്ല. ഉപദേശത്തിനും ശാപത്തിനുമാണെങ്കിൽ ഒരു കുറവുമില്ല.”

അമ്മയ്ക്കു പിന്നെയും ദേഷ്യം വന്നു.

“എന്റെ ശാപം കൊണ്ടാണോടി നിനക്ക്?”

ഇനിയും വഴക്ക് മൂക്കുമെന്ന് തോന്നിയപ്പോൾ ഗീത ഇടപെട്ടു.

“ചേച്ചിക്കൊന്നു മിണ്ടാതിരിക്കാൻ മേലേ? അമ്മ എന്തെങ്കിലും പറഞ്ഞോട്ടെന്നു വയ്ക്കണം. ഒപ്പത്തിനൊപ്പം പറഞ്ഞില്ലെന്നോർത്ത് എന്താ നഷ്ടം?”

ഭാഗ്യത്തിന് വസന്ത പിന്നെ മിണ്ടിയില്ല. അല്ലെങ്കിൽ അതൊരു വഴക്കായി തീർന്നേനെ. അങ്ങനെയാണല്ലോ പതിവെന്ന് ഗീത ഓർത്തു.

വസന്ത അകത്തേക്കു പോയപ്പോൾ അമ്മ ഇരുന്നു കരയാൻ തുടങ്ങി. വീട്ടിൽ ഏതു വഴക്കും ഒടുവിൽ അങ്ങനെയാണ് അവസാനിക്കാറുള്ളത്. അമ്മ സങ്കടപ്പെട്ട് കരയും. പിന്നെ മരിച്ചുപോയ അച്ഛന്റെ ആത്മാവിനോടു പരാതിപ്പെടും.

“ഇതൊക്കെ അനുഭവിക്കാനല്ലേ എന്നെ തനിച്ചാക്കി പോയത്?”

ഇങ്ങനെയൊക്കെയാണ് വീട്ടിൽ എപ്പോഴും. അന്നൊക്കെ എവിടെയെങ്കിലും ഒരു ജോലി കിട്ടിയെങ്കിൽ രക്ഷപ്പെട്ടെന്നായിരുന്നു ഗീതയുടെ

വിചാരം.

അശ്വതി റോസ് ഗാർഡൻസിൽ ജോലി കിട്ടുമെന്നറിഞ്ഞപ്പോൾ തോന്നിയ സന്തോഷത്തിനതിരില്ല. ഒടുവിൽ തന്റെ പ്രാർത്ഥനയ്ക്കു ഫലം കിട്ടിയെന്ന് വിചാരിച്ചു. പക്ഷേ, സങ്കടം ഹൃദയത്തിൽ ഒതുക്കിപ്പിടിച്ചുകൊണ്ട് അവിടെ നിന്നിറങ്ങിപ്പോയ ഓമനയെ ഓർക്കുമ്പോൾ താൻ അവളുടെ വഴി അടച്ചതുപോലെ തോന്നുന്നു.

ഒരുദിവസം അവൾ അശ്വതി റോസ് ഗാർഡൻസിലെ കിഴവനോടു ചോദിച്ചു;

"ഓമനയെ പിരിച്ചുവിടാൻ എന്തായിരുന്നു കാരണം?"

ഏതോ രഹസ്യം വെളിപ്പെടുത്താൻ പേടിക്കുന്ന മട്ടിൽ അയാൾ പറഞ്ഞു:

"അറിയില്ല കുട്ടീ."

അയാൾ നുണ പറയുകയാണെന്ന് അവൾക്കു തോന്നി. അയാൾക്കറിയാം. എന്നിട്ടും അറിയില്ലെന്നു പറഞ്ഞ് ഒഴിഞ്ഞുമാറുകയാണ്. അവളുടെ നേരെ നിർജ്ജീവമായ ഒരു നോട്ടത്തോടെ കിഴവൻ ഉപദേശിച്ചു;

"കുട്ടി അതൊന്നും അന്വേഷിക്കണ്ടാ. സ്വന്തം കാര്യം നോക്കിക്കഴിഞ്ഞാ മതി."

ഓമനയ്ക്കും തനിക്കും ഇടയിൽ ഏതോ രഹസ്യത്തിന്റെ മറയുണ്ടെന്നു ഗീതയ്ക്കു തീർച്ചയായി. അവളുടെ മൗനം കണ്ട് കിഴവൻ പറഞ്ഞു:

"ഒരാളെ പിരിച്ചുവിടാൻ എന്തെങ്കിലും കാരണം വേണോ? ഇഷ്ടക്കേടായി എന്തെങ്കിലും തോന്നീട്ടുണ്ടാവും."

എന്തു പറയണമെന്നറിയാതെ ശൂന്യമായ ദൃഷ്ടികളോടെ കിഴവനെ നോക്കി.

ഒരു മൺപ്രതിമയുടെ നിർവ്വികാരതയോടെ കിഴവൻ വീണ്ടും പറഞ്ഞു.

"കുട്ടി അതൊന്നും ഓർത്ത് വിഷമിക്കണ്ടാ. മുതലാളിമാർക്കൊക്കെ അവരുടെ ഇഷ്ടാനിഷ്ടങ്ങളാ വലുത്. അതിന്റെ കാരണം ചോദിക്കാൻ നമ്മളാരാ?"

കിഴവന്റെ നിർവ്വികാരത അവളുടെ മനസ്സിനെ തണുപ്പിച്ചു.

നാല്

ഒരുദിവസം രാവിലെ പത്തരയായിക്കാണും. ടൈപ്പ്റൈറ്റിങ് മെഷീനിൽ ഗീത എന്തോ ടൈപ്പ് ചെയ്തുകൊണ്ടിരിക്കുമ്പോൾ പ്രസന്ന നായ ഒരാൾ അകത്തേക്കു കടന്നുവന്നു. ഒരു ചെറുപ്പക്കാരൻ. തവിട്ടുനിറ ത്തിൽ ഇറക്കംകൂടിയ ഒരു ജൂബയാണ് അയാൾ ധരിച്ചിരുന്നത്. അതിനു യോജിക്കുന്ന ഒരു പൈജാമയും. ചെമ്പുനിറം കലർന്ന മുടി അലങ്കോല പ്പെട്ടുകിടന്നു. വിയർപ്പുകൊണ്ടു മുഖവും ജൂബയുടെ കക്ഷങ്ങളും നനഞ്ഞിട്ടുണ്ട്. അയാൾ അടുത്തുവന്ന് മേശയോടു ചേർന്നുനിന്നു. അവൾക്ക് ആളെ മനസ്സിലായില്ല. അങ്ങനെ ഒരാളെ അവൾ കണ്ടിട്ടില്ല. പക്ഷേ, വളരെക്കാലത്തെ അടുപ്പം തോന്നിപ്പിക്കുന്ന ഒരു ചിരികൊണ്ട് അയാൾ അവളെ അമ്പരപ്പിച്ചു.

മേശമേൽ കൈമുട്ടുകളൂന്നിനിന്ന് ആംഗ്യത്തോടെ അയാൾ ചോദിച്ചു;

"മുതലാളി വന്നില്ലേ?"

അവൾ പറഞ്ഞു:

"ഇല്ല. ചിലപ്പോൾ വൈകിയേക്കും."

അയാൾ അടുത്തുകിടന്ന കസേര വലിച്ചിട്ട് ഗീതയുടെ അടുത്തു തന്നെ ഇരുന്നു. പിന്നെ ഒരു കുസൃതിച്ചിരിയോടെ ചോദിച്ചു;

"ഞാനിവിടെ ഇരിക്കുന്നതിൽ വിരോധമൊന്നുമില്ലല്ലോ?"

അവൾ വിചാരിച്ചു, ആൾ കേമൻ തന്നെ! ഇരുന്നുകഴിഞ്ഞിട്ടാണ് അനുവാദം ചോദിക്കുന്നത്.

യാതൊരു പരിചയവുമില്ലാത്ത ഒരാൾ അത്രയടുത്ത് തന്റെ മുമ്പിൽ ഇരിക്കുന്നത് അവൾക്ക് അസ്വസ്ഥതയുണ്ടാക്കി. എന്നാൽ അത് പ്രകടി പ്പിക്കാതെ അവൾ എഴുന്നേറ്റുനിന്ന് ഒരു ഫയലെടുത്ത് അതിൽ എന്തോ

തിരഞ്ഞു. പിന്നെ അവൾ പറഞ്ഞു:

"വേണമെങ്കിൽ അകത്തേക്കിരിക്കാം."

"ഇവിടെയായാലും മതി." അയാൾ പറഞ്ഞു: "അദ്ദേഹം വരുന്നതു വരെ."

അയാൾ പിന്നെ അവളെ ശ്രദ്ധിക്കാതെ മേശപ്പുറത്ത് കൈവിരലുകൾകൊണ്ടു താളം കൊട്ടുകയും ആ കെട്ടിടത്തിന്റെ അകം മുഴുവൻ കണ്ണോടിക്കുകയും ചെയ്തു.

അവൾ ഫയൽ മടക്കിവച്ച് ഇനി എന്തുചെയ്യുമെന്നാലോചിച്ചു നില്ക്കുമ്പോൾ ഇടയ്ക്കൊരു ചോദ്യം:

"എന്താ പേര്?"

തന്റെ നേരെ ഇമവെട്ടാതെ നില്ക്കുന്ന കണ്ണുകളിലെ നർമ്മഭാവം അവൾ ശ്രദ്ധിച്ചു.

"ഗീത."

"എത്രനാളായി ഇവിടെ?"

"അധികായില്ല."

"പണ്ടു ഞാനിവിടെ വരുമ്പോൾ ഈ കസേരയിൽ ഒരു മാർഗരറ്റായിരുന്നു."

ഇവിടെ ആദ്യം വരുന്ന ആളല്ലെന്ന് അവൾക്കു മനസ്സിലായി.

അവൾ മറ്റൊരു ഫയലെടുത്ത് മറിക്കുന്നതിനിടയിൽ അയാൾ ചോദിച്ചു:

"സ്വല്പം വർത്തമാനം പറയുന്നതിൽ വിരോധമുണ്ടോ? ഞാനാരോടെങ്കിലും ഒന്നു മിണ്ടിയിട്ട് കുറെ ദിവസമായി."

പെട്ടെന്ന് എന്താണ് പറയേണ്ടതെന്ന് അവൾ അന്ധാളിച്ചു.

അപ്പോൾ അയാൾ സ്വയം പരിചയപ്പെടുത്തി:

"എന്റെ പേര് ബാലഗോപാലൻ. ബാലു എന്നു വിളിക്കും. നിങ്ങളുടെ മുതലാളി എന്റെ ഒരു പഴയ ചങ്ങാതിയാ. എനിക്കവനെ ഒന്നു കാണണം."

അകത്തു ക്യാബിനിൽ ഫോൺ ബെല്ലടിച്ചു. അവൾ ധൃതിയിൽ അകത്തുചെന്ന് ഫോണിൽ വിളിച്ച ആളിനോടു മറുപടി പറഞ്ഞതിനു ശേഷം തിരിച്ചുവന്നു.

ബാലു ചോദിച്ചു:

"അപ്പോൾ പേരെന്താന്നാ പറഞ്ഞത്?"

അവൾ പറഞ്ഞു:

"ഗീത."

ഓർമ്മ നടിച്ചുകൊണ്ട് അയാൾ പറഞ്ഞു:

"എവിടെയൊക്കെയോ അലഞ്ഞുതിരിഞ്ഞ് ആകെ മുഷിഞ്ഞാ എന്റെ വരവ്. ഇവിടെ വന്നപ്പോൾ ഭാഗ്യദോഷത്തിന് അവനില്ല."

"സാറെപ്പോവരൂന്ന് തീർച്ചയില്ല. ചിലപ്പോൾ വൈകിയേക്കും."

"എനിക്കു ധൃതിയില്ല. ങാ, ഗീതയ്ക്കു തൊഴിലെന്തെങ്കിലുമുണ്ടെങ്കിൽ ആയിക്കോ. ഞാൻ വന്നത് ഒരു തടസ്സമാകണ്ടാ."

അവൾ ഒന്നും മിണ്ടാതെ വെറുതെ ഫയലിലെ കടലാസുകളിൽ നോക്കിനിന്നു.

അപ്പോൾ ബാലു ചോദിച്ചു;

"ആട്ടെ, എവിടെയാ സീതയുടെ വീട്?"

ചോദ്യം ചോദിച്ചതിനുശേഷം അയാൾ അവളുടെ നേരെ മുഖമുയർത്തി. അവളുടെ വിസ്മയം കണ്ടപ്പോൾ തനിക്കു തെറ്റിപ്പോയെന്ന് അയാൾക്കു മനസ്സിലായി.

"ഓ, സോറി." അയാൾ പറഞ്ഞു: "ഞാൻ പേര് തെറ്റിച്ചു അല്ലേ? ക്ഷമിക്കണം. എനിക്കു സ്വല്പം മറവിയുണ്ട്. ഗീതയുടെ വീടെവിടെയാ?"

അവൾ പറഞ്ഞു:

"ടൗണിൽത്തന്നെ! കിഴക്കുഭാഗത്ത്."

"കിഴക്കുഭാഗത്തെന്നു പറഞ്ഞാൽ എത്ര കിഴക്ക്? ആ പുഴയ്ക്കൊക്കെ അടുത്തുവരുമോ?"

"ഉം. പുഴയ്ക്കും ക്ഷേത്രത്തിനുമടുത്ത്."

"എന്താ വീട്ടുപേര്?"

"അവിടെയൊക്കെ അറിയുമോ?"

"പിന്നെ അറിയാതെ! ഞാനെന്താ വല്ല പരദേശിയുമാണെന്നാണോ വിചാരിച്ചത്? ഈ നഗരത്തിൽതന്ന്യാ ഞാനും മുളച്ചത്."

"എങ്കിൽ അച്ഛനെ കേട്ടിട്ടുണ്ടാവും. ക്ഷേത്രത്തിനടുത്തുള്ള സ്കൂളിലായിരുന്നു അച്ഛനു ജോലി. ടീച്ചറായിരുന്നു. കേശവനുണ്ണി!"

"കേശവനുണ്ണിസാറിന്റെ.....?"

"മകളാണ്."

മേശപ്പുറത്തടിച്ച് സന്തോഷം പ്രകടിപ്പിച്ചുകൊണ്ട് അയാൾ പറഞ്ഞു:

"അങ്ങനെ വരട്ടെ! ഏഴാം ക്ലാസിൽ കേശവനുണ്ണിസാറ് എന്നെ പഠിപ്പിച്ചിട്ടുണ്ട്. എന്റെ ഈശ്വരാ! പുളിവാറുകൊണ്ടുള്ള കേശവനുണ്ണിസാറിന്റെ അടി? അതിന്റെ ചൂട് ഇപ്പോഴുമുണ്ട് എന്റെ തുടയിൽ."

അച്ഛന്റെ ഒരു ശിഷ്യനെ യാദൃച്ഛികമായി കണ്ടുമുട്ടിയതിന്റെ കൗതുകത്തോടെ അവൾ അയാളുടെ നേരെ നോക്കി.

ബാലഗോപാലൻ എന്നു പറഞ്ഞാൽ ഉണ്ണിസാറിനു മനസ്സിലാകും. മറക്കാനിടയില്ല. ഞാനന്ന് മഹാ തല്ലിപ്പൊളിയായിരുന്നു."

"അച്ഛനില്ല. മരിച്ചിട്ട് ഏഴു വർഷം കഴിഞ്ഞു."

പെട്ടെന്ന് ബാലുവിന്റെ മുഖം മങ്ങി. ഒരു പഴയ ഗുരുനാഥന്റെ മരണം ഉണ്ടാക്കിയ വ്യസനം അയാളുടെ മുഖത്തു കണ്ടു. ഒരു നിമിഷത്തെ നിശ്ശബ്ദതയ്ക്കുശേഷം ബാലു ചോദിച്ചു:

അമ്മയും ടീച്ചറായിരുന്നില്ലേ? എന്റെ ഓർമ്മ അങ്ങനെയാ."

"അതെ."

"പേര് ഞാനങ്ങ് മറന്നുപോയി. അമ്മുക്കുട്ടി..."

"അതെ, അമ്മുക്കുട്ടിയമ്മ."

പിന്നെയും ബാലു എന്തോ ചോദിക്കാൻ തുടങ്ങുമ്പോഴേക്കും കൃഷ്ണമോഹൻ കാറിൽ വന്നിറങ്ങി. വൈകിപ്പോയതിന്റെ ധൃതിയോടെ അയാൾ അകത്തേക്കു കടന്നുവരുമ്പോൾ ഗീതയോടു സംസാരിച്ചിരിക്കുന്ന ബാലുവിനെക്കണ്ട് കൃഷ്ണമോഹൻ അത്ഭുതപ്പെട്ടു. വളരെ നാളുകൾക്കുശേഷം ബാലു തിരിച്ചുവന്നിരിക്കുന്നു. മിഴിച്ചുനില്ക്കുന്ന കൃഷ്ണമോഹനെക്കണ്ട് ബാലു എഴുന്നേറ്റ് അടുത്തേക്കു ചെന്നു.

"നീയെന്താടാ മിഴിച്ചുനോക്കുന്നെ? വല്ല സർക്കസ് കോമാളിയുടേയും മുഖമാണോ എനിക്കുള്ളത്?"

കുറെ നാളുകൾക്കുശേഷം തന്റെ ആത്മസുഹൃത്തിനെ കണ്ടുമുട്ടിയതിന്റെ സന്തോഷത്തോടെ കൃഷ്ണമോഹൻ ചോദിച്ചു:

"നീ എപ്പോൾ വന്നു?"

"വെളുപ്പിനിവിടെയെത്തുന്ന രാത്രിവണ്ടിക്ക്. കുറെനേരം റെയിൽവേ സ്റ്റേഷനിലെ ബഞ്ചിൽ കിടന്നു. നേരം വെളുത്തപ്പോൾ പുറത്തിറങ്ങി നഗരത്തിലൂടെ നടന്നു. നഗരം എന്നെ ഒരപരിചിതനെപ്പോലെ നോക്കുന്നത് ഞാൻ കണ്ടു. ആർക്കുമെന്നെ പരിചയമില്ല, എല്ലാവരും എന്നെ മറന്നു..... നീയോ?"

"അതിശയം, ഞാനിന്നലെയും നിന്നെ ഓർത്തു."

"എന്താ കാരണം?"

"ഒരു കാരണവുമില്ല."

"സന്തോഷം! ഒരു കാരണവുമില്ലാതെ ഒരാളെങ്കിലും എന്നെ ഓർത്തല്ലോ! അതൊരു ചെറിയ കാര്യമല്ല."

ബാലുവിന്റെ തോളിൽ കൈയിട്ടുകൊണ്ട് കൃഷ്ണമോഹൻ അവനെ അകത്തേക്കു ക്ഷണിച്ചു.

"നീ വാ. അകത്തിരിക്കാം."

അകത്തേക്കു കടക്കുന്നതിനിടയിൽ ബാലു പറഞ്ഞു:

"ഞാനാദ്യം വന്നുനോക്കുമ്പോൾ നിന്റെ അശ്വതി റോസ് ഗാർഡൻസ് തുറന്നിട്ടില്ല. കുറെനേരം കാത്തുനിന്നതിനുശേഷം ഞാനൊന്നുകൂടി കറങ്ങാൻ പോയി. തിരിച്ചുവന്നപ്പോൾ ഭാഗ്യം. ആ പെൺകൊച്ചിനെ കണ്ടു കിട്ടി."

കൃഷ്ണമോഹൻ കസേര ചൂണ്ടിക്കാട്ടി ബാലുവിനോട് ഇരിക്കാൻ പറഞ്ഞു.

തോളിൽ തൂക്കിയിട്ടിരുന്ന മുഷിഞ്ഞ സഞ്ചിയെടുത്തു മേശപ്പുറത്തു വയ്ക്കുന്നതിനിടയിൽ ബാലു പറഞ്ഞു:

"എന്താ വഴി? എനിക്കൊരു ചായ കുടിക്കണം. അതെന്റെ ജീവശാസ്ത്രപരമായ ഒരാവശ്യമാണ്."

കൃഷ്ണമോഹൻ മേശപ്പുറത്തിരുന്ന കോളിങ് ബെല്ലിൽ വിരലമർത്തി.

നിമിഷങ്ങൾക്കുള്ളിൽ കാക്കിയുടുപ്പിട്ട കിഴവൻ വാതില്ക്കൽ മുഖംകാട്ടി.

കൃഷ്ണമോഹൻ കിഴവനോടു പറഞ്ഞു:

"ഒരു ചായ."

തിരിഞ്ഞു നടക്കാൻ തുടങ്ങിയ കിഴവനോട് ബാലു പറഞ്ഞു;

"ഒരു കെട്ട് ബീഡീം. നല്ല കടുപ്പമുള്ളത്."

കിഴവൻ പുറത്തേക്കു പോയപ്പോൾ താഴ്ന്ന സ്വരത്തിൽ ആംഗ്യത്തോടെ ബാലു പറഞ്ഞു.

"ഞാൻ സമ്മതിച്ചിരിക്കുന്നു. സ്റ്റെനോകളെ തെരഞ്ഞെടുക്കുന്ന കാര്യത്തിൽ ആരോ പറഞ്ഞതുപോലെ നീയൊരു ക്രാന്തദർശി തന്നെ! ബ്യൂട്ടിഫുൾ."

ബാലുവിന്റെ കമന്റ് ഗീത കേൾക്കുമോയെന്ന് കൃഷ്ണമോഹൻ സംശയിച്ചു. പിന്നെ ഓർക്കുകയും ചെയ്തു. ഇവന്റെ സ്വഭാവം പണ്ടും ഇങ്ങനെയാണ്. എന്തും ഉറക്കെ വിളിച്ചുകൂവും. ശുദ്ധാത്മാവാകുന്നതിന്റെ ദോഷത്തിന് അവനെന്നും ഒരു ദൃഷ്ടാന്തമായിരുന്നു.

"നീ ഇത്ര വല്യ ഒരു സൗന്ദര്യാരാധകനാണെന്ന് ഞാനറിഞ്ഞിരുന്നില്ല." ബാലു പറഞ്ഞു: "പണ്ടാണെങ്കിൽ അത്തരം കാര്യങ്ങളിൽ നീയൊരു മഹാ മൊശടനാണെന്നായിരുന്നു ഞങ്ങളുടെയൊക്കെ വിശ്വാസം. നീ എങ്ങനെ കണ്ടുപിടിച്ചു ഇതിനെ?"

"ഏതിനെ?"

"ഹാ! ഈ ഗീതാകുമാരിയെ! എന്റെ ആത്മാർത്ഥമായ അഭിപ്രായം പറയട്ടെ? ബ്രഹ്മാവിന്റെ ഏറ്റവും നല്ല സൃഷ്ടികളിൽ ഒന്ന്. അതായത് ഈയിടെ കണ്ടതിൽ വച്ച്."

"നീയൊന്നു പതുക്കെ പറ." കൃഷ്ണമോഹൻ പറഞ്ഞു: "നിന്റെയാ പണ്ടത്തെ സ്വഭാവത്തിന് ഇപ്പോഴും മാറ്റമില്ല."

"അതല്ലേ എന്റെ ഒരു ദോഷം! എന്റെ മനസ്സിന് അടച്ചുപൂട്ടാവുന്ന അറകളില്ല."

കൃഷ്ണമോഹൻ വെറുതെ ബാലുവിന്റെ നേരെ നോക്കി. ചെമ്പുനിറം കലർന്നു ചിതറിക്കിടക്കുന്ന മുടി. യാതൊരു ഭംഗിയുമില്ലാത്ത കുറ്റിത്താടി. മുഷിഞ്ഞ പരുക്കൻ വേഷം. അവശനായ ഒരു സഞ്ചാരിയുടെ സകല ലക്ഷണങ്ങളുമുണ്ട്. വിടർന്ന കണ്ണുകളുടെ തിളക്കം മാത്രം ഇപ്പോഴും പണ്ടത്തെപ്പോലെയുണ്ട്. ആ വിടർന്ന കണ്ണുകളായിരുന്നു അവന്റെ അടയാളം.

"ഇത്രയും കാലം നീ എവിടെയായിരുന്നു?"

"അതെനിക്കുതന്നെ അറിയില്ല." ജൂബയുടെ പോക്കറ്റിൽ എന്തോ തിരയുന്നതിനിടയിൽ ബാലു പറഞ്ഞു: "എവിടെയൊക്കെയോ ആയിരുന്നു. ആറേഴു വർഷത്തെ ദേശാടനം. എട്ടൊമ്പത് സ്ഥലങ്ങളിൽ ഓരോതരം ജോലിനോക്കി. എങ്ങുമുറച്ചില്ല. എവിടെയായാലും കുറെ കഴിയുമ്പോൾ എനിക്കു മടുക്കും."

പോക്കറ്റിൽനിന്ന് ബീഡിയെടുത്തു കത്തിക്കുന്നതിനിടയിൽ ബാലു ചുറ്റും നോക്കി. "നോ സ്മോക്കിങ് എന്നൊന്നുമില്ലല്ലോ ഇവിടെ. അഥവാ ഉണ്ടെങ്കിൽത്തന്നെ ക്ഷമിച്ചുകള! എനിക്കൊന്നു വലിക്കാതെ മേലാ."

"ഞാനോർത്തത് നീ എവിടെയെങ്കിലും നല്ല നിലയിൽ കഴിയുന്നുണ്ടാകണമെന്നാണ്."

"അങ്ങനെയൊന്നും എന്റെ ജാതകത്തിലില്ല." ബാലു പറഞ്ഞു: "എവിടെയെങ്കിലും ഒന്നുറയ്ക്കണമെന്ന് ഞാനെപ്പോഴും ആഗ്രഹിക്കും, പക്ഷേ, ഓർക്കാപ്പുറത്ത് ഞാനറിയാതെയാണ് എന്റെ മനസ്സ് മാറുന്നത്. ജന്മവാസന! അല്ലാതെന്താ?"

"എത്രകാലം ഇങ്ങനെ ഒഴുകിനടക്കും?"

"അതിനെക്കുറിച്ചൊന്നും ഞാൻ വേവലാതിപ്പെടുന്നില്ല."

"നീയിപ്പോൾ കവിതയെഴുതാറില്ലേ? അതോ അതും നിർത്തിയോ?"

"ഞൂഹും, നിർത്തീട്ടില്ല. ഇടയ്ക്കിടയ്ക്ക്. മറ്റുള്ളവർക്കൊക്കെ അതൊരനുഗ്രഹമാണ്. എനിക്കൊരു ശാപവും!" കെട്ടുപോയ ബീഡി കത്തിച്ചതിനുശേഷം ബാലു ചിരിച്ചു; "തരിശായി കിടക്കുന്ന മനസ്സിൽ അനുഗ്രഹത്തിന്റെ ഒരു നിമിഷം. ഇതളുകൾ വിടർത്തി ഒരു പൂവ് വിടരുംപോലെ തോന്നും. കവിത അമൂല്യമാണെന്നൊക്കെ വിചാരിച്ച് അതു ഹൃദയത്തിൽ പാടിക്കൊണ്ടു നടക്കും. പിന്നെ തോന്നും ഛെ, ചവറ്! വലിച്ചുകീറി ദൂരെ കളയും."

"കൊള്ളാം! നീ നന്നാകാൻ നീ സമ്മതിക്യേല."

"നിന്റെ പരിഹാസം എനിക്കു മനസ്സിലായി. എടാ, ഒന്നു മനസ്സിലാക്ക്. ഓരോ മനസ്സിനും അതിന്റെ വികല്പങ്ങളും വാസനകളുമുണ്ട്. നിനക്കതു മനസ്സിലാവില്ല."

കിഴവൻ ചായ കൊണ്ടുവന്നു. ബാലു അതു കുടിക്കുന്നതിനിടയിൽ കൃഷ്ണമോഹൻ ചോദിച്ചു;

"ഇനിയെങ്ങോട്ടാ?"

"ഒരു ചേച്ചിയുണ്ടിവിടെ." ബാലു പറഞ്ഞു; "അവിടെ കൂടണം. വേറെങ്ങും പോകാനില്ല. കൂടപ്പിറപ്പല്ലേ, കുറെ ദിവസം അവൾക്കെന്നെ സഹിക്കാൻ കഴിഞ്ഞേക്കും."

"പറഞ്ഞാൽ നിനക്കിഷ്ടമാവില്ല." കൃഷ്ണമോഹൻ പറഞ്ഞു:

"എന്നാലും ആലോചിച്ചുനോക്ക്. നീ ഇങ്ങനെ എത്രകാലം നാടു

ചുറ്റിനടക്കും? എവിടെയെങ്കിലും ഒന്നുറയ്ക്കണം. ഇപ്പോൾ തോന്നും തനിച്ചാകുന്നതാണ് നല്ലതെന്ന്. പക്ഷേ, കുറെ കഴിയുമ്പോൾ തനിക്കാരുമില്ലല്ലോ എന്നോർത്ത് സങ്കടപ്പെടാൻ ഇടവരരുത്."

"നിർത്തെടാ, നിന്റെ ഒരു പുളിര് വർത്തമാനം!" മേശപ്പുറത്തിരുന്ന സഞ്ചിയെടുത്തു തോളിലിട്ടുകൊണ്ട് ബാലു എഴുന്നേറ്റു; "ഞാൻ നിന്നെ ഒന്നു കാണാൻ വന്നതാ. അല്ലാതെ നിന്റെ ഗുണദോഷം കേൾക്കാനല്ല. ഞാനെന്റെ ഇഷ്ടംപോലെയങ്ങ് ജീവിച്ചോളാം. തിരുമനസ്സുകൊണ്ട് വിഷമിക്കണ്ടാ."

ബാലു പുറത്തേക്കു നടന്നു. ഇടയ്ക്ക് വാതില്ക്കൽ തിരിഞ്ഞുനിന്ന് ഒരു കള്ളച്ചിരിയോടെ പറഞ്ഞു:

"എന്നെക്കൊണ്ടുള്ള ശല്യം തീർന്നെന്നും വിചാരിക്കണ്ടാ. ഞാനിനിയും വരും."

അഞ്ച്

ആറേഴു വർഷം അന്യദേശങ്ങളിൽ ചുറ്റിത്തിരിഞ്ഞ് എങ്ങും തങ്ങിനില്ക്കാൻ കഴിയാതെ എവിടെയും എത്താൻ കഴിയാതെ തിരിച്ചുപോരുമ്പോൾ ഈ നഗരത്തെയും നഗരത്തിലെ തന്റെ പഴയ വീടിനെയും കുറിച്ചുള്ള ഓർമ്മയായിരുന്നു ബാലുവിന്റെ മനസ്സ് നിറയെ. അന്യദേശങ്ങളിൽ പിടിച്ചു നില്ക്കാൻ കഴിയാത്തതിന്റെ വിഷമത്തോടെ അലഞ്ഞുതിരിയുമ്പോൾ ഹൃദയത്തിൽ വന്നലയ്ക്കുന്ന വിളി അകലെ തന്നെ കാത്തിരിക്കുന്ന വീടിന്റെയാണെന്ന് അയാൾ വിചാരിച്ചു.

ഒടുവിൽ വീട്ടിലെത്തിയപ്പോഴാണ് ഒരു നടുക്കത്തോടെ അയാൾ അറിയുന്നത്, അതു തന്റെ വീടല്ലെന്ന്.

ഇത്രയും കാലം കാണാതിരുന്നതിന്റെ സങ്കടവും ഓർക്കാപ്പുറത്തു കണ്ടതിന്റെ സന്തോഷവുംകൊണ്ട് കണ്ണുകൾ നിറയുന്ന വല്യേച്ചിയുടെ രൂപം അയാളുടെ സങ്കല്പത്തിലുണ്ടായിരുന്നു. പടിക്കെട്ടുകൾ കയറി ച്ചെല്ലുമ്പോൾ വലിയ മാറ്റമൊന്നും തോന്നിയില്ല. വീടപ്പോഴും പഴയതു പോലെതന്നെയുണ്ട്. പടിക്കെട്ടുകൾ ഇടിഞ്ഞുപൊളിഞ്ഞു. മുറ്റത്തിന രികിൽ മുല്ല പടർന്ന മുരിങ്ങ ഇപ്പോഴും അവിടെയുണ്ട്. മുല്ല പൂത്തിട്ടില്ല. മുരിങ്ങ കുറെക്കൂടി വലുതായി. മുറ്റത്തുണ്ടായിരുന്ന തുളസിത്തറ കാണുന്നില്ല. ആരാണത് പൊളിച്ചുകളഞ്ഞത്?

മനസ്സിൽ നൊമ്പരത്തോടെ അയാൾ ഓർത്തു:

അതവിടെ ഉണ്ടാകുന്നതായിരുന്നു നല്ലത്.

പണ്ടത്തെ തുളസിത്തറ അയാൾക്കോർമ്മ വന്നു. മണ്ണും കുമ്മാ യവുംകൊണ്ടു പണിത തുളസിത്തറ. അതിൽ തഴച്ചു വളർന്ന കൃഷ്ണതു ളസി. അതിന്റെ സുഗന്ധം.

ഇപ്പോൾ തുളസിത്തറയുമില്ല തുളസിയുമില്ല. എന്നിട്ടും കൃഷ്ണതുളസിയുടെ ഗന്ധം അയാൾ അനുഭവിച്ചു.

തുളസിത്തറയില്ലാത്ത മുറ്റം ശൂന്യമായി അയാൾക്കു തോന്നി. ചുമരിൽ തൂക്കിയിരുന്ന പഴയ ചിത്രങ്ങളും കാണുന്നില്ല. ഇറയത്തെ തൂവാനത്തിന്മേൽ കെട്ടിയിട്ടിരുന്ന ഭസ്മക്കുടുക്കയും കാണുന്നില്ല.

അടഞ്ഞുകിടന്ന വാതിലിനു മുമ്പിൽനിന്ന് ചേച്ചിയെ വിളിച്ച് പിടയ്ക്കുന്ന ഹൃദയത്തോടെ കാത്തുനില്ക്കുമ്പോൾ ചേച്ചിയല്ല, തടിച്ച് പൊക്കം കുറഞ്ഞ ഒരു സ്ത്രീയാണ് അകത്തുനിന്ന് ഇറങ്ങിവന്നത്. ഇതിനുമുമ്പ് കണ്ടതിന്റെ ഓർമ്മയില്ല. അപരിചിതത്വത്തോടെ മിഴിച്ചു നോക്കുന്ന ആ സ്ത്രീയുടെ മുഖം നിർവ്വികാരമായിരുന്നു.

പിന്നെ ആ സ്ത്രീ ചോദിച്ചു:

"ആരാ? എവിടന്നാ?"

എന്താണ് പറയേണ്ടതെന്നറിയാതെ ബാലുവിന്റെ മനസ്സ് പിരിമുറുക്കം കൊണ്ടു. ആരാണെന്ന്! എവിടന്നാണെന്ന്!

ആ ചോദ്യം അവഗണിച്ച് ബാലു അങ്ങോട്ടു ചോദിച്ചു:

"ചേച്ചിയെവിടെ?"

ആ സ്ത്രീക്ക് അപ്പോഴും യാതൊരു ഭാവഭേദവുമില്ല.

"ഏതു ചേച്ചി?"

"അമ്മിണിച്ചേച്ചി."

"നിങ്ങളവരുടെ ആരാ?"

"അനിയൻ."

നിങ്ങളാരാണെന്ന് അങ്ങോട്ടു ചോദിക്കാൻ തുടങ്ങുമ്പോഴേക്കും ആ സ്ത്രീ പറഞ്ഞു:

"അവരിവിടന്നു പോയി."

"എങ്ങോട്ട്?"

"അതറിയില്ല. ഞങ്ങളീ വീട് വാങ്ങിച്ചിട്ട് ഒന്നൊന്നരവർഷം കഴിഞ്ഞു. ഇങ്ങനെ ഒരനിയനെക്കുറിച്ച് അമ്മിണി ഒരിക്കൽ പറഞ്ഞത് ഇപ്പോൾ ഓർമ്മ വന്നു. നിങ്ങൾ എവിടെയായിരുന്നു?"

ആ ചോദ്യം ബാലു കേട്ടില്ല. അയാളുടെ ഉള്ളിൽ എന്തൊക്കെയോ ഇടിഞ്ഞുപൊളിഞ്ഞു വീഴുകയായിരുന്നു. കാല്ക്കീഴിലെ മണ്ണ് ഇളകിപ്പോകുന്നു.

അന്യമായിത്തീർന്ന സ്വന്തം വീട്ടിൽനിന്നിറങ്ങുമ്പോൾ പൊട്ടിക്കരയണമെന്നുണ്ടായിരുന്നു ബാലുവിന്. വീട് വില്ക്കുമ്പോൾ വീട് മാത്രമല്ല, ഓർമ്മകളും കൂടിയാണ് വില്ക്കുന്നത്.

അച്ഛനമ്മമാരെക്കുറിച്ചുള്ള ഓർമ്മകൾ നഷ്ടപ്പെട്ട്, സകല ബന്ധങ്ങളും അറ്റ് താൻ ഏകനും നിരാലംബനുമായി തീർന്നിരിക്കുന്നു.

താൻ എന്തിനാണ് വീണ്ടും ഈ നഗരത്തിലേക്കു വന്നത്?

ഇവിടെ തനിക്കാരാണുള്ളത്?

ഇവിടെ തനിക്കെന്താണുള്ളത്?

തിരിച്ചറിയാൻ, സ്നേഹത്തോടെ ഒരു വാക്കു പറയാൻ, ഇത്രനാൾ നീ എവിടെയായിരുന്നെന്നു ശാസിക്കാൻ ഈ നഗരത്തിൽ തനിക്കാരാണുള്ളത് ഉറ്റവരായിട്ട്!

എന്തിനാണ് ഈ നഗരത്തെക്കുറിച്ച് തന്റെ നഗരമെന്നോർത്തിരുന്നത്?

ഇവിടെ തന്റെ വീടുപോലും ഇപ്പോൾ അന്യമായിത്തീർന്നിരിക്കുന്നു.

ഉച്ചവെയിലിൽ നഗരത്തിലൂടെ നടക്കുമ്പോൾ സത്യത്തിൽ എങ്ങോട്ടു പോകണമെന്ന് അയാൾക്കറിയില്ലായിരുന്നു. വളരെ നാളുകൾക്കുശേഷം ആ നഗരത്തിലേക്കു മടങ്ങുമ്പോൾ നഗരത്തെക്കുറിച്ചുള്ള ഓർമ്മകൾ മാത്രമേ അയാളുടെ മനസ്സിൽ ഉണ്ടായിരുന്നുള്ളു. ഒരുതരം ഗൃഹാതുരത്വംകൊണ്ടു വീർപ്പുമുട്ടി അന്യനഗരങ്ങളിൽ അലയുമ്പോൾ എന്റെ നഗരം, എന്റെ നഗരം എന്ന് അയാളുടെ മനസ്സ് മന്ത്രിച്ചിരുന്നു. തീവണ്ടിയിലെ തിരക്കിനിടയിൽ യാത്രയുടെ ക്ലേശങ്ങളൊന്നും അയാൾ അറിഞ്ഞില്ല. ഓരോ സ്റ്റേഷൻ പിന്നിടുമ്പോഴും തന്റെ നഗരത്തോടടുക്കുന്നതിന്റെ ആഹ്ലാദം അയാളുടെ മനസ്സിൽ വിങ്ങാൻ തുടങ്ങിയിരുന്നു. രാത്രിവണ്ടിയിൽ വെളുപ്പിന് തന്റെ നഗരത്തിലിറങ്ങുമ്പോൾ അയാൾക്ക് സന്തോഷം അടക്കാൻ കഴിഞ്ഞില്ല.

എല്ലാ യാത്രക്കാരും പോയി ശൂന്യമായിക്കിടന്ന പ്ലാറ്റ്ഫോമിൽ നില്ക്കുമ്പോഴാണ് തനിക്കെങ്ങും പോകാനില്ലല്ലോ എന്ന് അയാളോർത്തത്. എന്നിട്ടും അയാൾക്കു വിഷമം തോന്നിയില്ല. കയ്പേറിയ അനുഭവങ്ങൾകൊണ്ടു പതംവന്ന അയാൾക്ക് തന്റെ നഗരത്തിലെത്തിയതിന്റെ സന്തോഷത്തിൽ മനസ്സിനെ കേന്ദ്രീകരിക്കാൻ കഴിഞ്ഞു. റെയിൽവേ സ്റ്റേഷനിലെ സിമന്റ് ബഞ്ചിൽ ഇടതുകൈ തലയണയാക്കി മലർന്നു കിടക്കുമ്പോൾ യാത്രയുടെ ക്ഷീണവും ജീവിതത്തിന്റെ കയ്പും അയാൾ മറന്നു.

ജീവിതത്തിന്റെ കയ്പിനെക്കുറിച്ചൊന്നും അയാൾ വ്യാകുലപ്പെട്ടിരുന്നില്ല. കയ്പും ഒരു രുചിയാണെന്ന് അയാൾ കണ്ടെത്തിക്കഴിഞ്ഞിരുന്നു.

നിരാശപ്പെടുത്തുന്ന അനുഭവങ്ങൾക്കുപോലും ഇതുവരെ അയാളുടെ മനസ്സിനെ തളർത്താൻ കഴിഞ്ഞിട്ടില്ല. ഏകാന്തമായ നിമിഷങ്ങളിൽ അയാൾ സ്വയം സമാധാനിപ്പിക്കാറുണ്ടായിരുന്നു;

വിഷമിക്കണ്ടാ. ജീവിതം ഇങ്ങനെയൊക്കെയാണ്. എല്ലാ അനുഭവങ്ങളിലൂടെയും കടന്നുപോകുവാൻ മനുഷ്യൻ വിധിക്കപ്പെട്ടിരിക്കുന്നു, ഹൃദയത്തിലെ മുറിവുകൾ ജീവിച്ചതിന്റെ അടയാളങ്ങളാണെന്നു വിചാ

രിച്ചാൽ മതി. എന്തിനു നിരാശപ്പെടുന്നു? തനിക്കു മോഹങ്ങളുണ്ടായിരുന്നില്ല. പിന്നെ വ്യാമോഹങ്ങളുടെ കാര്യം പറയണോ?

എന്നെങ്കിലും ദൈവത്തെ കണ്ടുമുട്ടുമ്പോൾ പറയണം:

നിന്റെ അനുഗ്രഹങ്ങളും ശാപങ്ങളും ഞാൻ ഒരുപോലെ സ്വീകരിച്ചു. എന്റെ വഴിയിൽ നീ ഒരുക്കിയിരുന്ന എല്ലാ പരീക്ഷകളും കടന്നാണ് ഞാൻ വന്നിരിക്കുന്നത്. ഇനി എനിക്കു നിന്റെ വലതുഭാഗത്തിരിക്കാൻ മേലേ?

നഗരത്തിന്റെ അതിർത്തിയിൽ പഴക്കമുള്ള ഒരു വീട്. അനേകം തലമുറകൾ കടന്നുപോയ ഒരു വീട്. ആ വീട്ടിൽ ഇല്ലവല്ലായ്മകളും കൊച്ചുകൊച്ചു സന്തോഷങ്ങളും അനുഭവിച്ചു ജീവിച്ചതിന്റെ ഓർമ്മ അയാൾക്കുണ്ട്.

അമ്മ നേരത്തേ മരിച്ചു. ദേവസ്വത്തിലെ ഉദ്യോഗസ്ഥനായിരുന്ന അച്ഛൻ എന്നും രോഗിയായിരുന്നു. എന്നും ധരിക്കാറുള്ള പഴയ കമ്പിളിയുടുപ്പും പലതരം, ഗുളികകളുമാണ് അച്ഛനെക്കുറിച്ചുള്ള ഓർമ്മകളായി അവശേഷിക്കുന്നത്. തണുപ്പുകാലത്ത് അച്ഛനു രോഗം കലശലാകുമായിരുന്നു.

എന്നെങ്കിലും തന്റെ മകൻ ഒരു നല്ല നിലയിലെത്തുമെന്ന് അച്ഛൻ വിശ്വസിച്ചിരുന്നു. പഠിത്തത്തിൽ സമർത്ഥനായിരുന്നെങ്കിലും ബാലുവിനതു പൂർത്തിയാക്കാൻ കഴിഞ്ഞില്ല. അതിനിടയ്ക്ക് അച്ഛൻ മരിച്ചു. അച്ഛൻ ഉണ്ടാക്കിവച്ച കടങ്ങളും ബാദ്ധ്യതകളും അത്രയേറെയായിരുന്നു. വീടും പറമ്പും വിറ്റ് ആ കടങ്ങൾ വീട്ടാമെന്നു പറഞ്ഞപ്പോൾ വല്യേച്ചിക്ക് അതു സമ്മതമായില്ല. കൊച്ചേച്ചി മാത്രം പറഞ്ഞു, കൊച്ചേച്ചിയുടെ വീതവുംകൂടി വിറ്റ് അച്ഛന്റെ കടങ്ങൾ വീട്ടിക്കോളാൻ. അതില്ലാതെയും ജീവിക്കാൻ കൊച്ചേച്ചിയുടെ ഭർത്താവിന് കഴിവുണ്ടായിട്ടല്ല! അച്ഛനോടുള്ള സ്നേഹംകൊണ്ട്.

ഒടുവിൽ ബാലുവിന്റെയും കൊച്ചേച്ചിയുടെയും വീതം വിറ്റ് അച്ഛന്റെ കടങ്ങൾ വീട്ടി. അതുകഴിഞ്ഞപ്പോൾ മിച്ചമൊന്നും ഉണ്ടായില്ല. തറവാട് വല്യേച്ചി എടുത്തു.

അതിനു വല്യേച്ചിക്കൊരു ന്യായം പറയാനുണ്ടായിരുന്നു:

"നിങ്ങൾ വിചാരിക്കും എനിക്കു സ്വത്തിനുള്ള ആർത്തികൊണ്ടാണെന്ന്. ഞാനങ്ങനെയൊന്നും ഓർത്തല്ല. വീടെന്നും പറഞ്ഞ് എല്ലാവർക്കും കേറി വരാൻ വീടുതന്നെ വേണ്ടേ?"

അതു നേരാണല്ലോ എന്ന് അന്നു ബാലുവിനും തോന്നി. വീടെന്നും പറഞ്ഞു കേറിവരാൻ ഒരു വീട് ഉണ്ടാവുന്നതു നല്ലതല്ലേ എല്ലാവർക്കും?

വില്ക്കുമ്പോൾ വീട് മാത്രമല്ല വില്ക്കുന്നത്, വീടിനെക്കുറിച്ചുള്ള ഓർമ്മകളും കൂടിയാണ്.

ഓർക്കാൻ എന്തെങ്കിലും ഉണ്ടാവുന്നതു നല്ലതാണല്ലോ. അല്ലാതെ

ഇനി സൂക്ഷിക്കാൻ ഒന്നും ബാക്കിയില്ല.

ഭാഗിച്ചും വിറ്റും കഴിഞ്ഞപ്പോൾ ബാലുവിനു കിട്ടിയത് അച്ഛന്റെ കുറെ ഗ്രന്ഥങ്ങളായിരുന്നു. വേറെ ആർക്കും അതിൽ താല്പര്യമുണ്ടായിരുന്നില്ല. പഴയ മഹാകാവ്യങ്ങളും വേദാന്തഗ്രന്ഥങ്ങളും ആർക്കു വേണം?

ബാലു അത് അമൂല്യമായ നിധിയായി കരുതി. പക്ഷേ, ഒരു പ്രശ്നം അന്തർഭവിച്ചു. വീടില്ലാത്ത ആൾ അതൊക്കെ എവിടെ സൂക്ഷിക്കും?

വല്യേച്ചിയോട് ബാലു പറഞ്ഞു:

"തല്ക്കാലം ഈ ഗ്രന്ഥങ്ങൾ ഇവിടെ ഇരിക്കട്ടെ. എന്നെങ്കിലും എനിക്കൊരു വീടുണ്ടാകുമ്പോൾ ഞാൻ കൊണ്ടുപൊയ്ക്കോളാം. ഇനി അതല്ലേ ബാക്കിയുള്ളു അച്ഛന്റെ ഓർമ്മയ്ക്ക്?"

പിന്നെ ബാലു വീടും നാടും ഉപേക്ഷിച്ചുപോയി, ആരോടും പറയാതെ. എങ്ങോട്ടാണ് യാത്രയെന്ന് ആരെങ്കിലും ചോദിച്ചാൽ പറയാൻ മറുപടി ഉണ്ടായിരുന്നില്ല. അതുകൊണ്ട് ആരോടും പറയാതെ, ആരും അറിയാതെ ഒരുദിവസം എങ്ങോട്ടോ പുറപ്പെട്ടു. ഈ റെയിൽവേ സ്റ്റേഷനിൽനിന്ന് സന്ധ്യക്കു തിരിക്കുന്ന ഒരു വണ്ടിയിൽ.

ബാലു അതിപ്പോഴും ഓർക്കുന്നുണ്ട്. വണ്ടിയുടെ അരികിൽ പുറത്തെ ഇരുട്ടിലേക്കും നോക്കി ഉറങ്ങാതെ കഴിച്ചുകൂട്ടിയ ഒരു രാത്രി.

ആറേഴു വർഷത്തെ നിരന്തരമായ യാത്രയും അലച്ചിലും കഴിഞ്ഞു തിരിച്ചെത്തിയപ്പോൾ സ്വന്തം നഗരം അയാൾക്ക് അപരിചിതമായിരുന്നു. നഗരം വളരെ മാറിപ്പോയി. ഏതോ ഒരു അന്യനെ എന്നപോലെ നഗരം ബാലുവിനെ ഉദാസീനമായി നോക്കുന്നു.

റെയിൽവേസ്റ്റേഷനിലെ സിമന്റ് ബഞ്ചിൽ നിന്നെഴുന്നേറ്റ് കണ്ണുതിരുമ്മി പുറത്തിറങ്ങുമ്പോൾ നഗരം ഉണർന്നിട്ടുണ്ടായിരുന്നില്ല. വിജനമായ തെരുവിലൂടെ അയാൾ നടന്നു. ദൂരെ ഏതോ ക്ഷേത്രത്തിൽനിന്ന് സുപ്രഭാതത്തിന്റെ കീർത്തനം കേട്ടു. വിളറിത്തുടങ്ങുന്ന ആകാശത്തിനുകീഴിൽ അത് അകലങ്ങളിലേക്ക് പോകുന്നു.

നാല്ക്കൂട്ടപ്പെരുവഴിയുടെ അരികിൽ ഇനിയും ഉണർന്നിട്ടില്ലാത്ത മഴമരത്തിന്റെ ചുവട്ടിൽനിന്ന് അയാൾ വെറുതെ ഓർത്തു:

'......മഹാനഗരമേ, ഉണരൂ! നോക്കൂ, ഇതാ ഞാൻ വന്നു. ബാലു. ബാലഗോപാലൻ.'

'എന്റെ കുട്ടീ, നീ ഇത്രേംനാൾ എവിടെയായിരുന്നു?' എന്നു ചോദിച്ച് ഒരു മുത്തശ്ശിയെപ്പോലെ നഗരം തന്നെ കണ്ണിമയ്ക്കാതെ നോക്കുന്നത് അയാൾ സങ്കല്പിച്ചു.

അതയാളുടെ ആഗ്രഹം മാത്രമായിരുന്നു. നഗരം അയാളെ തിരിച്ചറിഞ്ഞില്ല. നഗരം അതിന്റെ ക്രൂരമായ നിസ്സംഗതകൊണ്ട് അയാളെ

നേരിട്ടു.

എന്നിട്ടും എന്റെ നഗരം എന്റെ നഗരമെന്ന് വിചാരിച്ചുകൊണ്ട് ആ പകൽ മുഴുവൻ അയാൾ നഗരത്തിൽ ചുറ്റിത്തിരിഞ്ഞു. നഗരത്തിലെ പഴയ കെട്ടിടങ്ങളോടും വഴിവക്കിലെ മരങ്ങളോടും വിളക്കുകാലുകളോടും ദേവാലയങ്ങളോടും ഗോപുരങ്ങളോടും നഗരത്തിനു മുകളിലെ ആകാശത്തോടും അയാൾ സംസാരിച്ചു:

'നിങ്ങൾ എന്നെ മറന്നില്ലല്ലോ. എത്ര അകലെയായിരിക്കുമ്പോഴും നിങ്ങളെ ഞാൻ ഓർത്തു. എത്ര അകലെയായിരിക്കുമ്പോഴും നിങ്ങളുടെ വിളി ഞാൻ കേട്ടു.'

വൈകിട്ട് ഓവർബ്രിഡ്ജിനടുത്തുള്ള ബസ് സ്റ്റോപ്പിൽവച്ച് ബാലു ബസ് കാത്തുനില്ക്കുന്ന ഗീതയെ കണ്ടു.

"വണ്ടി കാത്തായിരിക്കും, അല്ലേ?" എന്നു ചോദിച്ചുകൊണ്ട് തൊട്ടുമുമ്പിൽ ചെന്നുനിന്നപ്പോഴാണ് അവൾ അയാളെ കണ്ടത്.

അവൾ ലോഹ്യം കാട്ടി ചിരിച്ചു.

"വളരെ നാളുകൾക്കു ശേഷമാണ് ഞാനീ നഗരത്തിലെത്തിയത്." അയാൾ പറഞ്ഞു: "അതുകൊണ്ട് നഗരം മുഴുവൻ ഒന്നു ചുറ്റിക്കറങ്ങി. ഒരു പകലിന്റെ അനുഭവംകൊണ്ട് ഒരു സംഗതി എനിക്കു മനസ്സിലായി. ആറേഴു വർഷത്തിന്റെ അകലം എന്നെ അന്യനാക്കിത്തീർത്തിരിക്കുന്നു. മിണ്ടാനോ പരിചയം ഭാവിക്കാനോ ആരുമില്ല. ഓർത്തുനോക്ക്, എത്ര ദയനീയം!"

എന്തു പറയണമെന്നു നിശ്ചയമില്ലാതെ അവൾ നിന്നു പരുങ്ങുമ്പോൾ ഭാഗ്യത്തിന് ബസ് വന്നു.

അവൾ ചോദിച്ചു:

"പോട്ടെ!"

"യാത്ര പറയണ്ടാ." ബാലു പറഞ്ഞു: "നമ്മൾ ഇനീം കണ്ടുമുട്ടും."

ബസിൽ കയറി മറ്റു യാത്രക്കാർക്കിടയിൽനിന്നു പുറത്തേക്കു നോക്കുമ്പോൾ ആളൊഴിഞ്ഞ ബസ്സ്റ്റോപ്പിൽ എങ്ങോട്ടും പോകാനില്ലാത്ത ഒരാളായി ബാലു നില്ക്കുന്നത് അവൾ കണ്ടു.

ആറ്

ഒരു ഞായറാഴ്ച. വെറുതെ വീട്ടിലിരുന്നു മടുത്തപ്പോൾ എങ്ങോട്ടെങ്കിലും ഇറങ്ങിപ്പോയെങ്കിലോ എന്ന് ഗീത ഓർത്തു. അവൾക്ക് അധികം കൂട്ടുകാരില്ല. ഉള്ള അപൂർവ്വം കൂട്ടുകാരികളോടുപോലും അവൾ അടുപ്പം കാണിച്ചിരുന്നില്ല. അത് വേറൊന്നും കൊണ്ടല്ല. കൂട്ടുകാരികളുടെ അടുത്തു ചെല്ലുമ്പോൾ തനിക്കൊന്നും പറയാനില്ല. അവർക്കൊക്കെയാണെങ്കിൽ ധാരാളം വിശേഷങ്ങൾ പറയാനുണ്ടാവുകയും ചെയ്യും. അതൊക്കെ കേട്ടിരിക്കുമ്പോൾ തന്റെ എളിമയും നിസ്സഹായതയും മാത്രമാണ് അവൾ തിരിച്ചറിയുന്നത്. അതുകാരണം കൂട്ടുകാരികളിൽ നിന്നൊക്കെ കഴിയുന്നത്ര ഒഴിഞ്ഞുമാറിയാണ് അവൾ കഴിയാറുള്ളത്.

പക്ഷേ, കുറെനാൾ കണ്ടില്ലെങ്കിൽ കാശിവിശ്വനാഥയ്യരുടെ മകൾ ശോഭ അന്വേഷിച്ചുവരും. തുല്യദുഃഖിതരായതുകൊണ്ട് ഹൃദയങ്ങൾക്കിടയിൽ അധികം അകലം തോന്നാറില്ല. അവൾക്കും പറയാനുള്ളത് ദുഃഖങ്ങൾ തന്നെയാണ്. അവളുടെ അച്ഛന് തെക്കേത്തെരുവിൽ ഒരു ബ്രാഹ്മണാൾ ശാപ്പാട് ഹോട്ടൽ ഉണ്ടായിരുന്നു. തൊട്ടടുത്ത് ആധുനിക പരിഷ്കാരങ്ങളോടുകൂടിയ പുതിയ ഹോട്ടലുകൾ വന്നപ്പോൾ കാശിവിശ്വനാഥയ്യരുടെ പഴയ ബ്രാഹ്മണാൾ ശാപ്പാട് ഹോട്ടൽ പൊളിഞ്ഞുപോയി. കാശി വിശ്വനാഥയ്യർ മറ്റു തൊഴിലുകൾ ചെയ്തു പിടിച്ചുനില്ക്കാൻ നോക്കിയെങ്കിലും കഴിഞ്ഞില്ല. ഇപ്പോൾ വല്ലപ്പോഴുമൊക്കെ വിവാഹസദ്യക്ക് ചമയൽക്കാരനായിട്ട് ആരെങ്കിലും വിളിക്കും. പക്ഷേ, എന്നും സദ്യയുണ്ടാവില്ലല്ലോ? അതിന്റെ ബുദ്ധിമുട്ടുകളൊക്കെ മഠത്തിലുണ്ടുതാനും. അമ്യാർക്ക് രോഗമൊഴിഞ്ഞ നേരമില്ല. മക്കൾക്കാർക്കും ഇതുവരെ ജോലിയുമായിട്ടില്ല. ഗീതയുടെ കൂടെ ഇൻസ്റ്റിറ്റ്യൂട്ടിൽ പഠിച്ച ശോഭയ്ക്കും ഇതുവരെ ജോലിയായിട്ടില്ല. എംപ്ലോയ്മെന്റ് എക്സ്ചേഞ്ചിൽ പേര്

രജിസ്റ്റർ ചെയ്തിട്ടുള്ള കാത്തിരിപ്പ് അനന്തമായി നീളുന്നു. നഗരത്തിലെ ഏറ്റവും പഴക്കമുള്ള അഗ്രഹാരത്തിലെ പഴയ വാടകവീട്ടിൽ ആ ജീവിതങ്ങൾ അടച്ചിടപ്പെട്ടിരിക്കുന്നു. ധാരാളം ദുഃഖങ്ങളുണ്ട്. പക്ഷേ, അത് പുറത്തുകാണിക്കുന്നില്ല.

ഏതെങ്കിലും ബ്രാഹ്മണാൾ ശാപ്പാട് ഹോട്ടലിൽ ജോലി കിട്ടിയിരുന്നെങ്കിലെന്ന് കാശിവിശ്വനാഥയ്യർ ഉള്ളുചുട്ട് ആഗ്രഹിക്കാറുണ്ട്. പക്ഷേ, ആർക്കും അയാളെ വേണ്ടാ. കാശിവിശ്വനാഥയ്യർ ചെല്ലുന്നിടത്തൊക്കെ ആവശ്യത്തിൽ കൂടുതൽ ജോലിക്കാരുണ്ട്. ഏതെങ്കിലും ഒരു മുടന്തൻ സമാധാനം കേട്ട് എല്ലായിടത്തുനിന്നും കാശിവിശ്വനാഥയ്യർ മ്ലാനമായ മനസ്സോടെ ഇറങ്ങിപ്പോരുന്നു. നിരത്തുകൾ ചുറ്റി നഗരത്തിലെ ഏറ്റവും പഴക്കമുള്ള അഗ്രഹാരത്തിലെ പഴയ വാടകവീട്ടിൽ അയാൾ തിരിച്ചെത്തുന്നു.

ഒടുവിൽ കാശിവിശ്വനാഥയ്യർ പലതരം പലഹാരങ്ങളുണ്ടാക്കി കണ്ണാടിപ്പാട്ടയിലിട്ട് നഗരത്തിൽ രൂപംകൊള്ളുന്ന മഹാനഗറുകൾ നീളെ തുരുമ്പെടുത്ത പഴയ സൈക്കിളിൽ ഒരു പൊട്ടമണി കിലുക്കി ചുറ്റിത്തിരിയുന്നു. കണ്ണാടിപ്പാട്ടയ്ക്കുള്ളിൽ മുറുക്ക്, ലഡ്ഡു, ജിലേബി, വട, ബജി, ശുണ്ടൽ തുടങ്ങി കപ്പലണ്ടി വറുത്തതുവരെയുണ്ടാവും. രോഗിയായ അമ്യാരും ശോഭയും കൂടും പലഹാരങ്ങളുണ്ടാക്കാൻ. ഒരു കുടുംബം അങ്ങനെ കഴിയുന്നു.

ശോഭയ്ക്ക് എവിടെയെങ്കിലും ഒരു ജോലി കിട്ടാൻവേണ്ടി ആ കുടുംബം എന്നും പ്രാർത്ഥിക്കുന്നുണ്ട്. വലിയ ആഗ്രഹങ്ങളൊന്നുമില്ല. അന്നന്നത്തെ അന്നത്തിനൊരു വഴി.

ശോഭയെ കാണാൻ ഗീത ചെന്നപ്പോൾ ശോഭയും അമ്മയുംകൂടി മുറുക്ക് ചുറ്റിക്കൊണ്ടിരിക്കുകയായിരുന്നു. ഗീതയെ കണ്ടപ്പോൾതൊട്ട് എന്നത്തെയുംപോലെ അമ്യാർ അവരുടെ സങ്കടങ്ങൾ പറയാൻ തുടങ്ങി. അപ്പോൾ ശോഭ അമ്മയെ ശാസിച്ചു;

“എന്തിനാ അമ്മ ഇതൊക്കെ പറേണെ? ഗീത ഇതൊക്കെ എത്രവട്ടം കേട്ടിട്ടുള്ളതാ!”

അമ്യാരു പറഞ്ഞു:

“അനുഭവിക്കുന്നോർക്ക് സങ്കടങ്ങൾ എന്നും സങ്കടങ്ങള് തന്ന്യാ. വേറൊന്നും ഓർത്തല്ല, ആരോടെങ്കിലും പറയുമ്പോൾ അത്രയ്ക്കൊരു സമാധാനം.”

ഗീതയ്ക്കു ജോലി കിട്ടിയതിൽ എന്തെന്നില്ലാത്ത സന്തോഷമുണ്ടായിരുന്നു ശോഭയ്ക്ക്.

“നീയിനി ഇങ്ങോട്ടൊന്നും വരില്യാന്നാ ഞാനോർത്തെ....” ശോഭ പറഞ്ഞു: “ഉദ്യോഗോക്കെ കിട്ടി വല്യ സ്ഥിതീലായില്ലേ?”

“നീ പോടീ അവിടന്ന്...” ഗീത പറഞ്ഞു: “എന്തുദ്യോഗാന്നാ നീ വിചാരിച്ചെ? പൂക്കടേലെ കണക്കെഴുത്ത്! ഞാനത്രേ കണക്കാക്കീട്ടൊള്ളൂ....”

"എന്നാലും ഒന്നൂല്ലാത്തതിനേക്കാൾ ഭേദല്ലേ? ഒരു ജോലിയുണ്ടെന്നു പറയാല്ലോ."

"എപ്പഴാ ഞാനിട്ടേച്ചു പോരണേന്ന് എനിക്കുതന്നെ തീർച്ചയില്ല. ഇപ്പത്തന്നെ മടുത്തു."

"ഉം....എന്തുപറ്റി നിനക്ക്? ഏതെങ്കിലും ഒരു സർക്കാരാപ്പീസിലെ സ്റ്റെനോ ആവുക ആയിരുന്നില്ലേ സ്വപ്നം?"

"ആഗ്രഹിക്കുന്നതാണോ കിട്ടുന്നെ?"

"ദൈവത്തിന്റെ ചെറിയ അനുഗ്രഹങ്ങളിൽ സന്തോഷിക്കാൻ ശീലിക്ക്."

വേണ്ടെന്നു പറഞ്ഞിട്ടും ശോഭ കാപ്പി ഉണ്ടാക്കി. കുറെനേരം വർത്തമാനം പറഞ്ഞിരുന്നശേഷം ഗീത യാത്രയായപ്പോൾ ശോഭയും കൂടെ വന്നു. അവൾക്കൊരു രഹസ്യം പറയാനുണ്ടായിരുന്നു.

"ഇന്നലെ ഞാൻ കോവിലീന്ന് വരുമ്പോ സതീശനെ കണ്ടു."

"എന്നിട്ട്?"

"കൺഫർമേഷന്റെ കടലാസ് വന്നൂന്ന് സതീശൻ പറഞ്ഞു. അതുകൊണ്ട് ഇനി കാത്തിരിക്കാൻ വയ്യെന്ന്."

"നീയെന്തു തീരുമാനിച്ചു?"

"എന്റീശ്വരാ..... എനിക്കൊന്നുമറീല്ല. എനിക്കിഷ്ടാ. പക്ഷേ, എങ്ങന്യാ ഒരന്യജാതിക്കാരന്റെകൂടെ...."

"സ്നേഹിക്കാൻ തൊടങ്ങീപ്പം ഇതൊന്നും ഓർത്തില്ലായിരുന്നോ?"

"നീയെന്താ മനസ്സിലാക്കീത്? ജാതിവ്യത്യാസോന്നല്ല എനിക്കു പ്രശ്നം. ഒരു നല്ല മനുഷ്യനായാ മതീന്നേ ഞാനോർത്തുള്ളൂ. എന്നെ സ്നേഹിക്കുന്ന ഒരാൾ. ഇനി ഈ ജന്മത്ത് എന്നെ ഇങ്ങനെ സ്നേഹിക്കാൻ സതീശനെപ്പോലെ ഒരാളുണ്ടാവില്ല."

"പിന്നെന്തിനാ നീ സംശയിക്കുന്നെ?"

"എന്നാലും ഞാനെങ്ങനെ ഇറങ്ങിപ്പോകും സതീശന്റെ കൂടെ? ദരിദ്രരാണെങ്കിലും മകൾ അന്യജാതിക്കാരന്റെ കൂടെ ഇറങ്ങിപ്പോകുന്നത് എന്റെ അപ്പാവും അമ്മാവും എങ്ങനെ സഹിക്കും? അവര്ടെ സങ്കടം എന്റെ മേൽ ശാപായിട്ട്...."

കുറെ നേരത്തെ മൗനത്തിനുശേഷം ഗീത ചോദിച്ചു;

"പിന്നെ നീയെന്തു തീരുമാനിച്ചു..."

കണ്ണീരിന്റെ നനവുള്ള സ്വരത്തിൽ ശോഭ പറഞ്ഞു:

"മറക്കാൻ."

അവളുടെ കണ്ണുകൾ നിറയുന്നത് ഗീത കണ്ടു. എന്തുപറഞ്ഞ് അവളെ ആശ്വസിപ്പിക്കുമെന്ന് ഗീതയ്ക്കറിയില്ലായിരുന്നു.

ഒടിഞ്ഞ ചിറകുകളുമായി അവർക്കിടയിലൂടെ നിമിഷങ്ങൾ കടന്നുപോയി.

ഒടുവിൽ ദുഃഖം കടിച്ചമർത്തിക്കൊണ്ട് ശോഭ പറഞ്ഞു:

"ഒന്നിനും വിധീല്ലാന്ന് ഞാൻ സമാധാനിക്കും. സ്ത്രീധനം

കൊടുത്ത് എന്നെ ആരുടെയെങ്കിലും കൈയിലേല്പിക്കാൻ എന്റെ അപ്പാവിനു കഴിയില്ല. ഈ പഴയ വീട്ടിനകത്തെ ഇരുട്ടിൽ... അങ്ങന്യായിരിക്കും എന്റെ ജീവിതം.”

ഗീത യാത്രപറയാൻ നേരത്ത് ഒഴിഞ്ഞ കണ്ണാടിപ്പാട്ട പുറകിൽ വച്ചു കെട്ടിയ പഴഞ്ചൻ സൈക്കിളും ഉരുട്ടിക്കൊണ്ട് കാശിവിശ്വനാഥയ്യർ വന്നു. ഗീതയെ കണ്ട് പതിവുള്ള ഒരു ചിരിയോടെ അയ്യർ പറഞ്ഞു:

“ജോലി കിട്ടിയെന്നൊക്കെ കേട്ടു. സന്തോഷായി. നന്നായി വരും!”

ഒരു പകലിന്റെ മുഴുവൻ ക്ഷീണവും തളർച്ചയും നിഴലിക്കുന്ന കാശി അയ്യരുടെ മുഖം ഗീത സൂക്ഷിച്ചു. പാവം, തുരുമ്പെടുത്ത സൈക്കിൾ ചവിട്ടി ആ മനുഷ്യൻ ജീവിതത്തിന്റെ ദുർഘടമായ ദൂരങ്ങൾ അളന്നുമുറിക്കുന്നു.

ശോഭയോടു യാത്ര പറഞ്ഞ് അഗ്രഹാരത്തിലൂടെ വീട്ടിലേക്കു മടങ്ങുമ്പോൾ അവളുടെ മനസ്സും മ്ലാനമായിരുന്നു. അഗ്രഹാരത്തിനു മദ്ധ്യത്തിലെ വിഘ്നേശ്വരക്ഷേത്രത്തിൽ അപ്പോൾ പൂജയ്ക്കുള്ള സമയമായിരുന്നു. വഴിമദ്ധ്യത്തിൽ സ്ഥിതിചെയ്യുന്ന ക്ഷേത്രത്തിനുമുമ്പിലെ കല്ലിന്മേൽ ആരോ എറിഞ്ഞുടച്ച നാളികേരത്തിന്റെ പൂളുകൾക്കുവേണ്ടി കുട്ടികൾ മത്സരിക്കുന്നു.

ഇടവഴി ചെന്നിറങ്ങുന്ന പ്രധാനനിരത്തിന്റെ തുടക്കത്തിൽ വച്ച് ഗീത യാദൃച്ഛികമായി ഓമനയെ കണ്ടു. അവളെവിടെയോ പോയിട്ടു വരികയായിരുന്നു. ഇപ്പോളവളുടെ മുഖത്ത് വിഷാദഛായയില്ല.

കണ്ടയുടനെ അവൾ പറഞ്ഞു:

‘‘എനിക്കു ജോലി കിട്ടി. പുതിയതായി തുടങ്ങിയ ഒരു ഇൻസ്റ്റിറ്റ്യൂട്ടിൽ ട്യൂട്ടറായിട്ട്.”

അതു കേട്ടപ്പോൾ ഗീതയ്ക്ക് എന്തെന്നില്ലാത്ത സന്തോഷം തോന്നി. നിരാലംബമായ ഒരു കുടുംബത്തിന്റെ നിസ്സഹായതയും വിഷാദവും ഒതുക്കിപ്പിടിച്ചുകൊണ്ട് അശ്വതി റോസ് ഗാർഡൻസിൽ നിന്നിറങ്ങിപ്പോയ ഓമനയുടെ മ്ലാനത തന്റെ മനസ്സിനെ പീഡിപ്പിച്ചുകൊണ്ടിരുന്നത് അവൾ ഓർത്തു.

“അന്നവിടന്ന് പിരിഞ്ഞുപോരേണ്ടിവന്നപ്പോൾ എനിക്കു സങ്കടം തോന്നി.” ഓമന പറഞ്ഞു: “എന്റെ വീട്ടിലെ സ്ഥിതിയോർത്തിട്ട്. അന്ന് ഞാനത് ഗീതയോടു പറഞ്ഞില്ല. അന്ന് ഞാനതു പറഞ്ഞാൽ ഗീതയ്ക്ക് എന്തു തോന്നുമായിരുന്നെന്ന് എനിക്കറിഞ്ഞുകൂടാ. അന്നതു പറയാൻ എന്റെ മനസ്സ് സമ്മതിക്കുകയുമില്ലായിരുന്നു. ദുരഭിമാനം കൊണ്ടൊന്നുമല്ല. എനിക്കറിയാം, അന്നു ഞാനതു പറഞ്ഞാൽ എന്റെ നില കൂടുതൽ ദൈന്യമാവുകയേ ഉണ്ടായിരുന്നുള്ളു. പക്ഷേ, ഇനിപ്പറയാം, ഞാൻ കൊണ്ടുചെന്നിട്ടുവേണം എന്റെ വീട് കഴിയാൻ.”

അവളോടെന്തു പറയണമെന്നറിയാതെ ഗീത വിഷമിച്ചു:

“ഈ വഴിക്കാണോ?” ഓമന ചോദിച്ചു; “എന്നാൽ ഞാനും കൂടെ വരാം, കുറെദൂരം. ഇഷ്ടക്കേടുണ്ടോ?”

"അതെന്താ അങ്ങനെ ചോദിച്ചത്? ഞാനെന്തെങ്കിലും ഇഷ്ടക്കേട് കാണിച്ചോ ഓമനയോട്?"

"ഇല്ല. ഒരിക്കലുമില്ല."

"സത്യത്തിൽ ഈ ദിവസങ്ങളിൽ ഞാനാരെയെങ്കിലും ഓർക്കാറുണ്ടെങ്കിൽ അത് ഓമനയെയാണ്."

"എന്നെയോ?"

"ഉം. അന്ന് സങ്കടം ഒതുക്കിപ്പിടിച്ചുകൊണ്ട് ഓമന ഇറങ്ങിപ്പോയത് ഞാനോർക്കുന്നുണ്ട്."

"ഓ, അതന്നേരത്തെ വിഷമം മറക്കാനല്ലേ?"

"പക്ഷേ, എനിക്കു തോന്നിയത് അങ്ങനെയല്ല. ഞാൻ ഓമനയുടെ ജീവിതം മുട്ടിച്ചെന്ന്."

"ഏയ്, ഞാനങ്ങനെയൊന്നും ഓർത്തില്ല. എനിക്കറിയാമായിരുന്നു അവിടത്തെ ഉദ്യോഗം ശാശ്വതമല്ലെന്ന്. ഗീതയല്ലെങ്കിൽ മറ്റൊരാൾ വരും."

നടന്നു നടന്നു പരസ്പരം വേർപിരിയുന്നിടത്തെത്തിയപ്പോൾ ഓമന വഴിയരികിലെ തണൽ ചേർന്നു നിന്നു.

"കൃഷ്ണമോഹനും ഗീതയുടെ ചേച്ചിയും തമ്മിൽ എന്തെങ്കിലും ബന്ധമുണ്ടോ?"

"അവരൊന്നിച്ചു പഠിച്ചതാണ്."

"അത്രയേ ഒള്ളൂ?"

"അതെന്താ ഓമന അങ്ങനെ ചോദിച്ചത്?"

പറയാൻ വന്നത് നിയന്ത്രിച്ച് ഒന്നുമില്ലെന്ന ഭാവത്തോടെ ഓമന മുഖം കുനിച്ചു.

അപ്പോൾ ഉദ്വേഗത്തോടെ ഗീത ചോദിച്ചു:

"പറ, എന്താ അങ്ങനെയൊരു സംശയം തോന്നാൻ കാരണം?"

"ഏയ്, ഒന്നുമില്ല. ഞാൻ വെറുതെ ചോദിച്ചതാ!"

"അതല്ല ഓമനയ്ക്കങ്ങനെ സംശയം തോന്നാൻ എന്തെങ്കിലും കാരണമുണ്ടാവും?"

ഓമന പറഞ്ഞു:

"അവരെ ഞാനൊരു ദിവസം കണ്ടു. ഹോട്ടലിൽനിന്നിറങ്ങി രണ്ടുപേരുംകൂടി കാറിൽ കേറിപ്പോകുന്നത്. ഞാനോർത്തു നിങ്ങൾക്ക് അവരുമായി എന്തോ ബന്ധമുണ്ടെന്ന്."

ഗീതയുടെ മനസ്സിൽ എന്തൊക്കെയോ നീറിപ്പുകഞ്ഞു. ചേച്ചി എന്തിനാണ് കൃഷ്ണമോഹനോടൊന്നിച്ച് ഹോട്ടലിൽ പോയത്? അങ്ങനെ ഒരാളുടെ കാറിൽക്കയറി നടക്കാൻ മാത്രം എന്തടുപ്പമാണ് അവർക്കുള്ളത്?

ഒന്നിച്ചു പഠിച്ചതിന്റെ സ്നേഹബന്ധത്തിനപ്പുറം എന്തെങ്കിലും ബന്ധമുള്ളതുകൊണ്ടാണോ വസന്തചേച്ചി പറഞ്ഞപ്പോൾ കൃഷ്ണ മോഹൻ തനിക്ക് അയാളുടെ റോസ് ഗാർഡൻസിൽ ജോലി തന്നത്?

ഏഴ്

സന്ദേഹങ്ങൾകൊണ്ട് ഗീതയുടെ മനസ്സ് ഇളകിമറിഞ്ഞു. ഏതോ സ്നേഹിതയെ കാണാനെന്നു പറഞ്ഞ് വസന്തചേച്ചി നഗരത്തിലേക്കു പോകാറുള്ളത് ആരെ കാണാനാണ്? അത്രയ്ക്കടുപ്പമുള്ള ഏതു സ്നേഹിതയാണ് ചേച്ചിക്കുള്ളത്?

അങ്ങനെയൊരു സ്നേഹിതയെക്കുറിച്ച് വസന്തചേച്ചി ഇതുവരെ വീട്ടിൽ പറഞ്ഞിട്ടില്ല. അത്രയ്ക്കടുപ്പമുള്ള സ്നേഹിതയാണെങ്കിൽ ഒരിക്കലെങ്കിലും ആ സ്നേഹിത വീട്ടിൽ വരാതിരിക്കുമോ?

അങ്ങനെ ചില സംശയങ്ങളിൽ നിന്നാരംഭിച്ച് അവളുടെ മനസ്സ് ചില അഭ്യൂഹങ്ങളിലേക്കു പ്രവേശിച്ചു. ചേച്ചിയെന്തുകൊണ്ടാണ് ചേട്ടന്റെ അടുത്തേക്കു പോകാത്തത്? എന്തു കാരണത്തിന്റെ പേരിലാണ് ചേച്ചി അവിടന്ന് വഴക്കിട്ടു പോന്നത്? ചേച്ചി ആ പാവം മനുഷ്യനെ വഞ്ചിക്കുകയാണോ?

ഓർത്തുനോക്കുമ്പോൾ സംശയങ്ങൾ ബലപ്പെടുന്നു. ഓമന പറഞ്ഞതും കൂടിയായപ്പോൾ നേരത്തേയുണ്ടായിരുന്ന സംശയങ്ങളുടെ മറ നീങ്ങി. ആരുമറിയാതെ ആ സ്നേഹബന്ധം ചേച്ചി വളരെ നിഗൂഢമായി സൂക്ഷിക്കുന്നുണ്ട്. സത്യത്തിൽ അതിനെ സ്നേഹബന്ധമെന്നൊന്നും വിളിച്ചുകൂടാ. അത്രയ്ക്ക് പവിത്രതയൊന്നും അതിനില്ല.

ഈശ്വരാ! അമ്മ ഇതറിഞ്ഞാൽ.....

അല്ലെങ്കിൽ വേറെ ആരെങ്കിലും ഇതറിഞ്ഞാൽ..... ഇത്തരം ഒരു നാണക്കേട് അമ്മ എങ്ങനെ സഹിക്കും? മരിച്ചു തലയ്ക്കുമുകളിൽ നില്ക്കുന്ന അച്ഛന്റെ ആത്മാവിന് ഇത് സഹിക്കാൻ കഴിയുമോ?

വീട്ടിൽ ചെന്നു കേറിയപാടെ ആരോടും മിണ്ടാതെ ഗീത നേരെ

അകത്തേക്കു പോയി. വേഷംപോലും മാറാതെ പഴയ പലകക്കട്ടിലിൽ മടക്കിവച്ച മെത്തയ്ക്കുമേൽ അവൾ കമിഴ്ന്നു കിടക്കുന്നതു കണ്ട് അമ്മ പരിഭ്രമിച്ചു.

"എന്തുപറ്റി നിനക്ക്?"

അവൾ മിണ്ടിയില്ല.

അമ്മ അടുത്തുചെന്നിരുന്ന് അവളുടെ ചുമലിൽ കൈവച്ചു.

"ചോദിച്ചതു കേട്ടില്ലേ, എന്തുപറ്റീന്ന്?"

കിടന്ന കിടപ്പിൽ നിന്നനങ്ങാതെ അവൾ പറഞ്ഞു:

"എനിക്കൊന്നൂല്ല."

"പിന്നെ വന്നപാടേ കേറിക്കിടന്നത്?"

എന്തെങ്കിലും സമാധാനം പറയണ്ടേ അമ്മയോട്?

"തലയ്ക്കൊരു വിങ്ങൽ."

"എന്താ കാരണം?"

"എനിക്കറില്ല."

"നീ എഴുന്നേറ്റുവന്ന് ചൂടോടെ കുറച്ചു കാപ്പി കുടിക്ക്."

"വേണ്ടമ്മേ. എനിക്കിപ്പോ ഒന്നും വേണ്ടാ."

"തലവേദനയുണ്ടെങ്കിൽ ശകലം ചന്ദനമരച്ചിടട്ടേ നെറ്റിക്ക്."

"വേണ്ടാ. അമ്മ പൊയ്ക്കോ. ഞാൻ കുറച്ചുനേരം ഇവിടെ കിടന്നോട്ടെ."

ഒരു നിമിഷംകൂടി അവളുടെ അടുത്ത് എന്തോ ഓർത്തിരുന്നതിനു ശേഷം അമ്മ എഴുന്നേറ്റുപോയി. കുറെ കഴിഞ്ഞ് ചൂടുള്ള കാപ്പിയും ഇലച്ചീന്തിൽ ചന്ദനം അരച്ചതുംകൊണ്ട് അമ്മ മടങ്ങിവന്നു.

"തിരിഞ്ഞുകിടക്ക്." അമ്മ കട്ടിലിന്റെ വക്കിൽ ഇരുന്നു: "ഈ ചന്ദനം നെറ്റീലിട്ടാൽ തണുപ്പ് കിട്ടും. ചൂടോടെ ഈ കാപ്പീം കുടിക്ക്."

അതവിടെ വച്ചേരെന്നു പറഞ്ഞിട്ട് അമ്മ കേട്ടില്ല. അമ്മയുടെ സ്വഭാവം അവൾക്കറിയാം. അനുസരിപ്പിച്ചേ അടങ്ങു. അവൾ മനസ്സില്ലാമനസ്സോടെ കട്ടിലിൽ എഴുന്നേറ്റിരുന്നു. അമ്മ അവളുടെ നെറ്റിയിൽ ചന്ദനം ഇട്ടുകൊടുത്തു.

അവളുടെ പ്രക്ഷുബ്ധമായ മനസ്സ് അപ്പോഴും ഇളകിമറിയുകയായിരുന്നു.

അണിഞ്ഞൊരുങ്ങി സ്നേഹിതയെ കാണാനെന്നു പറഞ്ഞ് ചേച്ചി ഇടയ്ക്കിടയ്ക്ക് നഗരത്തിൽ പോകാറുള്ളത് ആരെ കാണാനാണെന്നു പാവം അമ്മയ്ക്കറിയില്ല.

ശാസിക്കുകയും വഴക്കു പറയുകയും ചെയ്യുമെങ്കിലും അമ്മയ്ക്ക് ചേച്ചിയോട് ഇഷ്ടമാണെന്നു ഗീതയ്ക്കറിയാം. അമ്മയുടെ സ്നേഹം പ്രച്ഛന്നമാണെന്നേ ഉള്ളൂ. ജീവിതത്തിന്റെ ദുഃഖങ്ങൾകൊണ്ടുതന്നെ തളർന്നിരിക്കുന്ന അമ്മ ഈ രഹസ്യംകൂടി അറിയുമ്പോൾ എന്തു ചെയ്യും?

അങ്ങേ വീട്ടിൽ താമസിക്കുന്ന മ്യൂസിക് ടീച്ചറുടെ അടുത്ത് പോയിരുന്ന വസന്ത തിരിച്ചുവന്നപ്പോൾ അമ്മ പറഞ്ഞു:

"ഗീതയ്ക്കെന്തോ സുഖമില്ലെന്നു പറയണ കേട്ടു. എന്താന്നാർക്കറിയാം!"

വസന്ത അടുത്തു ചെന്നിരുന്ന് ചുമലിൽ കൈവച്ച് ഗീതയോടു ചോദിച്ചു:

"എന്തുപറ്റി നിനക്ക്?"

ഗീത വസന്തയുടെ നേരേ മിഴിയനക്കാതെ നിശ്ശബ്ദമായി നോക്കി. ആ നോട്ടത്തിന്റെ അർത്ഥം ഊഹിക്കുവാൻ വസന്തയ്ക്കു കഴിയുമായിരുന്നില്ല.

അന്നുമുതല്ക്കു ഗീത മനസ്സുകൊണ്ട് ചേച്ചിയോട് അകലാൻ തുടങ്ങി. എങ്കിലും പുറമെ ഭാവിക്കാതിരിക്കാൻ അവൾ ആവുന്നത്ര ശ്രമിച്ചു.

അനിയത്തിക്കെന്തോ മാറ്റമുണ്ടെന്നു തോന്നിയെങ്കിലും വസന്ത അതു ഗൗനിച്ചുമില്ല.

ഒരാഴ്ച കഴിഞ്ഞ് ഒരൊഴിവുദിവസം സ്നേഹിതയെ കാണാനെന്നു പറഞ്ഞ് വസന്ത വീട്ടിൽനിന്നിറങ്ങി. വസന്ത യാത്രയ്ക്കുള്ള അണിഞ്ഞൊരുക്കം തുടങ്ങിയപ്പോൾതൊട്ടേ ഗീതയുടെ മനസ്സ് വലിഞ്ഞുമുറുകാൻ തുടങ്ങി. എന്നിട്ടും അതൊന്നും ഭാവിക്കാതെ അവൾ ഒഴിഞ്ഞുമാറി. ചേച്ചി ആരെക്കാണാനാണ് പോകുന്നതെന്നുള്ള രഹസ്യം അമ്മയോടു പറഞ്ഞാലോ എന്ന് ഗീത പലവട്ടം ഓർത്തതാണ്. വീട്ടിനുള്ളിൽ വീശാനിടയുള്ള കൊടുങ്കാറ്റിനെ ഭയന്ന് അവളതു മനസ്സിലൊതുക്കി.

അരിശം കടിച്ചമർത്തി ഒരക്ഷരം മിണ്ടാതെ അമ്മയുടെയും ചേച്ചിയുടെയും മുമ്പിൽനിന്ന് ഒഴിഞ്ഞുമാറാൻ അവൾ പെട്ടപാട് അവൾക്കു മാത്രമേ അറിയൂ.

അന്ന് സന്ധ്യ കഴിഞ്ഞിട്ടും വസന്ത വീട്ടിൽ മടങ്ങിയെത്തിയില്ല. കാണാഞ്ഞപ്പോൾ അമ്മയുടെ ക്ഷമ കെട്ടു. അരിശം അടക്കിപ്പിടിച്ചുകൊണ്ട് ആരോടെന്നില്ലാതെ അമ്മ ചോദിക്കുന്നതു ഗീത കേട്ടു:

"ഇവളാരെക്കാണാൻ പോയതാ?"

സന്ധ്യകഴിഞ്ഞ് ജനലഴികളിൽ പിടിച്ചുകൊണ്ട് പുറത്തെ അരണ്ട നിലാവിലേക്കു നോക്കിനില്ക്കുമ്പോൾ വീടിനു മുമ്പിൽവന്നു ബ്രേക്കിട്ട കൃഷ്ണമോഹന്റെ കാറിൽനിന്ന് വസന്ത ഇറങ്ങുന്നത് ഗീത കണ്ടു.

അവളുടെ മനസ്സിനകത്ത് വീശുന്ന കൊടുങ്കാറ്റിൽപ്പെട്ട് അവൾ ഉലഞ്ഞു.

നിലാവ് തെളിയുന്ന വിദൂരതകളിൽനിന്ന് മുഖം തിരിക്കുമ്പോൾ വഴിവക്കിൽ മങ്ങിക്കത്തുന്ന തെരുവുവിളക്കിന്റെ ചുവട്ടിൽനിന്ന് വസന്ത കൈവീശുന്നതും കാറിനകത്തിരുന്നു പുറത്തേക്കു മുഖംകാട്ടി കൃഷ്ണ

മോഹൻ നിഗൂഢമായ ഒരു മന്ദസ്മിതംകൊണ്ട് യാത്ര ചോദിക്കുന്നതും ഗീത കണ്ടു.

ശൂന്യതയിലെ ഇടിമുഴക്കം പോലെ എന്തോ ഒന്ന് അവൾ അവളുടെ ഹൃദയത്തിൽ കേൾക്കുകയും അതിൽ കിടിലംകൊള്ളുകയും ചെയ്തു. സ്വന്തം ഹൃദയത്തിനുള്ളിൽ ആഞ്ഞടിക്കുന്ന കൊടുങ്കാറ്റിൽ വീണു പോകാതിരിക്കാൻ അവൾ ജനലഴികളിൽ മുറുകെ പിടിച്ചു.

ചാരിയിട്ടിരുന്ന തകരംകൊണ്ടുള്ള ഗേറ്റ് തള്ളിത്തുറന്ന് വസന്ത അകത്തേക്കു നടന്നുവരുന്നത് ഗീത വെറുപ്പോടെ നോക്കിനിന്നു.

ഗീതയുടെ ചേച്ചിയും കൃഷ്ണമോഹനും തമ്മിൽ എന്താണ് ബന്ധ മെന്നു നിരത്തിൽ വച്ച് ഓമന ചോദിച്ചപ്പോൾ അതിന്റെ അപകടം ഇത്രയ ധികമുണ്ടെന്നു വിചാരിച്ചില്ല. അവൾ തെറ്റിദ്ധരിച്ചതാകുമെന്നു വിശ്വസി ക്കാനും സമാധാനിക്കാനും ഒരു ശ്രമം നടത്തുകയും ചെയ്തു. ചേച്ചിയെ സംബന്ധിച്ച് ഇങ്ങനെയൊന്നും അവൾ പ്രതീക്ഷിച്ചിരുന്നില്ല. ഒന്നിച്ചു പഠിച്ചതിന്റെ അടുപ്പവും സ്നേഹവും മാത്രമേ അവർക്കിടയിലുള്ളൂവെന്ന് വിശ്വസിക്കാൻ കഴിയുന്നില്ല.

എത്രനാളായി ഈ സ്നേഹബന്ധം വസന്തചേച്ചി സൂക്ഷിച്ചു പോരുന്നു?

സുരേന്ദ്രൻ ചേട്ടനുമായി വിവാഹത്തിനു സമ്മതിക്കുമ്പോഴും ഈ സ്നേഹം വസന്തചേച്ചി ഉള്ളിൽ സൂക്ഷിക്കുന്നുണ്ടായിരുന്നോ?

എങ്കിൽപ്പിന്നെ എന്തിനാണ് ആ സ്നേഹബന്ധത്തെ മറികടന്ന് മറ്റൊരു വിവാഹത്തിനു ചേച്ചി സമ്മതിച്ചത്? ആര് നിർബ്ബന്ധിച്ചിട്ട്?

ആരും നിർബ്ബന്ധിച്ചിട്ടല്ല. ഗീതയ്ക്കതിപ്പോഴും ഓർമ്മയുണ്ട്. ആലോചന വന്നപ്പോൾ വസന്തചേച്ചി യാതൊരു എതിർപ്പും കാണിച്ചില്ല. ഇഷ്ടക്കേടായി ഒരു വാക്ക് പറഞ്ഞില്ല. പെണ്ണുകാണാൻവന്ന അന്ന് ഉള്ളിൽ ഒതുക്കിപ്പിടിച്ച സന്തോഷത്തോടെ വസന്ത ചേച്ചി ഒഴിഞ്ഞും മാറിയും നടക്കുന്നത് ഗീത കണ്ടതാണ്.

കാണാൻ വരുന്നവർക്ക് മകളെ ഇഷ്ടപ്പെടുമോ എന്നായിരുന്നു അമ്മയുടെ വേവലാതി. പെണ്ണിനെ ഇഷ്ടപ്പെട്ടാൽ മാത്രം പോരല്ലോ. അവർ ചോദിക്കുന്ന പൊന്നും പണവും കൊടുക്കണ്ടേ? വീട്ടിലാണെങ്കിൽ അത്രയ്ക്കു നിവൃത്തിയില്ല താനും. തന്റെ കഴിവുപോലെയൊക്കെ ചെയ്യാ മെന്ന് അമ്മ പറഞ്ഞു. അതുപോരെങ്കിൽ മ്യൂസിക് ടീച്ചർക്കു വാടകയ്ക്കു കൊടുത്തിരിക്കുന്ന പഴയ വീടൊഴിപ്പിച്ച് ആർക്കെങ്കിലും വില്ക്കാമെന്നാ യിരുന്നു അമ്മയുടെ ഉദ്ദേശ്യം.

പക്ഷേ, അതൊന്നും വേണ്ടിവന്നില്ല. കാണാൻ വന്നവർക്ക് വസന്തയെ ഇഷ്ടമായി. പൊന്നിന്റെയും പണത്തിന്റെയും കാര്യം അവർ മിണ്ടിയേയില്ല. അതുകൊണ്ട് അമ്മ അങ്ങോട്ടു പറഞ്ഞു:

"പറയാനുള്ളതൊക്കെ ഞാൻ പറഞ്ഞു. ഇത്രയൊക്ക്യേ എന്നെ

ക്കൊണ്ടു നിവൃത്തിയൊള്ളു. നിർബ്ബന്ധമാണെങ്കിൽ വാടകയ്ക്കു കൊടുത്തിരിക്കുന്ന പഴയ വീട് വിറ്റ് എന്തെങ്കിലും ചെയ്യാം."

കുറെ നേരത്തേക്ക് ആരും ഒന്നും മിണ്ടിയില്ല. അതുകൊണ്ട് സ്വന്തം നിസ്സഹായത ബോദ്ധ്യപ്പെടുത്താൻ അമ്മ വീണ്ടും പറഞ്ഞു:

"താഴെ ഒരെണ്ണത്തിന്റെ കാര്യംകൂടി നോക്കാനില്ലേ എനിക്ക്? വേറെ യാരും സഹായിക്കാനില്ല. അതൊക്കെയോർത്ത് ഞാൻ വിഷമിച്ചിട്ടെന്താ കാര്യം? എല്ലാം ദൈവത്തിന്റെ കൈയിൽ."

മൗനംകൊണ്ട് വീർപ്പുമുട്ടുന്ന നിമിഷങ്ങൾ.

ആരും ഒന്നും മിണ്ടുന്നില്ല. കൂടെയുള്ള വൃദ്ധന്റെ ചെകിട്ടിൽ സുരേന്ദ്രൻ എന്തോ സ്വകാര്യം പറയുന്നത് ജനലഴികൾക്കു പിന്നിൽ നിന്നിരുന്ന ഗീത കണ്ടു. എന്താണ് ആലോചിക്കുന്നത്? അവരുടെ മൗനങ്ങളിൽ ഒരു വിലപേശലുണ്ടെന്നു ഗീതയ്ക്കു തോന്നി.

നരച്ച കുറ്റിത്താടി നിറഞ്ഞ വൃദ്ധന്റെ മുഖത്ത് ഒരു പ്രകാശം തെളിയുന്നത് ഗീത കണ്ടു.

അയാൾ പറഞ്ഞു:

''പൊന്നിന്റേം പണത്തിന്റേം കാര്യം ഞങ്ങൾ പറയുന്നില്ല. അതൊക്കെ നിങ്ങളുടെ ഇഷ്ടം. വിറ്റും പണയംവച്ചും നിങ്ങൾ കഷ്ടപ്പെടണ്ടാ. കഴിവുള്ളതുപോലെ ചെയ്താൽ മതി."

എന്തായിരുന്നു അതിന്റെ അർത്ഥം?

വസന്തചേച്ചിയെ അത്രയ്ക്കിഷ്ടപ്പെട്ടു സുരേന്ദ്രൻ ചേട്ടന്. കണ്ടു മോഹിച്ചു എന്നാണ് ഒരിക്കൽ സുരേട്ടൻ പറഞ്ഞത്.

സുരേട്ടന്റെ കാര്യം പോകട്ടെ. വിളിച്ചാൽ ആ നിമിഷം സുരേട്ടന്റെ കൂടെ ഇറങ്ങിപ്പോകാമെന്നായിരുന്നു വസന്തചേച്ചിയുടെ മനസ്സ്.

മറ്റൊരാളോടുള്ള സ്നേഹം മനസ്സിലുണ്ടായിരുന്നെങ്കിൽ വസന്തചേച്ചി അങ്ങനെയൊരു നിലപാടെടുത്തതെങ്ങനെ?

ആലോചിച്ചു നോക്കിയിട്ട് എത്തും പിടിയും കിട്ടുന്നില്ല.

വസന്തചേച്ചി എന്നുവച്ചാൽ ജീവനായിരുന്നു സുരേട്ടന്.

വല്ലാത്ത ഒരു നിഗൂഢത അനുഭവപ്പെടുന്നു. കൃഷ്ണമോഹനോടുള്ള സ്നേഹം മനസ്സിൽ സൂക്ഷിക്കുന്നുണ്ടായിരുന്നെങ്കിൽ ചേച്ചിക്കെങ്ങനെ മനസ്സ് വന്നു വഴിമാറിപ്പോകാൻ?

ഓർക്കുന്തോറും ചേച്ചിയെക്കുറിച്ചുള്ള സങ്കല്പം തകർന്നു പോകുന്നു. അതു വികലമായിത്തീരുന്നു. മനസ്സിൽ കയ്പ് നിറയുന്നു.

കൃഷ്ണമോഹൻ വസന്തചേച്ചിയുടെ ആരാണ്? അവർ തമ്മിലുള്ള ബന്ധമെന്താണ്? നഗരത്തിൽ എവിടെ വച്ച് അവർ കണ്ടുമുട്ടുന്നു?

വേദനയോടെ ഗീത ഓർത്തു.

ഈശ്വരാ, അമ്മയോ സുരേട്ടനോ ഇതറിഞ്ഞാൽ...

ഒളിച്ചുവയ്ക്കാതെ ഈ രഹസ്യം അമ്മയോടു പറയുന്നതാണ്

കൂടുതൽ നല്ലതെന്ന് ഗീതയ്ക്കു തോന്നി, അഴിക്കാനും പൊട്ടിക്കാനും വയ്യാത്ത നിലയിൽ ആ ബന്ധം മുറുകുന്നതിനുമുമ്പ് എന്തെങ്കിലും ചെയ്യുന്നതല്ലേ നല്ലത്? അല്ലെങ്കിൽ ആർക്കറിയാം ഇപ്പോൾത്തന്നെ കെട്ടുകൾ മുറുകിക്കഴിഞ്ഞിട്ടില്ലെന്ന്!

ഗീതയ്ക്ക് ഊഹിക്കാൻ കഴിയും, അമ്മയ്ക്കത് സഹിക്കാനാവില്ല. സങ്കടംകൊണ്ട് അമ്മ പൊട്ടിത്തെറിക്കും.

"വല്ല അക്രമോം ചെയ്തേച്ച് ഞാൻ ചത്തുകളയും."

സഹികെടുമ്പോൾ അമ്മ അങ്ങനെയാണ് പറയാ. പിന്നെയും കുറെ നേരം അങ്ങനെ ഓരോന്നോർത്തു നിന്നതിനുശേഷം ഗീത അകത്തേക്കു ചെന്നു. അവിടെ ഹെയർപിന്നുകളൂരി മുടി കുടഞ്ഞു വിടർത്തിയിട്ട് വീണ്ടും നിറുകയിൽ കെട്ടിവയ്ക്കുന്നതിനിടയിൽ വസന്ത പുറത്തേക്കു നോക്കി, വാതില്ക്കൽ ഗീത ഇമയനക്കാതെ നോക്കിനില്ക്കുന്നു. അവളുടെ മുഖത്തെ ഇരുണ്ട ഭാവം വസന്ത ഗൗനിച്ചില്ല. ഗീത രണ്ടും കല്പിച്ച് അകത്തേക്കു കയറിച്ചെന്ന് ചുമരും ചാരിനിന്നു. കിടക്കയിൽ അഴിച്ചിട്ട സാരിയും ബ്ലൗസും മടക്കിവയ്ക്കുന്നതിനിടയിൽ വസന്ത മുഖംതിരിച്ചു നോക്കി. ഗീത അപ്പോഴും അങ്ങനെതന്നെ നില്ക്കുകയായിരുന്നു.

പിന്നെ മനഃപൂർവ്വം ഉണ്ടാക്കിയെടുത്ത ആത്മധൈര്യത്തോടെ ഗീത ചോദിച്ചു;

"എവിടെയായിരുന്നു ഇത്രേം നേരം?"

"ഞാനോ?" വസന്ത പറഞ്ഞു; "വക്കീലിന്റെ മോള് സുഭദ്ര വിളിച്ചിട്ട് അവിടംവരെ."

"എന്നിട്ട് കണ്ടോ?"

"ഇല്ല. ഞാൻ ചെന്നപ്പോഴേക്കും അവളെങ്ങോ പോയി."

പിന്നെയും ഒരു നിമിഷത്തെ മൗനത്തിനുശേഷം ഗീത ചോദിച്ചു;

"വക്കീലിന്റെ മകളെക്കാണാൻ പോയിട്ട് കണ്ടുമുട്ടീത് കൃഷ്ണമോഹനെ! അല്ലേ?"

വസന്തയുടെ മുഖം വിളറുന്നത് ഗീത കണ്ടു.

"അത്....ഞാൻ....ബസ്സ്റ്റോപ്പിൽ വണ്ടികാത്തു നില്ക്കുമ്പോൾ കൃഷ്ണമോഹൻ അതിലേ വന്നു. എന്റെ മുമ്പിൽവന്ന് കാർ ബ്രേക്ക് ചെയ്തപ്പോഴാ ഞാൻ കണ്ടത്. എന്നെ ഇവിടെ ഡ്രോപ്പ് ചെയ്യാമെന്ന് പറഞ്ഞു."

എന്തോ ഒളിപ്പിക്കാനുള്ള വെപ്രാളത്തിനിടയിൽ വാക്കുകൾ വഴുതിപ്പോകുന്നു.

ഒന്നും ഒളിക്കാനില്ലെങ്കിൽ എന്തിനാണ് ഇത്ര വെപ്രാളം കാണിക്കുന്നത്? ഒന്നിച്ചു പഠിച്ചതിന്റെ അടുപ്പവും സ്നേഹവും കൊണ്ടാണെങ്കിൽ ഇത്ര ഇടർച്ചയെന്തിന്?

വിളറിയ ചിരികൊണ്ട് മനസ്സിന്റെ വെപ്രാളം മറയ്ക്കാൻ ശ്രമിക്കുന്ന

തിനിടയിൽ വസന്ത പറഞ്ഞു:

"പോരുന്ന വഴിക്ക് കൃഷ്ണമോഹൻ നിന്നെക്കുറിച്ചു പറഞ്ഞു."

ഗീത ചോദിച്ചു:

"എന്താ അത്ര പറയാൻ?"

"നീ മിടുക്കിയാണെന്ന്."

"അതിനു ഞാൻ അത്ര മിടുക്കൊന്നും കാണിച്ചില്ലല്ലോ."

"നീയെന്താ ധരിച്ചത്? നിന്നെ ഇഷ്ടപ്പെട്ടെന്ന്."

"ഓഹോ അതാണോ? ഇനി കാണുമ്പോൾ ചേച്ചി പറഞ്ഞേര്.

എനിക്കും ഇഷ്ടപ്പെട്ടെന്ന്."

അത്രയും പറഞ്ഞിട്ട് ഗീത തിരിഞ്ഞു നടന്നു. അവളുടെ ഭാവപ്പകർച്ച വസന്തയെ സ്തബ്ധയാക്കി.

എട്ട്

എന്തെന്നില്ലാത്ത ഒരു മുറുക്കം അനുഭവപ്പെട്ടു ഗീതയുടെ മനസ്സിന്. അകലങ്ങളിൽ നിന്നടിക്കുന്ന കൊടുങ്കാറ്റിന്റെ മുഴക്കം അവൾ അവളുടെ ഹൃദയത്തിൽ കേട്ടു. അതിന്റെ അസ്വസ്ഥതയോടെ കട്ടിലിൽ ചെന്നു കിടന്നു. മുറിക്കകത്ത് ഇരുട്ടായിരുന്നു. ലൈറ്റ് ഓൺ ചെയ്യാതെ അവൾ ഇരുട്ടിൽ കിടന്നു.

അമ്മ അത്താഴമുണ്ണാൻ ചെന്നു വിളിച്ചപ്പോൾ അവൾ പറഞ്ഞു:

"എനിക്കു വേണ്ടാ."

അവളുടെ സ്വരത്തിലെ പാരുഷ്യം അമ്മയ്ക്ക് ഇഷ്ടപ്പെട്ടില്ല.

"ഉം, എന്താ വേണ്ടാത്തെ?"

അവൾ പറഞ്ഞു:

"വിശപ്പില്ലാഞ്ഞിട്ട്."

സ്വരം അല്പം കടുത്തുപോയി. അത്രയും വേണ്ടായിരുന്നുവെന്ന് പിന്നീട് അവൾക്കു തോന്നി.

അമ്മയ്ക്കും പെട്ടെന്നു ശുണ്ഠി വന്നു.

"നീയാരെയാ മൂപ്പിക്കുന്നേ? വേണ്ടെങ്കീ വേണ്ടാ. അതിന് ഇവിടെ യാർക്കാ സങ്കടം? ഉദ്യോഗം ഭരിക്കാൻ പോയിത്തൊടങ്ങിയേ ഒള്ളു. അപ്പോഴേക്കും തുടങ്ങി, അഹമ്മതി! ഞാനെന്താ നിങ്ങളുടെയൊക്കെ വേലക്കാരിയാണെന്നാ വിചാരം?"

അവളതൊന്നും കേൾക്കാതെ ചുമരിന്റെ നേർക്ക് തിരിഞ്ഞുകിടന്നു.

അത്താഴമുണ്ണാൻ ചെന്നിരുന്നപ്പോൾ വസന്തയ്ക്കും വിശപ്പില്ല. അമ്മ ദേഷ്യപ്പെട്ടെങ്കിലോ എന്നു പേടിച്ച് രണ്ടുമൂന്നു വായ്ക്ക് വാരിത്തിന്നു.

പാത്രവുമെടുത്ത് പുറത്തേക്കിറങ്ങിയപ്പോൾ അമ്മ അതു കണ്ടു. അമ്മ അമ്മയുടെ ദേഷ്യം കാണിച്ചു.

"ഓരോന്നിന്റെയൊക്കെ അഹമ്മതി! പേടിക്കാൻ ആളില്ലാഞ്ഞിട്ടല്ലേ? ഞാൻ കിടന്നു കുരച്ചാൽ ആര് കേൾക്കാൻ? എന്റെ ഭഗവാനേ, ഞാനാർക്കുവേണ്ടിയാ ഇങ്ങനെ കഷ്ടപ്പെടുന്നെ?"

അസുഖകരമായ എന്തോ ഒന്ന് വീട്ടിനുള്ളിൽ ഉരുണ്ടുകൂടുന്നുവെന്ന് വസന്തയ്ക്കു മനസ്സിലായി. അമ്മയുടെയും അനിയത്തിയുടെയും മനസ്സിൽ കിടന്നു പിടയുന്നത് അതല്ലേ? സംഗതിയെന്താണെന്ന് ഊഹിക്കാൻ കഴിയുന്നില്ല. ആരും ഒന്നും മിണ്ടുന്നില്ല. മൂടിക്കെട്ടി കൊണ്ടുനടക്കുന്ന മനസ്സിന്റെയുള്ളിൽ എന്താണെന്ന് ആർക്കറിയാം.

രാത്രി ഗീത ഉറക്കംവരാതെ കിടക്കയിൽ തിരിഞ്ഞും മറിഞ്ഞും കിടന്നു. ചേച്ചിയെക്കുറിച്ചുള്ള ഓർമ്മ അവളെ അലട്ടി. ചേച്ചിക്കും കൃഷ്ണമോഹനും തമ്മിൽ അവിശുദ്ധമായ എന്തോ ബന്ധമുണ്ടെന്ന് അവൾക്ക് ഉറപ്പായി. അതുകൊണ്ടല്ലേ ഭർത്താവിന്റെ അടുത്തേക്കു പോകാൻ ചേച്ചി കൂട്ടാക്കാത്തത്? എത്രകാലം ഇങ്ങനെ തുടരും? എത്രകാലം അത് മറ്റുള്ളവരുടെ കണ്ണിൽനിന്ന് മറച്ചുപിടിക്കും?

ഓർത്തോർത്തുകിടന്ന് വെളുപ്പാൻകാലത്ത് എപ്പോഴോ അവൾ ഉറങ്ങി. ദുഃസ്വപ്നങ്ങൾകൊണ്ടു നിറഞ്ഞ ഒരു രാത്രിയായിരുന്നു അവൾക്കത്. വെളുപ്പാൻകാലത്ത് ഒരു ദുഃസ്വപ്നത്തിൽനിന്ന് ഞെട്ടിയുണർന്നു നോക്കുമ്പോൾ ജനലഴികൾക്കപ്പുറത്തെ മരത്തിന്മേൽ കാറ്റടിക്കുന്നു. മരക്കൂട്ടങ്ങൾക്കിടയിലൂടെ വിളറിയ ആകാശം അവളുടെ കണ്ണുകളിലേക്ക് ഇറങ്ങിവരുന്നു.

ഉണർന്നിട്ടും അവളങ്ങനെ കിടന്നു. യാതൊരു ഉത്സാഹവും ഇല്ലാതെ ആലസ്യത്തോടെ അങ്ങനെ കിടക്കുമ്പോൾ അവളുടെ മനസ്സിൽ മറ്റൊരാലോചന രൂപംകൊണ്ടു. അശ്വതി റോസ് ഗാർഡൻസിലെ ജോലി രാജിവച്ചാലോ? പക്ഷേ, അമ്മ ചോദിക്കുമ്പോൾ എന്തു സമാധാനം പറയും? ചേച്ചി എന്തു വിചാരിക്കും?

പിന്നെ അവൾ വിചാരിച്ചു. അത്ര ധൃതി കാണിക്കണ്ടാ.

പതിവിലും നേരത്തേ ആഫീസിലേക്ക് പോകുമ്പോൾ "ഇന്നെന്താ ഇത്രനേരത്തേ" എന്ന് അമ്മയോ ചേച്ചിയോ ചോദിക്കുമെന്ന് അവൾ വിചാരിച്ചു, അവൾ ഇറങ്ങിപ്പോകുന്നത് അമ്മയും ചേച്ചിയും കാണുകയും ചെയ്തു. എന്നിട്ടും മിണ്ടിയില്ല. അവർക്കിടയിലെ മൗനം അവരുടെ മനസ്സുകൾക്കിടയിലെ ദൂരംമാത്രം കാണിച്ചു.

ബസ്സ്റ്റോപ്പിൽ ചെന്നപ്പോഴേക്കും വണ്ടി വന്നു. ഭാഗ്യം! അങ്ങനെ പതിവുള്ളതല്ല. കാത്തുനിന്നു മടുത്തിട്ടാണ് സാധാരണ വണ്ടി കിട്ടാറ്. യാത്രക്കാർക്കിടയിൽ അവൾ ഞെരുങ്ങിനിന്നു. ഇടയ്ക്ക് വാച്ചിൽ

നോക്കി. ഇന്ന് നേരത്തെയാണ്.

അശ്വതി ഗാർഡൻസിൽ ചെല്ലുമ്പോൾ കാക്കിവേഷമിട്ട കിഴവൻ മാത്രമേ അവിടെയുള്ളൂ.

അയാൾ ചോദിച്ചു:

"ഇന്നെന്താ നേരത്തേ?"

പറയാൻ കാരണമൊന്നുമില്ല. അതുകൊണ്ട് അവൾ വെറുതെ ചിരിച്ചു. അവൾ അകത്തുചെന്നിരുന്ന് മേശപ്പുറത്തു കിടന്ന പത്രമെടുത്തു വിടർത്തി. വടക്ക് ഭീകരർ നടത്തുന്ന കൂട്ടക്കൊലയുടെ ഞെട്ടിപ്പിക്കുന്ന റിപ്പോർട്ടാണ് മുൻപേജിൽ. മുപ്പത്തേഴ് മരണം. മരണമല്ല, കൊലപാതകം. കുടിലുകളിൽ ഉറങ്ങിക്കിടന്ന നിരപരാധികൾക്കുനേരെ വർഷിച്ച വെടിയുണ്ടകൾ വടക്കൻ മണ്ണിനെ രക്തംകൊണ്ട് നനയ്ക്കുന്നു. അവൾ പത്രം താഴെയിട്ടു. ഇതൊക്കെ എന്നും കേൾക്കുന്നതാണ്. കുറെ നാളായി ഇതു തുടങ്ങിയിട്ട്. ഇപ്പോൾ പത്രം നോക്കാൻതന്നെ പേടിയാണ്. മരണങ്ങളുടെ എണ്ണം കേട്ട് ഞെട്ടാൻ വേണ്ടി എന്തിനാണ് പത്രം വായിക്കുന്നത്? ഇപ്പോൾ സുവർണ്ണക്ഷേത്രങ്ങളിൽനിന്ന് കേൾക്കുന്നത് പ്രാർത്ഥനകളല്ല, വെടിയൊച്ചകളാണ്.

ടൈപ്പ് റൈറ്റിങ് മെഷീനുമുമ്പിൽ അവൾ തലയ്ക്കു കൈയും കൊടുത്ത് മുഖം കുനിച്ചിരുന്നു. അവളുടെ മനസ്സ് മുറുക്കം കൊള്ളുകയും പ്രക്ഷുബ്ധമായിത്തീരുകയും ചെയ്തു. പെട്ടെന്ന് അവൾ ഒരു തീരുമാനമെടുത്തു. ചേച്ചിയുടെ ശുപാർശകൊണ്ടു കിട്ടിയ ഈ ഉദ്യോഗം വേണ്ടാ. അതിൽ അന്തസ്സിനെ ബാധിക്കുന്ന എന്തോ രഹസ്യമുണ്ട്. അതിൽ അവിശുദ്ധമായ എന്തോ പ്രേരണയുണ്ട്.

അവൾ രാജിക്കത്ത് ടൈപ്പ് ചെയ്യാൻ തുടങ്ങി. എനിക്കൊരു ജോലി തന്നതിനു നന്ദിയുണ്ട്. ആ സന്മനസ്സിനു മുമ്പിൽ ഞാൻ കാണിക്കുന്നത് അവിവേകമാണെങ്കിൽ ക്ഷമിക്കണം. ഒരു കാരണവും കാണിക്കാനില്ല. ഞാൻ ജോലി രാജിവയ്ക്കുകയാണ്.

രാജിക്കത്ത് ടൈപ്പ് ചെയ്ത് പൂർത്തിയാക്കുന്നതിനുമുമ്പേ പുറത്തുനിന്ന് ബാലു അകത്തേക്കു കയറിവന്നു. മുഷിഞ്ഞ വേഷവും പാറിപ്പറക്കുന്ന ചെമ്പിച്ച മുടിയും ക്ഷീണം ബാധിച്ച കണ്ണുകളും എവിടെയൊക്കെയോ നടന്നലഞ്ഞതിന്റെ അടയാളങ്ങളായി തോന്നിപ്പിച്ചു. അടുത്തുവന്നിരുന്നു, വിളറിയ മന്ദസ്മിതത്തോടെ അയാൾ ഗീതയെ നോക്കി. നേർത്ത ഒരു വിഷാദച്ഛായ ഉണ്ടായിരുന്നു ആ മന്ദസ്മിതത്തിന്.

ഒരു നിമിഷം അവളുടെ മുഖത്തു നോക്കിയിരുന്നതിനുശേഷം ബാലു ചോദിച്ചു:

"എന്താ ഒരു മാതിരി മൂടിക്കെട്ടിയതുപോലെ."

ഒന്നും പറയാനില്ലാത്തതുകൊണ്ട് അവൾ വെറുതെ തലയനക്കി.

"വീട്ടിലേക്കെന്നും പറഞ്ഞല്ലേ ഞാൻ പോയത്?" വിഷാദം

മറയ്ക്കുന്ന ചിരിയോടെ അയാൾ ഗീതയുടെ നേരെ നോക്കി; "ഞാൻ ചെന്നപ്പോൾ അവിടെയുള്ളത് എന്റെ വീടല്ല. എനിക്കതു നഷ്ടപ്പെട്ടു. ഇനി ഈ ഭൂമിയിൽ എനിക്കൊരു വീടില്ല."

ഇത് ആദ്യം കണ്ട ആളല്ലെന്നു ഗീതയ്ക്കു തോന്നി. ഞാൻ ബാലുവെന്നു പറഞ്ഞ് അന്ന് സ്വയം പരിചയപ്പെടുത്തിയപ്പോൾ എല്ലാം തമാശയായിട്ടെടുക്കുന്ന ഒരാളാണെന്നു വിചാരിച്ചു. ഇപ്പോൾ അന്യാധീനമായിത്തീർന്ന സ്വന്തം വീടിനെക്കുറിച്ച് പറയുമ്പോൾ അയാളുടെ ഉള്ളിൽ എത്ര മറച്ചാലും മറയാത്ത വിഷാദമുണ്ട്.

ആറേഴുവർഷം എവിടെയൊക്കെയോ ചുറ്റിത്തിരിഞ്ഞ് എവിടെയും എത്താൻ കഴിയാതെ തിരിച്ചുവരുമ്പോൾ വീടിനെക്കുറിച്ചുള്ള ഓർമ്മയായിരുന്നു അയാൾക്ക് ആകെയുണ്ടായിരുന്ന സമ്പാദ്യം. ഒടുവിൽ ചുറ്റിത്തിരിഞ്ഞു വീട്ടിലെത്തിയപ്പോൾ അത് തന്റെ വീടല്ല.

ആ കഥ അയാൾ ഗീതയോടു പറഞ്ഞു. പറഞ്ഞുവന്നപ്പോൾ ആദ്യം കണ്ട നിരാശയും വിഷാദവുമൊന്നുമില്ല. വീണ്ടും ആ പഴയ നർമ്മബോധം വീണ്ടെടുക്കാൻ അയാൾ ശ്രമിക്കുന്നത് അവൾ കണ്ടു.

"സ്വാതന്ത്ര്യത്തെക്കുറിച്ചൊക്കെ ഞാൻ വളരെ ആവേശത്തോടെ മുമ്പ് വായിച്ചിരുന്നു. ഇപ്പോഴാണ് ഞാനതിന്റെ തനിമയറിയുന്നത്, സകല ബന്ധങ്ങളും അറ്റ് ഏകാകിയായി ഒരു മനുഷ്യന് ആകാവുന്നിടത്തോളം സ്വതന്ത്രനായപ്പോൾ."

അവൾ എല്ലാം വെറുതെ കേട്ടുനിന്നു.

പിന്നെ ആത്മനിന്ദയോടടുക്കുന്ന ഒരു ചിരിയോടെ അയാൾ പറഞ്ഞു:

"സ്വാതന്ത്ര്യത്തിന് ഇത്ര കമർപ്പുണ്ടെന്ന് ആരറിഞ്ഞു!"

കുറെ നേരത്തേക്ക് അവർക്കിടയിൽ മൗനത്തിന്റെ ഒരിടവേള ഉണ്ടായി.

പിന്നെ അയാൾ പറഞ്ഞു:

"അച്ഛൻ നിധിപോലെ സൂക്ഷിച്ചിരുന്ന പഴയ ഗ്രന്ഥങ്ങൾ നഷ്ടപ്പെട്ടതാണ് ഏറ്റവും വലിയ നഷ്ടം. അച്ഛന്റെ സമ്പത്തിൽ അതു മാത്രമേ ഞാനാഗ്രഹിച്ചിരുന്നുള്ളു."

അയാൾ വീണ്ടും സ്വന്തം ഹൃദയത്തിന്റെ വിഷാദങ്ങളിലേക്ക് മടങ്ങിപ്പോകുകയാണോ എന്ന് അവൾ സംശയിച്ചു. അവൾക്കെന്തു ചെയ്യാൻ കഴിയും? എന്തു പറഞ്ഞാണ് അവൾ അയാളെ സമാധാനിപ്പിക്കുന്നത്?

എല്ലാം തമാശയായിട്ടെടുക്കുന്ന ആളിന് ഇങ്ങനെ വിഷാദിയായി ത്തീരാൻ കഴിയുമെന്ന് ആരോർത്തു!

"ഓ സാരമില്ല." ബാലു സ്വയം പറഞ്ഞു; "വീടും പറമ്പും അച്ഛൻ നിധിപോലെ സൂക്ഷിച്ചിരുന്ന ഗ്രന്ഥങ്ങളുമല്ലേ നഷ്ടപ്പെട്ടുള്ളു! സാരമില്ല. ഓർമ്മകൾ ബാക്കിയുണ്ടല്ലോ."

ഒടുവിൽ എന്തെങ്കിലും പറഞ്ഞ് സമാധാനിപ്പിക്കണമല്ലോ എന്നോർ

ത്ത് ഗീത ചോദിച്ചു:

"ചേച്ചി എങ്ങോട്ടാണ് പോയതെന്നന്വേഷിച്ചോ? ഒരുപക്ഷേ, ചേച്ചി അതൊക്കെ സൂക്ഷിച്ചിട്ടുണ്ടെങ്കിലോ?"

ബാലു ചോദിച്ചു;

"ആരോടന്വേഷിക്കാൻ? വീട് വിറ്റയാൾ പഴയ പുസ്തകങ്ങൾ സൂക്ഷിക്കുമോ? ചേച്ചിക്കതിന്റെ വിലയറിയില്ല."

ജൂബയുടെ പോക്കറ്റിൽത്തപ്പി ഒരു ബീഡിയെടുത്തു കത്തിച്ചതിനു ശേഷം ബാലു പറഞ്ഞു;

"ബന്ധങ്ങൾക്കൊക്കെ ഇത്രയേ അർത്ഥമുള്ളു. ഓരോരുത്തർക്കും വലുത് അവരുടെ താല്പര്യങ്ങളാണ്. സ്വന്തം ലാഭം. ബന്ധങ്ങളൊക്കെ അതു കഴിഞ്ഞേയുള്ളൂ."

"എല്ലാവരും അങ്ങനെയാവണംന്നുണ്ടോ?"

"ആരാ അങ്ങനെയല്ലാത്തെ?"

ആ ചോദ്യത്തിനു മുമ്പിൽ അവൾ മൂകയായിപ്പോയി.

വെറുതെ തർക്കിച്ചതുകൊണ്ടായില്ല. സമർത്ഥിക്കാൻ കഴിയണം... അനുഭവങ്ങളുടെ വെളിച്ചത്തിൽ മനുഷ്യബന്ധങ്ങളെ പരിശോധിക്കുന്ന ഒരാളിന്റെ മുമ്പിലാണ് നില്ക്കുന്നത്.

"മനുഷ്യനോളം സ്വാർത്ഥതയുള്ള മറ്റൊരു ജന്തുവില്ല കുട്ടീ!" അനുഭവതീക്ഷ്ണതയുള്ള ഒരാളിന്റെ മട്ടിൽ ബാലു പറഞ്ഞു: "സ്നേഹബന്ധങ്ങളെക്കുറിച്ച് വളരെ ഭംഗിയായി വർത്തമാനം പറയും. സ്വന്തം കാര്യത്തോടടുക്കുമ്പോൾ അവന്റെയുള്ളിലെ വന്യമൃഗം പല്ലിളിക്കുകയും ചെയ്യും. തത്ത്വം പറയാൻ ആർക്കാ വിഷമം? താനൊരു ജ്ഞാനിയാണെന്ന് കണക്കാക്കാനുള്ള സന്ദർഭം ആരും നഷ്ടപ്പെടുത്തുന്നില്ല. പക്ഷേ, ഒരു ചെറിയ വിട്ടുവീഴ്ച, അങ്ങനെയൊരു സൗജന്യം കാണിക്കാൻ എത്രപേരുണ്ടാവും? ഞാനെന്റെ അനുജന്റെ കാവല്ക്കാരനോ എന്നു ചോദിച്ച ചേട്ടനെക്കുറിച്ച് കേട്ടിട്ടില്ലേ?"

മനുഷ്യന്റെ സ്വാർത്ഥതയെക്കുറിച്ചും മനുഷ്യബന്ധങ്ങളുടെ നിരർത്ഥകതയെക്കുറിച്ചും ബാലു പിന്നെയും എന്തൊക്കെയോ പറഞ്ഞു. അവൾക്കതൊന്നും മനസ്സിലായില്ല. എങ്കിലും മനുഷ്യബന്ധങ്ങളെക്കുറിച്ചുള്ള തന്റെ ധാരണകൾ പൊള്ളയാണെന്ന് അവൾക്കും തോന്നിത്തുടങ്ങി.

കുറെനേരം കാത്തിരുന്നിട്ടും കൃഷ്ണമോഹനെ കാണാത്തതുകൊണ്ട് ബാലു എഴുന്നേറ്റു

"ഞാൻ പിന്നെ വരാം."

അവൾ ചോദിച്ചു;

"ഇനിയെങ്ങോട്ടാ?"

"അങ്ങനെയൊന്നുമില്ല." ബാലു പറഞ്ഞു: "എങ്ങോട്ടെങ്കിലും.

എനിക്കു വീടല്ലേ നഷ്ടപ്പെട്ടിട്ടുള്ളൂ? എല്ലാവർക്കും വേണ്ടിയുള്ളതാണ് ഈ ഭൂമി. വഴിവക്കിലോ കടത്തിണ്ണയിലോ മരച്ചുവട്ടിലോ ശ്മശാനത്തിലോ ആയാലും എനിക്കുറക്കം വരും."

സഹതാപത്തോടെ തന്നെ നോക്കിനില്ക്കുന്ന ഗീതയുടെ വിവർണ്ണമായ മുഖം അയാൾ ശ്രദ്ധിച്ചു. അപ്പോൾ അയാൾക്ക് ചെറിയ ഒരു സംശയം തോന്നി. തന്നെയോർത്ത് ഈ പെൺകുട്ടി സഹതപിക്കുന്നുണ്ടോ?

എങ്കിൽ അതിന്റെ ആവശ്യമില്ലെന്നുള്ള മട്ടിൽ ബാലു പറഞ്ഞു:

''സ്വന്തപ്പെട്ടിട്ട് ആരുമില്ലെന്നോർത്ത് ഞാൻ ആത്മഹത്യ ചെയ്യാനൊന്നും പോകുന്നില്ല.... ലോകത്തുള്ളോർ മുഴുവൻ എന്നെ ഉപേക്ഷിച്ചാലും എനിക്കെന്നെ വേണം."

ആദ്യം കണ്ട വിഷാദഛായ ഇപ്പോൾ ആ മുഖത്തില്ല. ആത്മധൈര്യത്തിന്റെ ഒരു ദൃഢഭാവം അവൾ ആ കണ്ണുകളിൽ കണ്ടു.

അവളെ നോക്കി ഒരു മന്ദഹാസംകൊണ്ട് യാത്ര പറഞ്ഞ് അയാൾ ഇറങ്ങിപ്പോയി. അയാൾ പോകുന്നത് ശൂന്യമായ ദൃഷ്ടികളോടെ അവൾ നോക്കിനിന്നു. അയാൾ പോയിട്ടും അയാളുടെ സാന്നിദ്ധ്യം അവിടെയുണ്ടെന്ന് അവൾക്കു തോന്നി. ആ കൂസലില്ലായ്മ അവളെ ആകർഷിച്ചു. ബാലുവിന്റെ വാക്കുകൾ അവളുടെ മനസ്സിൽ പ്രതിദ്ധ്വനി ഉണ്ടാക്കി. ലോകത്തുള്ളോർ മുഴുവൻ എന്നെ ഉപേക്ഷിച്ചാലും എനിക്കെന്നെ വേണമെന്ന്!

ആ വാക്കുകളിൽ നിന്നുൾക്കൊണ്ട ആവേശത്തോടെ അവൾ അവളുടെ രാജിക്കത്ത് കുനുകുനെ കീറി ചവറ്റുകുട്ടയിലെറിഞ്ഞു. ഹൃദയദൗർബല്യത്തിന്റെ വിനാഴികകൾ മറികടന്നതിന്റെ സുഖം തോന്നി അവൾക്ക് അപ്പോൾ. താനെന്തിന് മറ്റുള്ളവരെയോർത്ത് മനസ്സ് വിഷമിപ്പിക്കുന്നു? ചേച്ചിക്കു ചേച്ചിയുടെ സ്വകാര്യങ്ങളും ഇഷ്ടാനിഷ്ടങ്ങളും ഉണ്ടായിരിക്കും. ചേച്ചി അത് മറ്റുള്ളവരിൽനിന്ന് മറച്ചുപിടിക്കുന്നു. ഉള്ളിന്റെയുള്ളിൽ എല്ലാവർക്കും രഹസ്യങ്ങളുണ്ട്. ആരും പുറമെ കാണും പോലെയല്ല.

കൃഷ്ണമോഹൻ വന്നപ്പോൾ അവൾ പറഞ്ഞു:

"കഴിഞ്ഞ ദിവസം ഒരാൾ വന്നില്ലേ? അയാൾ ഇന്നും വന്നിരുന്നു."

"ആരാ!?"

"ആ സ്നേഹിതൻ. ബാലൂന്ന് പേരൊള്ള...."

"എന്നിട്ട്?"

"കാത്തിരുന്നു മടുത്തപ്പോൾ പിന്നെ വരാമെന്നു പറഞ്ഞു പോയി."

കൃഷ്ണമോഹൻ മൂളി.

ഒൻപത്

ഒരുതരം അകല്ച്ചയോടുകൂടിയാണ് അന്നുവരെ ഗീത കൃഷ്ണമോഹനോടു പെരുമാറിയിരുന്നത്. അത് കൃഷ്ണമോഹനോടു മാത്രമല്ല, എല്ലാവരോടും അവൾ അങ്ങനെയായിരുന്നു. അടക്കമൊതുക്കത്തോടെ തന്റെ ജോലി ചെയ്യുന്നു. ആരോടെങ്കിലും സംസാരിക്കേണ്ടി വരുമ്പോൾ അത് കഴിയുന്നത്ര കുറച്ച്. ആരോടും അടുപ്പവുമില്ല, അകല്ച്ചയുമില്ല.

കൃഷ്ണമോഹനോട് ഉള്ളിന്റെയുള്ളിൽ അവൾക്ക് സംശയവും അതൃപ്തിയും ഉണ്ടായിരുന്നു. "സൂക്ഷിച്ചു പെരുമാറണം, മുൻശുണ്ഠിക്കാരനാണ്" എന്നൊക്കെ അവിടത്തെ കിഴവൻ അവളോടു പറഞ്ഞിട്ടുണ്ടായിരുന്നു. അതുമാത്രമല്ല അവൾക്ക് അവളുടെ വിലയിരുത്തലുകളും ഉണ്ടായിരുന്നു.

ഒരു കാരണവും കൂടാതെയല്ലേ ഓമനയെ പിരിച്ചയച്ചത്? ഒരു കാരണവും കൂടാതെ ഒരാളെ പിരിച്ചയയ്ക്കുമ്പോൾ ഒരു പാവപ്പെട്ട കുടുംബത്തിന്റെ ദുഃഖം പിരിച്ചയയ്ക്കുന്ന ആൾ അറിയുന്നില്ല. അതറിയാൻ ഹൃദയത്തിൽ അലിവുണ്ടായിട്ടു വേണ്ടേ?

മനസ്സലിവോ വീണ്ടുവിചാരമോ ഇല്ലാത്ത ഒരാളായിട്ടാണ് അവൾ കൃഷ്ണമോഹനെ കണ്ടത്. തനിക്കു ജോലി തന്നതിന്റെ പിന്നിൽ അയാൾക്ക് ഗൂഢമായ എന്തെങ്കിലും ഉദ്ദേശ്യം ഇല്ലേ?

ആ സംശയം മനസ്സിൽ കൊണ്ടു നടക്കുന്നതിനിടയ്ക്കാണ് തന്റെ ചേച്ചിയും അയാളും തമ്മിലുള്ള അടുപ്പം അവൾ കണ്ടുപിടിച്ചത്. അതോടെ അവളുടെ മനസ്സ് പ്രക്ഷുബ്ധമായിത്തീർന്നു.

ഇതൊക്കെയാണെങ്കിലും ഇടയ്ക്ക് അവൾ സ്വയം കുറ്റപ്പെടുത്താറുണ്ടായിരുന്നു. മറ്റൊരാൾ പറഞ്ഞതുകൊണ്ടോ അല്ലെങ്കിൽ ചേച്ചി ഒരു ദിവസം അയാളുടെ കാറിൽ സഞ്ചരിക്കുന്നതു കണ്ടതുകൊണ്ടോ മാത്രം

വിധിയെഴുതുന്നത് ശരിയാണോ? അതൊക്കെ യാദൃച്ഛികവും നിഷ്കളങ്കവുമായിക്കൂടെന്നുണ്ടോ? അല്ലെന്നു തർക്കിക്കുവാൻ വേറെ എന്തു തെളിവാണുള്ളത്?

അയാൾ തന്നോടു കാണിക്കുന്ന സ്നേഹവും അടുപ്പവും അവൾ മനസ്സിലാക്കുന്നുണ്ടായിരുന്നു. മറ്റ് ജോലിക്കാരോടു കാണിക്കുന്ന കാർക്കശ്യം അയാളൊരിക്കലും ഗീതയോടു കാണിച്ചിട്ടില്ല. വൈകിച്ചെന്നാലും നേരത്തേ പോയാലും ഗൗനിക്കാറില്ല. താൻ അങ്ങോട്ടു കാണിക്കുന്ന അകല്ച്ച അയാൾ തന്നോടു കാണിക്കുന്നില്ലെന്ന് അവൾക്കു തോന്നി.

അപ്പോഴും അവളുടെ മനസ്സ് സംശയഗ്രസ്തമായിരുന്നു. അയാൾ കാണിക്കുന്ന അടുപ്പവും സ്നേഹവും സംശയദൃഷ്ടിയോടെയാണ് അവൾ കണ്ടിരുന്നത്. തന്നോടുമാത്രം ഇത്ര അലിവും സ്നേഹവും കാണിക്കുന്നതിന്റെ രഹസ്യമെന്ത്?

കുറെ കഴിഞ്ഞപ്പോൾ അവൾക്കുതന്നെ തോന്നി ഇത്തരം സംശയങ്ങൾ മനസ്സിൽ കൊണ്ടു നടക്കുന്നത് ശരിയല്ലെന്ന്. അതൊടുവിൽ തന്റെ മനസ്സിനെത്തന്നെയല്ലേ ദുഷിപ്പിക്കുക? ഒരാൾ ഇങ്ങോട്ടു കാണിക്കുന്ന സ്നേഹവും വാത്സല്യവും കണ്ടില്ലെന്നു ഭാവിക്കുന്നത് അയാളുടെ മനസ്സിനെ ആക്ഷേപിക്കുന്നതിനു തുല്യമല്ലേ?

അത്തരം ചിന്തകളുമായി കുറെ ദിവസം കഴിഞ്ഞപ്പോൾ അവൾ അവളെത്തന്നെ കുറ്റപ്പെടുത്താൻ തുടങ്ങി. തനിക്കാണ് നന്ദിയും സ്നേഹവും ഇല്ലാത്തത്. സഹതാപം തോന്നി ഒരു ജോലി വിളിച്ചു തന്നതിന് ഇങ്ങനെയൊരു നിലപാടാണോ താൻ അദ്ദേഹത്തോടെടുക്കേണ്ടത്?

അവൾ സ്വയം ശാസിക്കുകയും കുറ്റപ്പെടുത്തുകയും ചെയ്തു. നന്ദിയില്ലാത്തവൾ. അഹങ്കാരി. ദുഷ്ട. വലിയ മനസ്സുള്ളവരെ മനസ്സിലാക്കാൻ കഴിയാത്തവൾ...

ഒരു വൈകുന്നേരം അവൾ പോകാൻ ഇറങ്ങിയപ്പോൾ കൃഷ്ണമോഹൻ പറഞ്ഞു:

“അത്യാവശ്യമായി ഒന്നുരണ്ടെഴുത്തുകൾ ടൈപ്പ് ചെയ്യാനുണ്ടായിരുന്നു. അത് തീർത്തിട്ടു പോയാൽ പോരേ ഗീതയ്ക്ക്?”

വൈകിച്ചെന്നാൽ അമ്മ വഴക്കുപറയും. അതോർത്ത് ഒന്നും മിണ്ടാതെ അവൾ ഒരു നിമിഷം നിന്നു.

അവളുടെ നില്പു കണ്ടപ്പോൾ കൃഷ്ണമോഹൻ പറഞ്ഞു:

‘‘അത്യാവശ്യമായതുകൊണ്ടാണ്. അല്ലെങ്കിൽ ഞാൻ പറയില്ലായിരുന്നു. ബുദ്ധിമുട്ടാണെങ്കിൽ വേണ്ടാ.”

ബാഗും കുടയും മേശപ്പുറത്തുവച്ചതിനുശേഷം അവൾ ടൈപ്പ്റൈറ്റിങ് മെഷിനിന്റെ മൂടി തുറന്നു. കമ്പനികൾക്കുള്ള ക്വട്ടേഷനുകളും മറുപടികളുമാണ്. എല്ലാം ചെയ്തുതീർന്നപ്പോൾ സന്ധ്യയായി. ഇനി എപ്പോൾ വീട്ടിൽ ചെല്ലുമെന്നായിരുന്നു അവളുടെ വേവലാതി.

ഇപ്പോൾത്തന്നെ അമ്മ പരിഭ്രമിച്ചിട്ടുണ്ടാവും, എന്താണിതുവരെ കാണാത്തതെന്നോർത്ത്. എന്നും ചെല്ലുന്ന നേരത്ത് കണ്ടില്ലെങ്കിൽ അമ്മ ഊരു വാരിപ്പിടിക്കും. ഇനി സിറ്റിബസ് കിട്ടി വീട്ടിലെത്തുന്നത് ഏതുനേരത്താണ്?

അതോർത്തുനില്ക്കുമ്പോൾ കൃഷ്ണമോഹൻ പറഞ്ഞു:

"ഗീത വിഷമിക്കണ്ടാ. ഞാൻ വീട്ടിൽക്കൊണ്ടാക്കാം."

വേണ്ടെന്നു പറഞ്ഞ് അവൾ ഒഴിഞ്ഞുമാറി.

ധൃതിയിൽ നടന്ന് ബസ്സ്റ്റാന്റിൽ ചെന്ന് ബസ് കാത്തുനിന്നു. സന്ധ്യമയങ്ങാൻ തുടങ്ങിയിരിക്കുന്നു. അധികനേരം കാത്തുനില്ക്കേണ്ടിവന്നില്ല. ഒരു ബസ് വന്നു. ചുറ്റിക്കറങ്ങിപ്പോകുന്ന ഒരു സർക്കുലർ ബസാണ്. അതിൽ കയറിയാൽ എട്ടൊൻപത് മിനിറ്റ് വൈകും വീട്ടിലെത്താൻ. സംശയിച്ചു നില്ക്കാനൊന്നും നേരമില്ല. നേർവഴിക്കുള്ള ബസ് വരാൻ ഇനിയും വൈകിയെങ്കിലോ? അവൾ ആ ബസിൽ കയറി. ബസിന്റെ ഒരരുകിൽ അന്തിച്ചുവപ്പ് പടർന്ന ആകാശച്ചരിവിലേക്കു നോക്കി അവളിരുന്നു. സന്ധ്യയുടെ ഇരുട്ടിൽ മെല്ലെമെല്ലെ ആ അന്തിച്ചുവപ്പ് മാഞ്ഞുപോകുന്നത് അവൾ കണ്ടു. വീടിനുമുമ്പിൽ ബസിറങ്ങുമ്പോൾ കിഴക്ക് നിലാവ് ഉദിച്ചുകഴിഞ്ഞു.

ചാരിയിട്ടിരിക്കുന്ന തകരംകൊണ്ടുള്ള ഗേറ്റ് തള്ളിത്തുറന്ന് വീട്ടിലേക്കു കയറിച്ചെന്നപ്പോൾ വസന്ത ദുർമ്മുഖം കാട്ടിനില്ക്കുന്നു ഉമ്മറത്ത്.

"എന്താത്ര വൈകിയെ? നേരം സന്ധ്യാവണത് കണ്ടുകൂടേ നിനക്ക്?"

അകത്തേക്കു കയറിപ്പോകുന്നതിനിടയിൽ ഗീത പറഞ്ഞു:

"കുറച്ചു ജോലിയുണ്ടായിരുന്നു. പാതിയാക്കി ഇട്ടേച്ചുപോരാനൊക്കോ?"

വസന്ത ചോദിച്ചു:

"സന്ധ്യയാവണതുവരെ എന്തു ജോലിയാ അവിടെ?"

വസന്തയുടെ സ്വരത്തിലെ നിന്ദയും പരിഹാസവും അവളുടെ ഹൃദയത്തിൽ കൊണ്ടു. അതിന്റെ നീറ്റലോടെ വാതില്ക്കൽ തിരിഞ്ഞുനിന്ന് ഗീത വസന്തയെ നോക്കി.

"ഞാൻ വൈകിയെന്നോർത്ത് ആരും പേടിക്കണ്ടാ. എന്നെ സൂക്ഷിക്കാൻ എനിക്കറിയാം."

അങ്ങനെ വിട്ടുകൊടുക്കാൻ വസന്തയും ഒരുക്കമായിരുന്നില്ല.

"വീട്ടിലിരിക്കുന്നോര് എന്തോർത്താ സമാധാനിക്കുന്നത്?"

"ഒന്നുമോർക്കണ്ടാ. വെറുതെ ഇരുന്നാൽ മതി."

"എന്നും വരണനേരം കഴിഞ്ഞിട്ടും കാണാത്തപ്പോൾ മനസ്സിന് സമാധാനം ഉണ്ടാവോ?"

"എന്തിനാ സമാധാനക്കേട്? ഏതായാലും എന്റെ കാര്യമോർത്ത് ആരും വിഷമിക്കണ്ടാ."

"സന്ധ്യകഴിഞ്ഞ് നഗരത്തിലൂടെ തിരിച്ചുപോരുന്നതേ.... ഒറ്റയ്ക്കു നടക്കാൻ പേടിക്കണം. മാനവും മര്യാദയും ഉള്ളോരല്ല എല്ലാവരും."

"കാറിൽ കൊണ്ടുവിടാമെന്ന് കൃഷ്ണമോഹൻ പറഞ്ഞതായിരുന്നു. ഞാനാ ഒഴിഞ്ഞുമാറീത്. വല്ലോരും കണ്ടാൽ എന്തു വിചാരിക്കും?"

ഒരടി കൊണ്ടതുപോലെയായി വസന്തയ്ക്ക്. പെട്ടെന്നു മുഖം വിളറി.

അതു മനസ്സിലാക്കിക്കൊണ്ട് അവൾ വെട്ടിത്തിരിഞ്ഞ് അകത്തേക്കു പോയി.

ചേച്ചിയും അനിയത്തിയും തമ്മിൽ മനസ്സുകൊണ്ടുള്ള ആ പോരിന് ദിവസം ചെല്ലുന്തോറും മൂർച്ച വർദ്ധിച്ചുകൊണ്ടിരുന്നു. മനസ്സുകൊണ്ട് അന്യോന്യം അകന്നുപോകുന്നത് അവർ രഹസ്യമാക്കിവച്ചു. അവർ അവരുടെ മൗനങ്ങളിൽ അവരുടെ മനസ്സിന്റെ പിരിമുറുക്കം ഒളിപ്പിച്ചു. മിണ്ടാതെ, നേരെ നോക്കാതെ അന്യരെപ്പോലെ കഴിഞ്ഞുകൂടുമ്പോൾ ഓരോ നിമിഷവും അവർക്കിടയിൽ ഉണ്ടാകുന്ന അകല്ച്ചയെക്കുറിച്ച് അവർക്കു ബോദ്ധ്യമുണ്ടായിരുന്നു. അതിന്റെ സങ്കടം പുറമേ കാണിക്കാതെ ഉള്ളിൽ ഒതുക്കിക്കൊണ്ടു നടക്കുന്നതിന്റെ വിങ്ങൽ നിശ്ശബ്ദമായി ഗീത അനുഭവിച്ചു.

മുമ്പൊക്കെ അമ്മയെക്കാൾ ഇഷ്ടം ചേച്ചിയോടായിരുന്നു ഗീതയ്ക്ക്. ചേച്ചി ഭർത്താവിനോടൊത്തു പോകുമ്പോൾ റെയിൽവേ സ്റ്റേഷനിൽവച്ച് അവൾ കരഞ്ഞു. അന്ന് അമ്മയ്ക്കുപോലും അത്ര സങ്കടമില്ലായിരുന്നു.

"നീ എന്തിനാ കരേണെ, അവൾക്കു പിന്നെ അവളുടെ ഭർത്താവിന്റെ കൂടെ പോകണ്ടേ" എന്നു ചോദിച്ച് അമ്മ ശാസിക്കുകയും ചെയ്തു.

ചേച്ചിയെ പിരിയുന്നതിനുള്ള സങ്കടമായിരുന്നു അവൾക്ക്.

തൊട്ടതിനും പിടിച്ചതിനും ഒക്കെ അമ്മ വസന്തയെ ശാസിക്കുമ്പോൾ ഗീത വസന്തയുടെ പക്ഷം പിടിക്കും:

"ഈ അമ്മയ്ക്കെന്താന്നുണ്ടോ? ഏതുനേരോം വഴക്കുതന്നെ! അമ്മയ്ക്കെല്ലാം അറിയാം, മക്കളെ സ്നേഹിക്കുന്നതൊഴിച്ച്."

അമ്മ ശുണ്ഠിയെടുത്തു:

"എന്നാൽ ഞാനിനി എവിട്യേങ്കിലും പോയി പഠിച്ചേച്ചു വരാം, മക്കളെ സ്നേഹിക്കാൻ! അല്ല പിന്നെ! തേനേ പാലേന്നു പറഞ്ഞിരിക്കുന്നതാണോ സ്നേഹം?"

അമ്മ അങ്ങനെയാണ്. ശാസിച്ചും ശകാരിച്ചും മാത്രമേ അമ്മയ്ക്കു സ്നേഹം പ്രകടിപ്പിക്കാനറിയൂ.

അതൊക്കെ പണ്ടത്തെ കഥയാണ്. ഇപ്പോൾ ഗീതയ്ക്കു തോന്നുന്നു, താനും ചേച്ചിയും നില്ക്കുന്നത് വളരെ അകലങ്ങളിലാണെന്ന്.

പിന്നെയും കുറെ ദിവസം കഴിഞ്ഞേ അമ്മ അത് കണ്ടുപിടിച്ചുള്ളു. എന്നിട്ടും സംഗതിയെന്താണെന്ന് അമ്മയ്ക്കു പിടികിട്ടിയില്ല.

ഒരു ദിവസം അമ്മ ചോദിച്ചു:

"എന്താടി മുഖം വീർപ്പിച്ചോണ്ട് നടക്കുന്നത്? കുറെ ദിവസായി ഞാൻ കാണുന്നു. നിങ്ങൾക്കൊക്കെ എന്തിന്റെ കേടാ?"

ഗീത മിണ്ടിയില്ല.

തന്നെ ശാസിക്കാനും ഗുണദോഷിക്കാനും ചേച്ചി മിനക്കെടേണ്ടെന്നായിരുന്നു ഗീതയുടെ മനോഭാവം. അതവൾ മുഖത്തുനോക്കിപ്പറയുകയും ചെയ്തു:

"ചേച്ചി ചേച്ചിയുടെ കാര്യം നോക്കിയാൽ മതി. എന്നെ ആരും ഉപദേശിക്കണ്ടാ. എന്റെ കാര്യം നോക്കാൻ എനിക്കറിയാം."

അനിയത്തിയുടെ ധാർഷ്ട്യം കണ്ട് വസന്ത അമ്പരന്നു.

പിന്നെ ഒരൊഴിവുദിവസം വീടിന്റെ മുൻവശത്ത് ഒരു കാറ് വന്നുനിന്ന ശബ്ദം കേട്ടു. അപ്പുറത്തെ രാഷ്ട്രീയക്കാരന്റെ വീട്ടിൽ ആരെങ്കിലും വന്നതായിരിക്കുമെന്നോർത്തു. പക്ഷേ, മുൻവശത്തെ തകരംകൊണ്ടുള്ള ഗേറ്റ് വലിച്ചുതുറക്കുന്നത് കേട്ടപ്പോൾ ഗീത ജനലഴികൾക്കു പിന്നിൽ നിന്നു നോക്കി. കൃഷ്ണമോഹൻ വീട്ടിലേക്കു വരുന്നതുകണ്ട അവൾ വിസ്മയിച്ചു. എന്താണാവോ ഈ നേരത്ത്?

അവളങ്ങനെ സംശയിച്ചു നില്ക്കുന്നതിനിടയിൽ വസന്ത അയാളെ എതിരേല്ക്കാൻ ഇറങ്ങിച്ചെന്നുകഴിഞ്ഞു.

അപ്പോൾ ഗീതയ്ക്കു സംശയം തോന്നി. കൃഷ്ണമോഹൻ വരുമെന്ന് ചേച്ചിക്കറിയാമായിരുന്നോ? ചേച്ചി ഇത്രയും നേരം അയാളെ കാത്തിരിക്കുകയായിരുന്നോ?

വസന്തയുടെ സന്തോഷം കണ്ടപ്പോൾ ഗീതയ്ക്കു സംശയം ഒന്നുകൂടി ബലപ്പെട്ടു. എങ്കിലും അത് പുറമേ കാണിക്കാൻ പാടില്ലല്ലോ. താൻ ജോലി ചെയ്യുന്ന സ്ഥാപനത്തിന്റെ ഉടമയല്ലേ വീട്ടിൽ അതിഥിയായി വന്നിരിക്കുന്നത്.

ഗീതയും ഉമ്മറത്തേക്കിറങ്ങിച്ചെന്നു.

അപ്പോൾ കൃഷ്ണമോഹൻ പറഞ്ഞു:

"നിങ്ങൾക്കാർക്കും ഇതുവരെ എന്നെ വീട്ടിലേക്കു ക്ഷണിക്കാൻ തോന്നിയില്ല. ഉവ്വോ? ഒടുക്കം ആരും ക്ഷണിക്കാതെതന്നെ ഞാൻ വന്നു. അതിൽ വല്ല ഇഷ്ടക്കേടുമുണ്ടോ?" വസന്ത അതിന് ചിരിച്ചുകൊണ്ട് മറുപടി പറഞ്ഞു;

"ഞങ്ങൾ പാവങ്ങളാ. നിങ്ങളെപ്പോലുള്ള വലിയ ആൾക്കാരെ ക്ഷണിക്കാനും സല്ക്കരിക്കാനും ഞങ്ങൾക്കു കഴിയ്യോ?"

"ഇഷ്ടമില്ലെങ്കിൽ അതു പറ." കൃഷ്ണമോഹൻ പറഞ്ഞു: "അല്ലാതെ മഹാപാപം പറയുന്നതെന്തിനാ?"

ആരും ക്ഷണിക്കാതെയാണോ കൃഷ്ണമോഹൻ വീട്ടിലേക്കു വന്നത്? ഗീതയുടെ മനസ്സിൽ സംശയത്തിന്റെ ഒരു മുള്ളുകൊണ്ടു. വസന്തചേച്ചി ക്ഷണിച്ചിട്ടല്ലേ കൃഷ്ണമോഹൻ വന്നത്?

വസന്തയുടെ ഉത്സാഹവും സന്തോഷവും കണ്ടപ്പോൾ ഗീതയ്ക്ക് ആ സംശയം ഉറപ്പായിത്തീർന്നു.

കൃഷ്ണമോഹനെ സല്ക്കരിക്കാൻ വസന്ത കാണിക്കുന്ന

ഉത്സാഹവും ഒരുതരം നിസ്സംഗതയോടെ ഗീത സൂക്ഷിച്ചു. നിമിഷങ്ങൾക്കുള്ളിൽ കാപ്പി ഉണ്ടാക്കിക്കഴിഞ്ഞു. അല്ലെങ്കിൽ അടുക്കളയിൽ കയറാൻ മടിക്കുന്ന ആളാണ്.

ഗീത സൂത്രത്തിൽ തൊട്ടും പിടിച്ചും നിന്നതേ ഉള്ളു. താല്പര്യക്കുറവ് തോന്നിപ്പിക്കാതെ.

"ഇത്രയും വലിയ സല്ക്കാരം ഞാൻ പ്രതീക്ഷിച്ചില്ല." കൃഷ്ണമോഹൻ തമാശ കലർത്തിപ്പറഞ്ഞു: "എന്നെയെന്താ അതിഥിയായിട്ടാണോ കണക്കാക്കിയത്?"

അമ്മയാണ് അതിന് മറുപടി പറഞ്ഞത്.

"ഞങ്ങൾ പാവങ്ങൾ എന്തു സല്ക്കരിക്കാനാ? നിങ്ങളുടെയൊക്കെ സഹായംകൊണ്ട്..."

എന്തെങ്കിലും കഴിച്ചെന്നു വരുത്താൻവേണ്ടി കൃഷ്ണമോഹൻ പലഹാരത്തിന്റെ ഒരു കഷണമെടുത്തു കടിച്ചു.

അപ്പോൾ കൃഷ്ണമോഹന്റെ അടുത്തേക്കു ചേർന്നുനിന്ന് വസന്ത പറഞ്ഞു;

"ഇഷ്ടായില്ലെങ്കിലും ഇതു മുഴുവൻ തിന്നണം. തരുന്നവരുടെ സന്തോഷത്തിന്."

കൃഷ്ണമോഹൻ ചോദിച്ചു:

"ആരു പറഞ്ഞു ഇഷ്ടായില്ലെന്ന്? ഞാനൊരു സ്നേഹിതന്റെ പാർട്ടി കഴിഞ്ഞു വരുന്ന വഴിയാ. അല്ലെങ്കിൽ തീറ്റയുടെ കാര്യത്തിൽ എനിക്കുള്ള സാമർത്ഥ്യം ഞാൻ കാണിച്ചേനേ."

ഒഴിഞ്ഞുമാറി നില്ക്കുന്ന ഗീതയെ നോക്കി കൃഷ്ണമോഹൻ ചോദിച്ചു:

"ഗീതയെന്താ മിണ്ടാത്തെ?"

വിളറിയ ഒരു ചിരികൊണ്ട് അവൾ ആ ചോദ്യം നേരിട്ടു. പിന്നെ അവൾ മനസ്സിലോർത്തു. ചേച്ചി കിടന്നു ചുറ്റിപ്പിണയുന്നതിനിടയ്ക്ക് ഞാനും കൂടി എന്തിന്?

അമ്മ വീട്ടിലെ കഷ്ടപ്പാടും ദുരിതവും പറയാൻ തുടങ്ങിയപ്പോൾ വസന്ത ഇടങ്കോലിട്ടു;

"ഇതാ അമ്മേടെ സ്വഭാവം. ആരെക്കിട്ടിയാലും ഉടനെ തുടങ്ങിക്കോളും പഞ്ഞം പറച്ചില്!"

അപ്പോൾ അമ്മ അവളുടെ നേരെ തിരിഞ്ഞു: "ഉം, നിനക്ക് കുറച്ചിലായിപ്പോയോ? കൊച്ചുതമ്പുരാട്ടി ചമഞ്ഞുനടക്കണ നിനക്കൊക്കെ അറിയോ ഇവിടെ എങ്ങന്യാ കഴ്യണേന്ന്?"

കൃഷ്ണമോഹനെ യാത്രയാക്കാൻ വസന്ത കാറിനടുത്തോളം ചെന്നു.

അയാൾ പോയിക്കഴിഞ്ഞപ്പോൾ തൊട്ട് വസന്ത വീണ്ടും പഴയപോലെയായി. വരിഞ്ഞു കെട്ടിയ ഗൗരവം.

വസന്തയോടുള്ള എതിർപ്പ് ഗീതയുടെ മനസ്സിൽ ഗർവ്വായി രൂപം

കൊണ്ടു. അവൾ അവളുടെ ഹൃദയത്തിൽ പറഞ്ഞു: 'ചേച്ചിയുടെ വിചാരം ചേച്ചിക്കു മാത്രമേ ബുദ്ധിയുള്ളെന്നായിരിക്കും.'

പിന്നെ ഒരുദിവസം ഗീത വൈകിവന്നപ്പോൾ അവൾ കേൾക്കെ ആരോടെന്നില്ലാതെ വസന്ത പറഞ്ഞു:

"ഇപ്പോ സന്ധ്യ ഇരുട്ടുമ്പോഴെങ്കിലും വരും. ഇനി കുറെയങ്ങു ചെല്ലുമ്പോൾ പാതിരാത്രിയാവ്വായിരിക്കും. ആരാ ചോദിക്കാൻ? പേടിക്കാനാരെങ്കിലുമുണ്ടെങ്കിലല്ലേ?"

ഒളിയമ്പൊന്നും എന്നോടു വേണ്ടെന്ന അർത്ഥത്തിൽ ഗീത വെട്ടിത്തിരിഞ്ഞു നിന്നു.

"അതിനിപ്പോൾ ആർക്കാ സങ്കടം?"

വസന്ത അത്രയും പ്രതീക്ഷിച്ചില്ല.

ഏതായാലും ഓങ്ങി, ഇനി ബാക്കി വച്ചേക്കണ്ടെന്നോർത്ത് ഗീത മനസ്സിലുള്ളതു മുഴുവൻ പുറത്തെടുത്തു:

"മറ്റുള്ളോരൊക്കെ എവിടെയാ പോണേന്ന് എനിക്കറിയാം. വൈകി വരുന്നതിന്റെ രഹസ്യോം എനിക്കറിയാം."

അതു കേട്ടപ്പോൾ വസന്തയ്ക്കരിശം വന്നു.

"മറ്റുള്ളോര് എവിടെയാ പോണേന്ന് അന്വേഷിക്കലാണോ നിന്റെ ഉദ്യോഗം?"

"അത് പറഞ്ഞപ്പോൾ ഉള്ളിൽക്കൊണ്ടു."

"കുറെ നാളായി ഞാൻ കേൾക്കുന്നു, മുള്ളും മൊനേം വച്ചുള്ള വർത്തമാനം! ഞാനെവിടെയാ പോണേന്ന് നീ അന്വേഷിക്കണ്ടാ."

"എന്തിനാ ഇത്ര വെപ്രാളം? ഇതൊന്നും ആരുമറിയുന്നില്ലെന്നാണോ വിചാരം? നോക്കിക്കോ, ഈ പോക്ക് ഞാൻ നിർത്തും."

"നീയോ?"

"എന്താ സംശയം? അതിനുള്ള വഴി ഞാൻ കണ്ടിട്ടുണ്ട്."

"നീ എന്തു വഴി കണ്ടിട്ടുണ്ടെന്നാടീ?"

"അതു ഞാൻ കാണിച്ചു തരാം."

"നിനക്കെന്താ ഭ്രാന്തുണ്ടോ?"

"ഇവിടെയാർക്കും ഇപ്പോൾ ഭ്രാന്തില്ല. ഇനി ആരെങ്കിലും ഭ്രാന്ത് പിടിപ്പിക്കാതിരുന്നാൽ ഭാഗ്യം. ചിലരങ്ങോട്ട് ഒരുങ്ങിപ്പുറപ്പെട്ടാൽ ആർക്കാ ഭ്രാന്തുപിടിക്കാത്തെ?"

നേർക്കുനേർ ഓങ്ങിയ രണ്ട് വാളുകൾപോലെ അവരുടെ നോട്ടങ്ങൾ കൂട്ടിമുട്ടി.

പത്ത്

താൻ ഇവിടെ ഇങ്ങനെ കഴിയുന്നതുകൊണ്ടുള്ള എതിർപ്പായിരിക്കും അനുജത്തിക്കെന്നാണ് വസന്ത ആദ്യമൊക്കെ വിചാരിച്ചത്. പിന്നീട് മനസ്സിലായി, അതല്ല. തന്റെ രഹസ്യങ്ങൾ കള്ളത്താക്കോലിട്ടു തുറക്കാനാണ് അവൾ ശ്രമിക്കുന്നത്. അല്ലെങ്കിൽ അവൾ മുഖത്തു നോക്കി ചോദിക്കുമായിരുന്നോ എന്തിനാണ് ഈ ഒളിച്ചുകളിയെന്ന്!

ഓർത്തുനോക്കുമ്പോൾ തന്റെ നില കൂടുതൽ പരുങ്ങലിലാണെന്നു ബോദ്ധ്യമായതുകൊണ്ട് വസന്ത സങ്കടം ഒതുക്കിപ്പിടിച്ച് അകത്തുചെന്നു കിടന്നു. അള്ളിപ്പിടിക്കാൻ ശ്രമിക്കുന്നിടത്തുനിന്നൊക്കെ പിടിവിട്ടുപോവുന്ന ഒരു തോന്നലായിരുന്നു അവൾക്ക്. അനുജത്തി മാത്രമല്ല, ഇതൊക്കെ മനസ്സിൽ വച്ചുകൊണ്ടല്ലേ അമ്മയും ഓരോന്നു പറയുന്നത്? ഓരോ വാക്കും അവളുടെ ഹൃദയത്തിൽ ഓരോ മുറിവുണ്ടാക്കുന്നു.

അതിന്റെ നീറ്റലിൽ അവൾ കരഞ്ഞു. മറ്റുള്ളവരൊക്കെ തന്നെ കാണുന്നത് എന്തോ വലിയ ഒരപരാധം ചെയ്ത മട്ടിലാണെന്ന് അവൾക്കറിയാമായിരുന്നു. തന്റെ സങ്കടം പറഞ്ഞാൽ ആർക്കും മനസ്സിലാവില്ല.

അകത്തു കട്ടിലിൽ കമിഴ്ന്നുകിടന്ന് ഏങ്ങലടിക്കുമ്പോൾ വാതില്ക്കൽ ആരുടെയോ കാലൊച്ച കേട്ടു. ആരായിരിക്കും? അമ്മയോ അനിയത്തിയോ? ആരാണെന്നു നോക്കാൻ കൂട്ടാക്കാതെ വസന്ത ആ കിടപ്പ് കിടന്നു.

അമ്മുക്കുട്ടിയമ്മ അപ്പുറത്തുചെന്ന് ഗീതയോടു ചോദിച്ചു:

“നീയെന്തു പറഞ്ഞിട്ടാടീ അവൾ കരേണത്?”

അവൾ അത് കേൾക്കാത്തമട്ടിൽ തുണികൾ അടുക്കിവയ്ക്കുന്ന ജോലി തുടർന്നു.

ഗീത പറഞ്ഞു:

"ആ എനിക്കെങ്ങനെ അറിയാം. കരയുന്ന ആളിനോടു ചെന്നു ചോദിക്ക്."

"നിനക്ക് പറഞ്ഞാലെന്താ?"

"എന്തെങ്കിലും സങ്കടമുണ്ടായിട്ടായിരിക്കും. സാധാരണ ആളുകൾ കരയുന്നത് അങ്ങനെയാണെന്നാ കേൾവി."

"അല്ലാതെ നിനക്കൊന്നും അറിഞ്ഞുകൂടെന്നാണോ?"

"ഇതു നല്ല കൂത്ത്! ആരെങ്കിലും കരയുന്നതിന്റെ കാരണങ്ങളൊക്കെ എഴുതി ഏല്പിച്ചിരിക്കുന്നത് എന്നെയാണോ?"

"ഒരു കാരണവുമില്ലെങ്കീ പിന്നെ അവളെന്തിനാ കരയുന്നെ?"

"അതു ഞാനെങ്ങനെ അറിയും? എനിക്കു മറ്റുള്ളോരുടെ അകം കാണാനുള്ള കണ്ണില്ല."

"കൊറെ കൂടിപ്പോകുന്നുണ്ട് നിനക്ക്. ഞാനെന്താ പൊട്ടിയാണെന്നാണോ നിന്റെയൊക്കെ വിചാരം?"

"അമ്മയെന്തിനാ എന്റെ നേരെ ചാടുന്നേ?"

"അതോ? സഹിച്ചു സഹിച്ചു മടുത്തിട്ട്."

അമർഷം സങ്കടമാക്കിക്കൊണ്ട് അമ്മ വന്നിടത്തേക്കു മടങ്ങിപ്പോയി.

ജനലഴികളിൽ പിടിച്ച് പുറത്തേക്കു നോക്കിനില്ക്കുമ്പോൾ ഗീത ഓർത്തു:

ചേച്ചിയുടെ വിചാരം ചേച്ചിയോട് ഇഷ്ടമില്ലാഞ്ഞിട്ടാണെന്നായിരിക്കും.

സ്നേഹമില്ലെങ്കിൽ ചേച്ചിയെ ഓർത്ത് താനിത്രമാത്രം സങ്കടപ്പെടുമോ?

തന്റെ ഗർവ്വിന്റെയും പാരുഷ്യത്തിന്റെയും അടിയിൽ ചേച്ചിയോടുള്ള സ്നേഹം അവൾ തിരിച്ചറിഞ്ഞു.

ചേച്ചി വഴിതെറ്റിപ്പോകുന്നതിലുള്ള സങ്കടമായിരുന്നു യഥാർത്ഥത്തിൽ ഗീതയുടെ മനസ്സിനെ അലട്ടുകയും ഇളക്കിമറിക്കുകയും ചെയ്തത്.

ഭർത്തൃമതിയായ സ്ത്രീ ഒരന്യപുരുഷന്റെ നിഴലിൽ നടക്കുന്നത് ശരിയാണോ? മറ്റുള്ളവർ അറിയുമ്പോൾ എന്തു വിചാരിക്കും? അന്യരാരെങ്കിലും അറിയുകയാണെങ്കിൽ കുടുംബത്തിനു മുഴുവൻ ചീത്തപ്പേരല്ലേ?

അതുമാത്രമാണോ? ആരുമറിഞ്ഞില്ലെങ്കിൽ തന്നെയും അങ്ങനെ ഒരു രഹസ്യബന്ധം ചേച്ചി തുടർന്നുകൊണ്ടുപോകുന്നത് നല്ലതല്ല. ആത്മീയമായ ഒരു കളങ്കമല്ലേ അത്?

അമ്മയോ ചേച്ചിയുടെ ഭർത്താവോ ഇതറിഞ്ഞാൽ എന്തായിരിക്കും അതിന്റെ അനന്തരഫലമെന്നോർത്ത് അവളുടെ ഉള്ളു കിടുങ്ങി.

ചേച്ചിയെ ആ അവിശുദ്ധബന്ധത്തിൽനിന്നു വിടർത്തിയെടുക്കാൻ എന്താണ് വഴി?

അമ്മയോടു പറഞ്ഞാലോ രഹസ്യമായിട്ട്? പിന്നെ അവൾക്കു തോന്നി അതു വേണ്ടെന്ന്. അതു കൂടുതൽ കുഴപ്പമുണ്ടാക്കും. അമ്മയുടെ സ്വഭാവം അങ്ങനെയാണ്. വരുംവരായ്കകളെക്കുറിച്ചോർക്കാതെ കിടന്നു കലിതുള്ളും.

ചേച്ചിയുടെ ഭർത്താവിനുതന്നെ എഴുതിയാലോ വരാൻ പറഞ്ഞ്?

ചേച്ചിയും ഭർത്താവും തമ്മിൽ പിണങ്ങിപ്പിരിഞ്ഞത് എന്തു കാരണം കൊണ്ടാണെന്നറിയാതെ അങ്ങനെ എഴുതുന്നതുകൊണ്ട് പ്രയോജനമുണ്ടോ?

ചിലപ്പോൾ അതു കൂടുതൽ കുഴപ്പമുണ്ടാക്കിയേക്കും. ചേച്ചി അറിയുമ്പോൾ ക്ഷോഭിച്ചെങ്കിലോ?

മനസ്സിൽ ഒരു മുൾക്കാട് ചുമന്നുകൊണ്ടു നടക്കുന്നതുപോലെ ഗീതയ്ക്കു തോന്നി. അനങ്ങിയാൽ മുള്ള് കൊള്ളും. എങ്കിലും എത്രനാൾ ഒരു മുൾക്കാട് ഹൃദയത്തിൽ ചുമന്നുകൊണ്ടു നടക്കും?

ഉള്ളിൽ എന്തൊക്കെയോ ഒതുക്കിപ്പിടിച്ചുകൊണ്ടുള്ള അനിയത്തിയുടെ നടപ്പുകണ്ടപ്പോൾ വസന്ത ഒരുദിവസം അവളെ വിളിച്ചു നിർത്തി.

"നീയെന്തിനാ ഇങ്ങനെ മൂടിക്കെട്ടിക്കൊണ്ടു നടക്കുന്നെ? നിന്റെ മനസ്സിലെന്താണെന്നു വച്ചാൽ അതു തുറന്നു പറ."

ഗീത ഒന്നും മിണ്ടാതെ മുഖം കുനിച്ചുനിന്നു.

വസന്ത അവളുടെ ഉള്ള് തുറന്നു കാണിക്കാൻ ശ്രമിക്കുംപോലെ പറഞ്ഞു;

"നീ എന്തോ തെറ്റിദ്ധരിച്ചിട്ടുണ്ടെന്നാണ് എന്റെ സംശയം. എന്താണെന്നു പറഞ്ഞാലല്ലേ അതു തീർക്കാൻ കഴിയൂ? എന്തെങ്കിലും മനസ്സിൽ കുഴിച്ചിട്ടിട്ട് വെറുതെ മനസ്സ് ചീത്തയാക്കണ്ടാ."

എന്നിട്ടും ഗീത മിണ്ടിയില്ല. ഞാനൊന്നും എന്റെ മനസ്സിൽ ഒളിക്കുന്നില്ല എന്ന ഭാവത്തിൽ നിന്നു.

പിന്നെ വസന്ത തന്നെ പറഞ്ഞു:

"എന്നെയും കൃഷ്ണമോഹനെയും ബന്ധപ്പെടുത്തിയായിരിക്കും നിന്റെ സംശയം. ഞാനതൂഹിച്ചു. വെറുതെയല്ല, നിന്റെ മനോഭാവം അങ്ങനെയായിരുന്നു. വളരെ നാളത്തെ പരിചയമുള്ള ഒരാളോടു കാണിക്കുന്ന സ്നേഹത്തിന് ഇങ്ങനെ ഒരു ദുർവ്യാഖ്യാനം ഞാൻ പ്രതീക്ഷിച്ചില്ല."

അപ്പോൾ ഗീത പറഞ്ഞു:

"ദുർവ്യാഖ്യാനങ്ങളുടെ കാര്യമിരിക്കട്ടെ. ചേച്ചിക്ക് ചേച്ചിയുടെ ഹൃദയത്തിൽ തൊട്ടു സത്യം ചെയ്യാവോ?"

"നിനക്കും എന്നെ വിശ്വാസമില്ലല്ലേ?" വസന്ത ചോദിച്ചു: "അല്ലെങ്കിൽ എന്റെ അനിയത്തി അങ്ങനെ പറയില്ല. അപ്പോൾ എനിക്കു മനസ്സിലായി. എന്റെ ഹൃദയവും എന്റെ സത്യവുമൊക്കെ നീ അവിശ്വസിക്കും."

ഗീത മിണ്ടാതെ മുഖംതാഴ്ത്തി നിന്നു.

വസന്ത അവളുടെ നേരെ നോക്കി.

“എന്നെ വിചാരണ ചെയ്യാൻ മാത്രം വളർന്നെന്നല്ലേ നിന്റെ വിചാരം? പക്ഷേ, ഒരല്പം ദയ കാട്ടിക്കൂടേ എന്നോട്? എന്നെ മനസ്സിലാക്കാൻ. ഒരു സംശയം ചോദിച്ചോട്ടെ, ഒരു സ്ത്രീക്കു രണ്ടാളെ സ്നേഹിക്കാൻ കഴിയ്യോ?”

അപ്പോൾ ഗീതയ്ക്കൊരു ചോദ്യം ഉരുത്തിരിഞ്ഞുകിട്ടി മനസ്സിൽ.

“രണ്ടാളെന്നുവച്ചാൽ ആരൊക്കെ? ഭർത്താവിനെയും കാമുക നെയും? അതാണോ ഉദ്ദേശിച്ചത്?”

വസന്തയ്ക്ക് അരിശം വന്നു. ഈ പെണ്ണിന് തന്റെ മുഖത്തുനോക്കി ഇങ്ങനെയൊക്കെ പറയാൻ കഴിയുന്നല്ലോ, യാതൊരശിടുമില്ലാതെ.

വസന്ത പറഞ്ഞു:

“എനിക്കു ഭർത്താവേ ഒള്ളൂ, കാമുകനില്ല.”

മനസ്സിൽ പണ്ടേ കരുതിവച്ചിരുന്ന ചോദ്യം ഗീത പുറത്തെടുത്തു.

‘എങ്കിൽപ്പിന്നെ ചേച്ചി ചേട്ടന്റെ അടുത്തേക്കു പോകാത്തതെന്താ?”

“അതെനിക്കും ചോദിക്കാൻ മേലേ? ചേട്ടനെന്താ ഇങ്ങോട്ടു വന്നാല്?”

“ചേച്ചി സ്വന്തം ഇഷ്ടത്തിനു പോന്നതല്ലേ?”

“അതു നിനക്കെങ്ങനെ അറിയാം?”

“അതറിയാൻ അത്ര ബുദ്ധിവൈഭവമൊന്നും വേണ്ടാ. ഊഹിക്കാവു ന്നതേയുള്ളു, ആർക്കും.”

“മിക്കപ്പോഴും ഇതാണ് സംഭവിക്കുന്നത്. ഒരാളെ കഴുമരത്തിനെറി ഞ്ഞുകൊടുക്കുമ്പോൾ അയാൾ എന്തനുഭവിച്ചിട്ടുണ്ടെന്ന് ആരും അന്വേഷിക്കുന്നില്ല.”

“ചേച്ചിക്കൊന്നു തോറ്റുകൊടുത്തെന്നോർത്തെന്താ ഇത്ര കുറച്ചില്? അത്രമേൽ സ്നേഹിക്കുന്ന ഒരാളുടെ മുമ്പിൽ?”

“സ്നേഹത്തിന്റെ കാര്യമൊന്നും പറയണ്ടാ. അതൊക്കെ എനിക്കല്ലേ അറിയൂ. എന്നെ സംശയിക്കുകയും കുറ്റപ്പെടുത്തുകയും ചെയ്യുന്നോർക്ക് എന്റെ സങ്കടങ്ങൾ അറിയണ്ടല്ലോ. പുറത്തുനിന്നുകണ്ട ജീവിതത്തെ ക്കുറിച്ചല്ലേ നീ തത്ത്വം പറയുന്നത്? അതിനകത്തുകിടന്നു സഹിക്കു മ്പോ....”

“ചേച്ചിക്കെന്താ ഇത്രയേറെ സങ്കടം?”

“ഒരാളുടെ സങ്കടം മറ്റൊരാൾക്കു മനസ്സിലാവില്ല. നീ പറഞ്ഞല്ലോ സ്നേഹമുള്ള ആളെന്ന്! അത്ര സ്നേഹമുള്ള ആൾക്ക് ഒന്നു വന്നെ ന്നോർത്തെന്താ? ഞാൻ തെറ്റ് ചെയ്തെങ്കിൽ എന്നോടു ക്ഷമിക്കാൻ മേലേ? അല്ലെങ്കി കുറ്റപ്പെടുത്താൻ മേലേ?”

“ചേട്ടനും കാണും വാശി.”

“വാശിയല്ല, ദുർവ്വാശി. എന്നെ തോല്പിക്കണമെന്ന്. ഞാൻ ചെന്ന്

കാല്ക്കൽ വീഴണമെന്ന്. എന്റെ തോല്വിയിലാണോ സുരേട്ടന്റെ വിജയമിരിക്കുന്നെ?"

"ചേട്ടന്റെ അടുത്തേക്കു പോകുന്നേന് ചേച്ചിയെന്തിനാ അങ്ങ നെയൊക്കെ ചിന്തിക്കുന്നെ?"

"ഞാൻ പോകാത്തേന്റെ വിഷമമാണല്ലേ നിനക്ക്? എന്നാൽ അതങ്ങു നേരേ പറയാൻ മേലേ കാടെളക്കാതെ!"

"ഞാൻ കാടെളക്കാനും കടലെളക്കാനും വരുന്നില്ല. സ്വന്തം വില കളയാതെ നോക്കേണ്ടത് വേറെ ആരുമല്ല, അവനവൻതന്നെയാണ്. ഞാനിതു പറഞ്ഞേന് എന്നോടൊന്നും തോന്നണ്ടാ."

പിന്നെ ചേച്ചിയുടെ കാര്യത്തിൽ താനെന്തിന് ഇത്ര ഉൽക്കണ്ഠ കാണിക്കുന്നുവെന്ന് ഗീതയ്ക്കു തോന്നി. ചേച്ചി ചെയ്യുന്നതിന്റെ നല്ലതും ചീത്തയുമൊക്കെ ചേച്ചിക്ക്.

ബാലു പറഞ്ഞത് ഗീത ഓർത്തു. മനുഷ്യബന്ധങ്ങൾക്കു ബലം കുറവാണ്. എളുപ്പം പൊട്ടിപ്പോകും. അതോർത്തു വ്യസനിക്കണ്ടാ. ഓരോരുത്തർക്കും വലുത് അവരുടെ ജീവിതമാണ്. സ്വന്തം ഇഷ്ടാനി ഷ്ടങ്ങളാണ്.

എല്ലാ ബന്ധങ്ങളും അറ്റുപോയിട്ടും ബാലു വ്യസനിക്കുന്നില്ല. ലോക ത്തുള്ളോരു മുഴുവൻ തന്നെ ഉപേക്ഷിച്ചാലും തനിക്ക് തന്നെ വേണമെന്നു പറഞ്ഞ് സ്വന്തം ദുഃഖങ്ങൾ അയാൾ കാട്ടിൽ കളഞ്ഞു.

ബാലുവിനെ പിന്നെ കണ്ടില്ല. എവിടെ പോയെന്നുണ്ടോ ആള്? എവിടെയൊക്കെയോ ചുറ്റിത്തിരിഞ്ഞ് തിരിച്ചുവന്നതായിരുന്നു. വീടിനെക്കുറിച്ചുള്ള ഓർമ്മകളോടെ.

വീട് നഷ്ടപ്പെട്ടെന്നറിഞ്ഞപ്പോൾ അയാൾ ആ നഷ്ടത്തിൽ ചിരിക്കാൻ ശ്രമിച്ചു.

"ഒരു പഴയ ചെറിയ വീട് പോയെങ്കിലെന്ത്? അനന്തമായ ഈ ഭൂമിയും ആകാശവും എനിക്കു സ്വന്തം."

മഴക്കാലത്തെ മൂടിക്കെട്ടിയ ഒരു സന്ധ്യക്കു തുല്യമായിരുന്നു അന്ന് വീട്ടിലെ അന്തരീക്ഷം. ആരും ആരോടും മിണ്ടുന്നില്ല. അമ്മ മാത്രം എന്തൊക്കെയോ പൊറുപൊറുത്തുകൊണ്ടു നടന്നു. അരിശവും സങ്കടവും നിരാശയുമൊക്കെ അമ്മ എണ്ണിപ്പെറുക്കുന്നു.

അപ്പോഴാണ് ശോഭ വന്നത്. അങ്ങനത്തെ ഒരുദിവസം ശോഭ വര ണ്ടായിരുന്നെന്ന് ഗീത വിചാരിച്ചു. ആളുകൾ ഇങ്ങനെ മൂടിക്കെട്ടിക്കൊണ്ടു നടക്കുന്നതെന്താണെന്ന് അവൾ സംശയിച്ചാലോ? അല്ലെങ്കിൽ പതിവിനു വിപരീതമായി എല്ലാവരും മൗനം പാലിക്കുന്നതെന്താണെന്ന് അവൾ സംശയിച്ചാലോ? താൻ വന്നതിലുള്ള ഇഷ്ടക്കേടാണെന്നു വിചാരിച്ചാലോ?

അവൾ അങ്ങനെയൊന്നും ചിന്തിച്ചില്ല. അവൾ മറ്റൊരു പ്രശ്നവുമാ

യിട്ടാണ് വന്നത്. അവളും സതീശനും തമ്മിൽ സ്നേഹമാണെന്ന് അവളുടെ അപ്പാവ് അറിഞ്ഞിരിക്കുന്നു. എന്നിട്ട് അവളോട് ഒന്നും ചോദിച്ചില്ല. നിസ്സഹായമായ ആ മനസ്സിന്റെ സങ്കടം അവൾ കേട്ടു, ഇന്നലെ സന്ധ്യയ്ക്ക്.

"മക്കൾക്കന്നം കൊടുക്കാൻ നിവൃത്തിയില്ലാത്ത ഞാനെങ്ങനെ അവർക്കു മഞ്ഞക്കാണിയുണ്ടാക്കും? മാനക്കേടു സഹിച്ച് ഞാനെങ്ങനെ ഈ അഗ്രഹാരത്തിൽ കഴിയും? ബ്രാഹ്മണന്റെ ആത്മഹത്യക്കു വേദത്തിലെന്തു വിധിയാണുള്ളതെന്ന് ആർക്കറിയാം! കടവുളേ, എന്നെ കാപ്പാത്ത്."

അകത്തേക്കു വരുമ്പോൾ സങ്കടം കലങ്ങിയ കണ്ണുകൾകൊണ്ട് അപ്പാവ് തന്നെ നോക്കിയ നോട്ടം. അവൾക്ക് അപ്പാവിന്റെ കാല്ക്കൽ ചെന്നു വീഴാൻ തോന്നി.

ശോഭ ഇന്നലെ ഉറങ്ങിയില്ല. അപ്പാവിന്റെ സങ്കടം തന്റെ മേൽ ശാപമായി വീഴുകയില്ലേ? അന്യലോകങ്ങളിൽപോലും തനിക്കു ശാന്തിയുണ്ടാവുമോ?

അവൾ ചോദിച്ചു;

"ഗീതേ, എനിക്കൊരു സമാധാനവുമില്ല. ഞാനെന്തു ചെയ്യും?"

എന്തുപറഞ്ഞ് അവളെ സമാധാനിപ്പിക്കുമെന്ന് ഗീതയ്ക്കും നിശ്ചയമുണ്ടായില്ല.

താനിഷ്ടപ്പെടുന്ന ആളിന്റെ സ്നേഹത്തിനും അപ്പാവിന്റെ സങ്കടത്തിനും ഇടയിൽ കിടന്ന് അവൾ ഉരുകുന്നു.

ശോഭ പറഞ്ഞു:

"ഞാൻ പിന്നേം പറഞ്ഞു സതീശനോട് എന്നെ മറക്കാൻ. എത്ര പറഞ്ഞിട്ടും സതീശൻ കേൾക്കുന്നില്ല. ഇന്നലെ എന്താ പറഞ്ഞതെന്നറിയാമോ? മരണംവരെ കാത്തിരിക്കാമെന്ന്!"

ശോഭ തേങ്ങലടക്കാൻ കീഴ്ച്ചുണ്ടു കടിച്ചമർത്തി.

പതിനൊന്ന്

ചേച്ചിയും അനിയത്തിയും തമ്മിൽ പിന്നെയും അകന്നുപോകുകയാണ് ചെയ്തത്. എന്തൊക്കെയോ സഹിച്ചുകൊണ്ടാണ് താൻ ജീവിക്കുന്നതെന്നുള്ള ചേച്ചിയുടെ ഭാവം അനിയത്തിക്ക് വിശ്വാസമാകുന്നില്ല. വിശ്വാസമാകുന്നില്ലെന്നു മാത്രമല്ല സംശയം വർദ്ധിക്കുകയും ചെയ്യുന്നു. എങ്കിലും ഇഷ്ടക്കേടായി എന്തെങ്കിലും പറയാനോ വിരോധം ഭാവിക്കാനോ ഗീത മുതിർന്നില്ല. അവൾ ഒഴിഞ്ഞുമാറി. സ്വയം ഏകാന്തതയുണ്ടാക്കി അതിനകത്തു ജീവിച്ചു.

ചേച്ചിയും അനിയത്തിയും തമ്മിൽ എന്തോ വഴക്കുണ്ടെന്നേ അമ്മ വിചാരിച്ചുള്ളു. അതിന്റെ യഥാർത്ഥ കാരണം അമ്മയ്ക്കിതുവരെ പിടികിട്ടിയില്ല. അമ്മ അതിന് രണ്ടുപേരെയും കുറ്റപ്പെടുത്തുകയും സ്വയം സങ്കടപ്പെടുകയും ചെയ്തു.

ഹൃദയം തുറന്നുകാണിച്ച് തന്റെ സങ്കടങ്ങൾ അമ്മയെയും അനിയത്തിയെയും ബോദ്ധ്യപ്പെടുത്താൻ കഴിയാത്തതിന്റെ വിഷമമായിരുന്നു വസന്തയ്ക്ക്. എത്ര പറഞ്ഞാലും ആർക്കും മനസ്സിലാകുകയില്ല. ആരും വിശ്വസിക്കുകയുമില്ല. ഭർത്താവിനോടു പിണങ്ങി സ്വന്തം വീട്ടിൽവന്നു നില്ക്കുന്ന സ്ത്രീക്ക് ഒരു മാനക്കേടുണ്ട്. എല്ലാവരും അവളെയേ സംശയിക്കുകയുള്ളു. മറ്റുള്ളവരുടെ ഓരോ വാക്കും അവളുടെ മനസ്സിൽ ഓരോ മുറിവുണ്ടാക്കുന്നു. അതിന്റെ നീറ്റൽ സഹിച്ച് ജീവിക്കുമ്പോൾ എല്ലാവരുടെ മുമ്പിലും ചെറുതായിപ്പോകുന്നു.

ആ വീട്ടിൽ മൂന്നുപേരേ ഉള്ളു. ഒരു വീട്ടിൽ ഒരേ കൂരയ്ക്കു കീഴിൽ മൂന്നുപേർക്ക് എത്ര അകലത്തിൽ ജീവിക്കാൻ കഴിയും? അതിന്റെ എല്ലാ സീമകളും അതിലംഘിച്ചായിരുന്നു അവരുടെ നില.

വല്ലാത്ത ഒരു നിസ്സഹായാവസ്ഥയിലായിരുന്നു സത്യത്തിൽ അമ്മ. ശാസിച്ചും ഉപദേശിച്ചും സങ്കടപ്പെട്ടും അവരെ പഴയ സ്നേഹത്തിൽ കൊണ്ടെത്തിക്കാനുള്ള ശ്രമത്തിൽ അമ്മ പരാജയപ്പെട്ടു.

"നിനക്കെന്താടീ ചേച്ചിയോടെ"ന്ന് അനിയത്തിയോടു ചോദിക്കുമ്പോൾ "എനിക്കൊന്നുമില്ലെ"ന്ന് അവൾ പറയും. ചേച്ചിയോടു ചോദിക്കുമ്പോഴും കിട്ടുന്ന മറുപടി അതുതന്നെ. രണ്ടുപേർക്കും ഒന്നുമില്ല.

പക്ഷേ, അമ്മയ്ക്കറിയാം അവർക്കിടയിൽ എന്തോ ഉണ്ടെന്ന്. അതാണ് അവരെ അന്യോന്യം അകറ്റുന്നതെന്ന്. അതെന്താണെന്ന് അമ്മയ്ക്കു പിടികിട്ടുന്നില്ല.

ഒടുവിൽ അമ്മ തലയിൽ കൈവച്ച് സങ്കടപ്പെടുന്നു:

"എന്റീശ്വരാ! ഇതുങ്ങള്ടെ ഇടയിൽക്കിടന്നു വിഷമിക്കാനാണല്ലോ എന്റെ യോഗം!"

ഒരുതരം അകല്ച്ചയോടുകൂടിയാണ് ഗീത കൃഷ്ണമോഹനോടും പെരുമാറിയിരുന്നത്. കൃത്യസമയത്ത് ആഫീസിൽ വരുന്നു. അകത്തേക്കു വിളിക്കുമ്പോൾ ഭവ്യതയോടെ ചെന്ന് ഇരിക്കാൻ പറയുകയോ ആംഗ്യം കാണിക്കുകയോ ചെയ്യുമ്പോൾ ഒരു യന്ത്രത്തെപ്പോലെ അനുസരിക്കുന്നു. പറഞ്ഞുകൊടുക്കുന്നത് ശ്രദ്ധാപൂർവ്വം എഴുതിയെടുക്കുന്നു. ഇടയ്ക്ക് നിശ്ശബ്ദതയുടെ ഇടവേളകളിൽ തീർന്നോ എന്ന അർത്ഥത്തിൽ നേരെ നോക്കുന്നു. തീർന്നെന്ന് മനസ്സിലാകുമ്പോൾ മെല്ലെ എഴുന്നേറ്റ് പുറത്തേക്കു പോകുന്നു. പിന്നെ പുറത്ത് ടൈപ്പ് ചെയ്യുന്നതിന്റെ തുടർച്ചയായ താളം കേൾക്കാം. വല്ല സംശയവും തോന്നിയാൽ ക്യാബിന്റെ വാതിൽ തുറന്ന് അവിടെത്തന്നെ നിന്നു "എക്സ്ക്യൂസ് മി സർ' എന്നു പറഞ്ഞ് അകത്തേക്കു ചെന്ന് സംശയം ചോദിക്കുന്നു. വൈകുന്നേരം ജോലിയൊക്കെ ഒതുക്കി മടങ്ങിപ്പോകുമ്പോൾ ലോകത്തൊരാളോടും യാതൊരടുപ്പവുമില്ലെന്ന് തോന്നിപ്പിക്കുന്ന ഒരു ഭാവം എടുത്തണിയുന്നു.

അവൾ കാണിക്കുന്ന അകല്ച്ച കൃഷ്ണമോഹൻ ശ്രദ്ധിച്ചു.

ഒരുദിവസം അയാൾ ചോദിച്ചു:

"കണ്ട അന്നുമുതൽ ഞാൻ ശ്രദ്ധിക്കുന്നതാണ്. ആരോടും അടുപ്പമില്ലല്ലോ ഗീതയ്ക്ക്. ഇങ്ങനെ അകന്നു ജീവിക്കാൻ കഴിയുന്നത് അത്ഭുതം തന്നെയാണ്."

അവൾ മിണ്ടിയില്ല.

ഒരു കള്ളച്ചിരിയോടെ അയാൾ അവളുടെ നേരെ നോക്കി.

"ഞാനെന്തെങ്കിലും പറഞ്ഞാൽ ഗീത തെറ്റിദ്ധരിക്കുമോ എന്ന പേടിയുണ്ടെനിക്ക്. തെറ്റിദ്ധരിക്കുകയോ പിണങ്ങുകയോ എന്തു ചെയ്താലും വേണ്ടില്ല, ഞാനൊരു സത്യം പറയാൻ പോകുകയാണ്. ഗീതയെപ്പോലെ സുന്ദരിയായ ഒരു പെൺകുട്ടിക്ക് ഇത്രേം അകല്ച പാടില്ല ലോകത്തോട്."

രഹസ്യങ്ങളുടെ മറ വലിച്ചുകീറാൻ അതൊരു നല്ല സന്ദർഭമാ

ണെന്ന് ഗീതയ്ക്കു തോന്നി.

അവൾ ചോദിച്ചു:

''എന്റെ ചേച്ചിക്കുള്ള ഭംഗിയുടെ പകുതിയെങ്കിലും ഉണ്ടോ എനിക്ക്?"

അവൾ കരുതിക്കൂട്ടിയാണ് അങ്ങനെ ചോദിച്ചത്. ഹൃദയത്തിന്റെ അടിയിൽ രഹസ്യങ്ങൾ ഒളിച്ചുവച്ചിട്ടുണ്ടെങ്കിൽ അതിന്റെ നടുക്കം മുഖത്തു കാണും. ഗീത നോക്കുമ്പോൾ കൃഷ്ണമോഹന് യാതൊരു ഭാവഭേദവുമില്ല. എങ്കിലും ഏതോ ഒരോർമ്മയുടെ വലക്കണ്ണികളിൽ അയാൾ കുരുങ്ങിക്കിടക്കുന്നതുപോലെ അവൾക്കു തോന്നി.

അപ്പോൾ അവൾ പറഞ്ഞു;

"ഞാൻ ചുമ്മാ പറഞ്ഞതാ. എന്നോടു പിണക്കം തോന്നരുത്."

അയാൾ അവളുടെ കണ്ണുകളിലേക്കു നോക്കി. മിണ്ടാതെ മുഖം കുനിച്ചു നില്ക്കുന്ന അവളോടു പഴയ ഓർമ്മകളുടെ താരള്യത്തോടെ അയാൾ പറഞ്ഞു:

''ഗീത വിശ്വസിക്കുമോ എന്നറിയില്ല. കോളേജിൽ പഠിച്ചിരുന്ന കാലത്ത് ഒരു പെൺകുട്ടിയോടു സ്നേഹമുണ്ടായിരുന്നു എനിക്ക്. പുറമെയുള്ള ഭംഗികണ്ട് മോഹിച്ചിട്ടല്ല. ഹൃദയത്തിന്റെ ഭംഗിയില്ലേ? എന്നെ ആകർഷിച്ചത് അതായിരുന്നു."

അവർക്കിടയിൽ നിശ്ശബ്ദതയുടെ ഒരിടവേളയുണ്ടായി.

പിന്നെ അയാൾ പറഞ്ഞു:

"സ്നേഹബന്ധത്തിൽ പെട്ടിട്ടുള്ളവർക്കു ഞാൻ പറയുന്നത് മനസ്സിലാകും. എന്റെ ജീവിതത്തിന്റെ ആനന്ദം മുഴുവൻ ആ സ്നേഹബന്ധത്തിൽ ഞാൻ കണ്ടു. അനുഭവിച്ചു. ജീവിതത്തിൽ അതിനെക്കാൾ വിലയുള്ളതായി മറ്റൊന്നുമില്ലെന്നു തോന്നി. അന്നെനിക്ക് ആ പെൺകുട്ടിയും അവളുടെ സ്നേഹവുമായിരുന്നു ജീവിതത്തിൽ ഏറ്റവും വലുത്."

എന്നിട്ടോ എന്ന അർത്ഥത്തിൽ അവൾ കൃഷ്ണമോഹന്റെ മുഖത്തേക്കു നോക്കി.

അയാൾ പഴയ ഓർമ്മകളുടെ നിഴലിലായിരുന്നു.

"ആ സ്നേഹബന്ധം തകർന്നു."

ഹൃദയത്തിൽ ഓർമ്മകളുടെ മുൾക്കാടുകൾ ഉലയുന്നതിന്റെ നൊമ്പരത്തോടെ കൃഷ്ണമോഹൻ നിശ്വസിച്ചു.

സ്നേഹിച്ചതിന്റെ സങ്കടം അനുഭവിക്കുന്ന ഒരാളാണല്ലോ ഇതെന്ന വിചാരത്തോടെ അവൾ അയാളുടെ നേരെ നോക്കി. അവൾ ആരെയും സ്നേഹിച്ചിട്ടില്ല. അതുകൊണ്ട് അതിന്റെ സന്തോഷവും ദുഃഖവും അറിഞ്ഞിട്ടില്ല. തകർന്ന സ്നേഹബന്ധങ്ങളെക്കുറിച്ച് കഥകളിൽ വായിച്ചിട്ടുണ്ട്. അന്നൊക്കെ അവൾക്കു തോന്നിയിരുന്നു ഓരോ ആളും നടക്കുന്നത് ഹൃദയത്തിൽ ഒരു ശവകുടീരവും ചുമന്നുകൊണ്ടാണെന്ന്.

കൃഷ്ണമോഹൻ പറഞ്ഞു:

"ഇന്നോർക്കുമ്പോൾ അതു വെറും ഒരോർമ്മ മാത്രം. ഉണങ്ങിയ മുറിവിന്റെ പാടുപോലെ ഒരോർമ്മ."

അവൾ ചോദിച്ചു;

"ആ പെൺകുട്ടി?"

ഒരു നടുക്കത്തിന്റെ അദൃശ്യമായ പാട് അവൾ അയാളുടെ മുഖത്തു കണ്ടു.

വീണ്ടും അവളെന്തോ ചോദിക്കാൻ ഭാവിക്കുമ്പോഴേക്കും ടെലിഫോണിന്റെ ബെല്ലടിച്ചു. ഓർമ്മകളിൽനിന്നുണർന്ന മനസ്സോടെ കൃഷ്ണമോഹൻ ഫോണെടുത്തു. അതുവരെ സ്നേഹബന്ധത്തെക്കുറിച്ച് വികാര ദൗർബല്യത്തോടെ സംസാരിച്ചുകൊണ്ടിരുന്ന ആൾ ടെലിഫോണിൽ ആരോടോ പൂക്കളുടെ വിലയെക്കുറിച്ച് സംസാരിക്കുന്നതു കേട്ടപ്പോൾ അവൾക്കു വിസ്മയം തോന്നി. മുമ്പുകണ്ട ആളല്ലത്. സ്നേഹബന്ധത്തെക്കുറിച്ച് പറയുമ്പോഴത്തെ ആർദ്രതയൊന്നും ഇപ്പോഴില്ല. ബിസിനസിലേക്കു കടക്കുമ്പോൾ കർക്കശനായ ബിസിനസുകാരൻ. അപ്പോൾ ലാഭനഷ്ടങ്ങളുടെ വിചാരം മാത്രമേയുള്ളൂ. ഒരു ചെടിച്ചട്ടിക്ക് ഇത്ര രൂപ. ഓരോ ചെടിക്കും അതിന്റെ തരവും മേന്മയും വളർച്ചയുമനുസരിച്ച് വിലകൂടും. ഒരു പൂവിനാണെങ്കിൽ അതിന്റെ ഇതളുകൾ എണ്ണി വില പറയുമെന്നുവരെ ഗീതയ്ക്കു തോന്നി.

പഴയ കൊട്ടാരത്തിന്റെ വിശാലമായ അങ്കണത്തിൽ ഒരാഴ്ച നീണ്ടു നില്ക്കുന്ന ഒരു പുഷ്പോത്സവമുണ്ടായിരുന്നു. രാജ്യത്തിന്റെ വിവിധ ഭാഗങ്ങളിൽനിന്നുള്ള വിവിധതരം പൂക്കളും പഴങ്ങളും അവിടെ പ്രദർശിപ്പിച്ചിരുന്നു. പൂക്കളുടെയും പഴങ്ങളുടെയും പ്രദർശനങ്ങൾക്കു പുറമേ ഗൃഹാലങ്കാരങ്ങളുടെയും കൗതുകവസ്തുക്കളുടെയും ആധുനികമായ രംഗാവിഷ്കാരങ്ങളുമുണ്ടായിരുന്നു. ഒരാഴ്ചക്കാലം പഴയ കൊട്ടാരത്തിന്റെ വിശാലമായ അങ്കണത്തിൽ നഗരത്തിന്റെ സൗന്ദര്യ സങ്കല്പങ്ങൾ ഉത്സവമാഘോഷിച്ചു.

പുഷ്പോത്സവത്തിൽ ഏറ്റവും മികച്ച പുഷ്പപ്രദർശനത്തിനുള്ള അവാർഡ് കിട്ടിയത് കൃഷ്ണമോഹന്റെ അശ്വതി റോസ് ഗാർഡൻസിനായിരുന്നു. അതിന്റെ ആഘോഷവും വിരുന്നുമൊക്കെ കഴിഞ്ഞപ്പോൾ രാത്രി വളരെ വൈകി. ചടങ്ങുകൾ അത്രയധികം ദീർഘിച്ചുപോകുമെന്ന് ഗീത കരുതിയിരുന്നില്ല. ഒൻപതര കഴിയുന്നതുവരെ ബോറൻമന്ത്രിയുടെ അറുബോറൻ പ്രസംഗം നീണ്ടു.

ഗീതയുടെ പരിഭ്രമം കണ്ടപ്പോൾ കൃഷ്ണമോഹൻ പറഞ്ഞു:

"വിഷമിക്കണ്ട. ഞാൻ വീട്ടിൽ കൊണ്ടുവിടാം."

അതു കേട്ടിട്ടും അവൾക്കു സമാധാനമായില്ല. കുറച്ചു വൈകുമെന്നറിയാമായിരുന്നു. എങ്കിലും ഇത്രത്തോളം വൈകുമെന്ന് തീരെ വിചാരി

ച്ചില്ല. വീട്ടിൽ അമ്മയിപ്പോൾ തീ തിന്നുകയായിരിക്കും തന്നെ കാണാഞ്ഞിട്ട്.

എല്ലാം കഴിഞ്ഞ് കൃഷ്ണമോഹന്റെ കാറിൽ വീട്ടിലേക്കു പോകുമ്പോൾ അവൾ നിശ്ശബ്ദയായിരുന്നു. വീട്ടിൽച്ചെന്ന് അമ്മയോടെന്തു പറയുമെന്നായിരുന്നു ആലോചന.

വഴിവിളക്കുകളുടെ അരണ്ട വെളിച്ചത്തിൽ തണൽമരങ്ങളുണ്ടാക്കുന്ന നിഴൽപ്പാടുകൾക്കിടയിലൂടെ കാറോടിച്ചുപോകുമ്പോൾ കൃഷ്ണമോഹൻ അവളോടു ചോദിച്ചു:

"മുമ്പൊരിക്കൽ ഗീത എന്നോടു ചോദിച്ചതോർമ്മയില്ലേ, ഞാൻ സ്നേഹിച്ച പെൺകുട്ടി ഏതാണെന്ന്? അന്ന് ഞാനതിന് മറുപടി പറഞ്ഞില്ല. ഗീത വിചാരിച്ചുകാണും ഞാനത് ഒളിച്ചുവയ്ക്കാൻ ശ്രമിച്ചതാണെന്ന്. സത്യം അതല്ല. എന്റെ സങ്കടം ഗീതയ്ക്കു മനസ്സിലാകുമോ? ഞാൻ സ്നേഹിച്ച പെൺകുട്ടി ഇന്ന് ഈ ഭൂമിയിലില്ല."

അയാളുടെ വാക്കുകളിൽ നിഴലിട്ടിരുന്ന സങ്കടം അവളുടെ മനസ്സിനെ സ്പർശിച്ചു. മരിച്ചുപോയ കാമുകിയുടെ ഓർമ്മകൾ ഇപ്പോഴും ഹൃദയത്തിൽ കൊണ്ടുനടക്കുന്ന അയാളോട് അവൾക്കു അനുതാപം തോന്നി. സമാധാനിപ്പിക്കുന്ന ഒരു വാക്ക് പറയണമെന്നുണ്ടായിരുന്നു അവൾക്ക്. പക്ഷേ, അങ്ങനെ ഒരു വാക്ക് അവൾക്കു കിട്ടിയില്ല.

വീണ്ടും അയാൾ പറഞ്ഞു:

"എല്ലാ സ്വപ്നങ്ങളും നഷ്ടപ്പെട്ടുപോയ ഒരാളെപ്പോലെയാണ് ഞാൻ. എന്റെ സങ്കടം ഞാൻ പറയാറില്ല ആരോടും. പിന്നെ എന്തുകൊണ്ട് ഗീതയോടു പറഞ്ഞെന്നല്ലേ? ആ പെൺകുട്ടി ആരായിരുന്നു എന്ന് ഗീത ചോദിച്ചതുകൊണ്ട്."

വണ്ടി ഒരു വളവ് തിരിഞ്ഞു. ഒച്ച കേൾപ്പിക്കാതെ എതിരെവന്ന മറ്റൊരു വാഹനത്തിന് വഴി ഒഴിഞ്ഞു കൊടുക്കുമ്പോൾ അയാളുടെ മുഖം ഗീത കണ്ടു. അത് വിവർണ്ണമായിരുന്നു.

"ഗീത ആരെയെങ്കിലും സ്നേഹിക്കുന്നുണ്ടോയെന്ന് ഞാനന്നു ചോദിച്ചു." കാറോടിക്കുന്നതിനിടയിൽ അയാൾ പറഞ്ഞു: "അതു വേറൊന്നും കൊണ്ടല്ല. സ്നേഹിക്കുന്ന ആൾ മാത്രമേ അതിന്റെ വില അറിയുകയുള്ളൂ. അതുകൊണ്ടാണ്. വേണമെങ്കിൽ ഒരു തത്ത്വംപോലെ പറയാം. സ്നേഹിക്കുമ്പോൾ മനുഷ്യന് അതിനേക്കാൾ വിലയുള്ള ഒന്നുമില്ല."

ഓവർബ്രിഡ്ജ് കഴിഞ്ഞ് സ്റ്റേഷൻ റോഡിലൂടെ കടന്നുപോകുമ്പോൾ റോഡ് മിക്കവാറും വിജനമായിരുന്നു. ബസ്സ്റ്റാന്റിൽ മാത്രം ആളും അനക്കവും ഉണ്ടായിരുന്നു. പഴയ വിപ്ലവകാരിയുടെ ഓർമ്മയ്ക്കുള്ള പാർക്കിന്നരികിലൂടെ ഫ്ളൈ ഓവറിലേക്കു പ്രവേശിക്കുമ്പോൾ കൃഷ്ണമോഹൻ പറഞ്ഞു:

"ഞാനും ഗീതയുടെ ചേച്ചിയും തമ്മിലുള്ള ബന്ധമറിയുമോ? അത് ഞങ്ങൾ ഒന്നിച്ചു പഠിച്ചതാണെന്നുള്ളതു മാത്രമല്ല. എന്റെ സ്നേഹ ബന്ധവും അതിന്റെ ട്രാജഡിയും വസന്തയ്ക്കറിയാം. ഇനിയും അതൊക്കെ മറക്കാറായില്ലേ എന്ന് ഇന്നാളൊരിക്കൽ ചോദിച്ചു എന്നോട്. ഞാനെന്തു മറുപടി പറയും?"

വീട്ടിലേക്കു തിരിയുന്നതിനടുത്തെത്തിയപ്പോൾ പെട്ടെന്നോർത്തതുപോലെ കൃഷ്ണമോഹൻ പറഞ്ഞു:

"ഒരു രഹസ്യംകൂടി പറയാനുണ്ട്. ഇന്നാളൊരു ദിവസം ഞാനും ഗീതയുടെ ചേച്ചിയും തമ്മിൽ ഒന്നു പിണങ്ങി. സംഗതി വേറൊന്നുമല്ല. വസന്ത ഭർത്താവിനോടു പിണങ്ങിപ്പോന്നത് ഒട്ടും ശരിയായില്ലെന്ന് ഞാൻ പറഞ്ഞു, അതെന്തുകാരണം കൊണ്ടായാലും. എനിക്കു തോന്നുന്നത് വസന്തയ്ക്കെന്നോട് ഇപ്പോഴും അതിന്റെ പിണക്കം തീർന്നിട്ടില്ലെന്നാണ്. ഇനി ആ മനുഷ്യൻ എന്തെങ്കിലും തെറ്റു ചെയ്തെന്നിരിക്കട്ടെ. അതിന് പിണങ്ങിപ്പിരിയുകയാണോ വേണ്ടത്? സ്നേഹത്തിന്റെ പേരിൽ ക്ഷമിച്ചാലെന്താ? നിങ്ങൾ അമ്മയോ അനുജത്തിയോ അതിനെക്കുറിച്ചെന്താ ചോദിക്കാത്തത്?"

മനസ്സുമുഴുവൻ മൂടിക്കിടക്കുന്ന ഒരിരുട്ട് നീങ്ങിപ്പോകുന്നതുപോലെ ഗീതയ്ക്കു തോന്നി. ഈ മനുഷ്യനെയും ചേച്ചിയെയും കുറിച്ച് എന്തെല്ലാം തെറ്റിദ്ധാരണകളാണ് തനിക്കുണ്ടായിരുന്നതെന്ന് കുറ്റബോധത്തോടെ അവൾ ഓർത്തു. അതിന്റെ പേരിൽ താൻ ചേച്ചിയുമായി പിണങ്ങുകപോലും ചെയ്തു. വീടിനുമുമ്പിൽ കൃഷ്ണമോഹൻ കാർ ബ്രേക്ക് ചെയ്തിട്ടും അവളത് അറിഞ്ഞില്ല. ഓർമ്മകളിൽ നഷ്ടപ്പെട്ടിരിക്കുന്ന അവളോട് കൃഷ്ണമോഹൻ ചോദിച്ചു;

"എന്താ ഓർത്തിരിക്കുന്നത്? ഇറങ്ങുന്നില്ലേ?"

ശൂന്യമായ ദൃഷ്ടികളോടെ അവൾ അയാളെ നോക്കി.

പന്ത്രണ്ട്

വിധി തകർത്തുകളഞ്ഞ ഒരു സ്നേഹബന്ധത്തിന്റെ ഓർമ്മകളും ദുഃഖങ്ങളും മനസ്സിൽ കൊണ്ടുനടക്കുന്ന ആ മനുഷ്യനോട് അവൾക്കു തോന്നിയ അനുതാപംകൊണ്ട് അവളുടെ മനസ്സ് ക്രമേണ അയാളുടെ നേർക്കു ചാഞ്ഞു. ആദ്യമൊക്കെ ആ മനുഷ്യനെ സംശയിച്ചതോർത്ത് അവൾ സ്വയം കുറ്റപ്പെടുത്തുകയും ഖേദിക്കുകയും ചെയ്തു.

എന്നിട്ടും അവളുടെ മനസ്സിൽ സംശയത്തിന്റെ ഒരു തരി ബാക്കി കിടന്നു. ഈ പറയുന്നതത്രയും നേരാണോ? അതോ വെറുതെ ഒരു സ്റ്റൈലിനുവേണ്ടി പറഞ്ഞതാണോ? തകർന്നുപോയ സ്നേഹബന്ധത്തിന്റെ ദുഃഖസ്മരണകളുമായി കഴിയുന്ന ആൾക്ക് ആത്മീയമായ ഒരു മഹത്ത്വം ഉണ്ടെന്ന് മറ്റുള്ളവരെ ബോദ്ധ്യപ്പെടുത്താനുള്ള ഉദ്ദേശ്യം ഉണ്ടോ അതിന്റെ പിന്നിൽ?

സംശയം തീർക്കാൻവേണ്ടി അവൾ അശ്വതി റോസ് ഗാർഡൻസിലെ കിഴവനോടു ചോദിച്ചു;

“ഈ കേൾക്കുന്നതൊക്കെ നേരാണോ? കൃഷ്ണമോഹൻസാറ് സ്നേഹിച്ചിരുന്ന പെൺകുട്ടിക്ക് എന്താ സംഭവിച്ചത്?”

രഹസ്യങ്ങളുടെ കോട്ടവാതിൽ തുറക്കാനുള്ള താക്കോൽ എവിടെ നിന്നാണ് കിട്ടിയതെന്ന അർത്ഥത്തിൽ കിഴവൻ അവളെ നോക്കി. ഒളിപ്പിച്ചുവച്ച രഹസ്യങ്ങളിലേക്ക് അന്യ ഒരാളെ പ്രവേശിപ്പിക്കാൻ മടിക്കുന്ന ഭാവമുണ്ടായിരുന്നു കിഴവന്റെ ഇരുണ്ട മുഖത്തിന്.

അവളുടെ നിശ്ശബ്ദമായ നോട്ടത്തിൽ ആ ചോദ്യത്തിന്റെ മുന അപ്പോഴും ഉണ്ടായിരുന്നു.

പിന്നെ ഇഷ്ടമില്ലാതെ ഒരുതരം വൈമനസ്യത്തോടെ കിഴവൻ

ചോദിച്ചു:

"കുട്ടിയോടിതാരാ പറഞ്ഞത്?"

അവൾ പറഞ്ഞു:

"കൃഷ്ണമോഹൻസാറ് തന്നെ."

അതുവ്വോ എന്ന അർത്ഥത്തിൽ കിഴവന്റെ കണ്ണുകൾ സംശയത്തോടെ അവളുടെ നേരെ നീണ്ടു. പിന്നെ അയാൾ പറഞ്ഞു:

"കേട്ടതൊക്കെ നേരാ. ഞാനും കണ്ടിട്ടുണ്ട് ആ പെൺകുട്ട്യേ! ആരോ പറഞ്ഞതുപോലെ, പൊന്നുങ്കൊടംപോലെ. പക്ഷേ, അതിന്റെ പേരിൽ വീട്ടിൽ കൊറെ ഭൂകമ്പങ്ങളുണ്ടായി."

"ഉം. അതെന്താ?"

"എന്താണെന്നു ചോദിച്ചാൽ, അതൊന്നും ഞാൻ പറയാൻ പാടില്ല. ഞാനവരുടെ കാരുണ്യംകൊണ്ടു കഴിയണ ഒരാളല്ലേ?"

"അതിനെന്നോടു പറഞ്ഞെന്നോർത്തെന്താ? ഞാനിതൊക്കെ ആരോടെങ്കിലും പറയാൻ പോകുന്നുണ്ടോ?"

"ഇല്ലായിരിക്കും. എന്നാലും അതു പാടില്ല കുഞ്ഞേ! നമുക്കന്നത്തിനു തരുന്നോരുടെ രഹസ്യങ്ങൾ നമ്മൾ പറയാൻ പാടില്ല."

"കൃഷ്ണമോഹൻ സാറിനു അതോർത്ത് വളരെ സങ്കടമുണ്ടെന്നു പറഞ്ഞു. അതുകൊണ്ടു ചോദിച്ചതാ."

"വീട്ടിലാർക്കും ഇഷ്ടോണ്ടായിരുന്നില്ല. എന്നാൽ കുഞ്ഞാണെങ്കിൽ അതിനുവേണ്ടി മരിക്കാൻ നിക്കേം!"

"അത്രയ്ക്കു സ്നേഹിച്ചെങ്കിൽപിന്നെ എന്തിനാ വീട്ടുകാരെ തിർത്തെ?"

"എന്നൊക്കെ ചോദിച്ചാ വിഷമിച്ചുപോകും. എനിക്കാണെങ്കി ഇതൊന്നും അങ്ങനെ പറയാനും പാടില്ല. ഞാനോർത്തത് കുടുംബം മുഴുവൻ അലമ്പായിപ്പോകുന്നാ. ഒരു കണക്കിന് ആ പെണ്ണ് മരിച്ചത് നന്നായി."

അവൾ ഒരു ഞെട്ടലോടെ കിഴവന്റെ നേരെ നോക്കി. ഇത്രയും ദുഷ്ടമനസ്സാണോ ഈ കിഴവന്റെ? അത്രമേൽ സ്നേഹിച്ച ഒരു പെൺകുട്ടി മരിച്ചുപോയത് നന്നായെന്ന്! ഒരു ദുഷ്ടമനസ്സിലല്ലേ അങ്ങനത്തെ ഒരു ചിന്തയുണ്ടാകൂ?

അവൾ അങ്ങനെയൊക്കെ ഓർത്തുകൊണ്ടു നില്ക്കുന്നതിനിടയിൽ കിഴവൻ പറഞ്ഞു:

"അല്ലെങ്കി അതിനേക്കാട്ടിലും വല്യ നാശങ്ങളുണ്ടായേനെ. ആ പെൺകുട്ടിയെത്തന്നെ വിവാഹം കഴിക്കാൻ സമ്മതിച്ചില്ലെങ്കീ നാടുവിട്ടു പോകൂന്നും പറഞ്ഞു മകൻ. നീ ആ പെണ്ണിനെ വിവാഹം കഴിക്കുവാണെങ്കീ ഞങ്ങള് വിഷം തിന്നു ചത്തുകളയുന്ന് അച്ഛനുമമ്മേം!"

"അത്രയും നല്ല ഒരു പെൺകുട്ടിയെ മകൻ സ്നേഹിച്ചതിനെ

എന്തിനാ അച്ഛനുമമ്മേം എതിർത്തേ?"

"പിന്നെ മകൻ അന്യമതത്തീപ്പെട്ട ഒരു പെണ്ണിനെ സ്നേഹിക്കുമ്പോ അച്ഛനുമമ്മയ്ക്കും ഇഷ്ടാവ്വോ? പഴമേം പാരമ്പര്യോള്ള കുടുംമ്മക്കാര് അതെങ്ങനെ സഹിക്കും? കുഞ്ഞിനറിയോ, പെണ്ണ് ക്രിസ്ത്യാനിയായിരുന്നു."

കുറെ നേരത്തെ മൗനത്തിനുശേഷം കിഴവൻ വീണ്ടും സഹതാപത്തോടെ പറഞ്ഞു:

"അതീപ്പിന്നെ ആ കുഞ്ഞ് ചിരിക്കണതു ഞാൻ കണ്ടിട്ടില്ല. വല്യ ഏതോ പരീക്ഷയ്ക്കു പഠിച്ചോണ്ടിരുന്നതാ. ആ സംഭവത്തിനുശേഷം അതും നിന്നു. പിന്നെ കുറെക്കാലത്തേക്കു വീട്ടിന്നെറങ്ങത്തില്ലാരുന്നു. കൊറച്ചേ ആയുള്ളു ഇവിടെയൊക്കെ വരാൻ തുടങ്ങീട്ട്. അതും അച്ഛനു വയ്യാണ്ടായേപ്പിന്നെ."

കഥ മുഴുവൻ കേട്ടുകഴിഞ്ഞപ്പോൾ മുമ്പുണ്ടായിരുന്നതിനെക്കാൾ ബഹുമാനം തോന്നി അവൾക്ക് കൃഷ്ണമോഹനോട്. ഇത്രയൊന്നും അവൾ സങ്കല്പിച്ചിരുന്നില്ല.

മുഖം കുനിച്ചു തിരിഞ്ഞു നടക്കുന്നതിനിടയിൽ കിഴവൻ പറഞ്ഞു:

''എന്റെ പൊന്നുകുഞ്ഞേ, ഇതൊക്കെ ഞാൻ പറഞ്ഞെന്ന് ആരുമറിയല്ലേ! ഒടുക്കം എല്ലാരും മറന്നത് ഞാൻ കുത്തിപ്പൊക്കീന്നാവും കേസ്. അവർക്കു വല്ല ഇഷ്ടക്കേടും തോന്ന്യാലോ? അവരുടെ ഒരു കൃപ കൊണ്ടാ എന്റെ കുടുമ്മം കഴിയുന്നേ."

അതിൽപ്പിന്നെ സ്നേഹത്തിന്റെ ദുഃഖം ഹൃദയത്തിൽ കൊണ്ടുനടക്കുന്ന കൃഷ്ണമോഹനോട് അവൾക്ക് അലിവുതോന്നി. അയാളുടെ നേർക്ക് അവളുടെ മനസ്സ് ചാഞ്ഞു.

വീട്ടിൽ ചേച്ചിയോടും അവൾ നിശ്ശബ്ദമായി അടുക്കാൻ ശ്രമിച്ചുകൊണ്ടിരുന്നു. അവർക്കിടയിലുള്ള അകല്ച എങ്ങനെയെങ്കിലും കുറച്ചുകൊണ്ടുവരണമെന്ന് അവൾ ആഗ്രഹിക്കുകയും ചെയ്തു. പിന്നെ ഒരു ദിവസം ഗീത അശ്വതി റോസ് ഗാർഡൻസിൽ ചെല്ലുമ്പോൾ കിഴവൻ പല നിറങ്ങളിലുള്ള റോസാപ്പൂക്കൾകൊണ്ട് ഒരു വലിയ ചെണ്ടുണ്ടാക്കി മേശപ്പുറത്തു വച്ചിരിക്കുന്നു. വേറെയാർക്കെങ്കിലും വില്ക്കാനാണെന്നോർത്ത് ഗീത അതു ശ്രദ്ധിച്ചില്ല. അവൾ അത്യാവശ്യമുള്ള ചില കത്തുകൾ ടൈപ്പ് ചെയ്തുകൊണ്ടിരിക്കുമ്പോൾ കൃഷ്ണമോഹൻ കാറിൽ വന്നിറങ്ങി. സാധാരണ പാന്റ്സും ഷർട്ടും ധരിച്ചുവരാറുള്ള ആൾ അന്ന് വെളുത്ത മുണ്ടും ജൂബയുമാണ് അണിഞ്ഞിരുന്നത്. അതും അയാൾക്ക് യോജിക്കുന്നുണ്ടെന്ന് അവൾക്കു തോന്നി. മുമ്പെന്നെത്തെയുംകാൾ മൗനവും മ്ലാനതയും ഉണ്ടായിരുന്നു അയാളുടെ മുഖത്തിന്. വിഷാദവും ഒരു ഭംഗിയാണെന്ന് അവൾക്കു തോന്നി.

കാറിൽനിന്നിറങ്ങി നേരെ അകത്തേക്കു പോകുന്നതിനിടയിൽ

കൃഷ്ണമോഹൻ കിഴവനോടു പറയുന്നത് അവൾ കേട്ടു;

"അതെടുത്തു കാറിൽക്കൊണ്ടു വയ്ക്ക്."

റോസാപ്പൂക്കൾ കൊണ്ടുണ്ടാക്കിയ പൂച്ചെണ്ടെടുത്തു കിഴവൻ കാറിനുള്ളിൽ കൊണ്ടുവയ്ക്കുന്നത് അവൾ കണ്ടു. ആർക്കാണാവോ?

അല്പനേരം കഴിഞ്ഞ് കൃഷ്ണമോഹൻ അകത്തുനിന്നിറങ്ങിവന്ന് അവളുടെ അടുത്തുനിന്നു.

"ഞാനൊരിടംവരെ പോവുകയാണ്. വരാൻ കുറച്ചു വൈകും. എവിടെപ്പോയതാണെന്ന് ആരെങ്കിലും ചോദിച്ചാൽ അറിയില്ലെന്നു പറഞ്ഞാൽ മതി."

വിഷാദത്തിന്റെ നിഴൽ വീണ ആ കണ്ണുകളുടെ ആഴങ്ങളിലേക്കു അവൾ സഹതാപത്തോടെ നോക്കി.

തന്റെ ഹൃദയത്തിൽ മുട്ടുന്ന അവളുടെ കണ്ണുകളുടെ സാന്ത്വനം അയാളറിഞ്ഞു.

വിശുദ്ധിയുടെ പരിവേഷമുള്ള ഒരു നിമിഷമായിരുന്നു അത്.

പിന്നെ എന്തോ ഒരുൾപ്രേരണയോടെ കൃഷ്ണമോഹൻ ചോദിച്ചു;

"അല്ലെങ്കിൽ ഗീതയും വരുന്നോ എന്റെ കൂടെ?"

അവൾ ചോദിച്ചു;

"എങ്ങോട്ട്?"

"ഒരിടത്തേക്ക്."

ഓർമ്മകളിലും വിഷാദങ്ങളിലും മനസ്സിനെ അലയാൻവിട്ട് കാറോടിക്കുന്നതിനിടയിൽ അയാൾ പിന്നിലേക്കു തിരിഞ്ഞ് അവിടെ മുഖം കുനിച്ചിരിക്കുന്ന ഗീതയോടു ചോദിച്ചു;

"ഗീത ചോദിച്ചില്ലേ എങ്ങോട്ടാണെന്ന്? ഞാനതിന് വെറുതെ ഒരിടത്തേക്കെന്നേ മറുപടി പറഞ്ഞുള്ളു. എനിക്കു വിശ്വാസമില്ലായിരുന്നു ഗീത കൂടെ വരുമെന്ന്. ഇനി പറയാം എങ്ങോട്ടാണ് പോകുന്നതെന്ന്. എന്റെ സ്വപ്നങ്ങൾ കുഴിച്ചിട്ടേടത്തേക്ക്."

നഗരത്തിന്റെ വക്കിലെ തിരക്കൊഴിഞ്ഞ ഒരു കോണിൽ നിലകൊള്ളുന്ന കത്തോലിക്കാപ്പള്ളിയുടെ പിന്നിൽ ഉയർന്ന മതിൽക്കെട്ടോടുകൂടിയ ശവക്കോട്ടയുടെ ഗേറ്റിനു മുമ്പിൽ കൃഷ്ണമോഹൻ കാറ് നിർത്തി.

കാറിന്റെ ഡോർ തുറന്ന് പുറത്തിറങ്ങിയതിനുശേഷം കാറിനുള്ളിൽ ശൂന്യമായ ദൃഷ്ടികളോടെ ഇരിക്കുന്ന ഗീതയോട് അയാൾ പറഞ്ഞു.

"ഇറങ്ങ്."

അവൾ കാറിൽ നിന്നിറങ്ങി.

കാറിനുള്ളിൽ വച്ചിരുന്ന പൂച്ചെണ്ടുമെടുത്തുകൊണ്ട് കൃഷ്ണമോഹൻ മുമ്പിൽ നടന്നു. ഗീത അയാളെ നിശ്ശബ്ദമായി അനുഗമിച്ചു.

ഉയർന്ന കന്മതിലുകളോടുകൂടിയ ശവക്കോട്ടയ്ക്കുള്ളിൽ നിറയെ

ശവകുടീരങ്ങൾ. ശവകുടീരങ്ങളുടെ ഒരു വനമെന്ന് അവൾക്കു തോന്നി. ഓരോ ശവകുടീരത്തിന്റെയും തലയ്ക്കൽ ഉയർന്നുനില്ക്കുന്ന കുരിശിന്റെ താഴെ മരിച്ച ആളിന്റെ പേര്, മരിച്ച തീയതി. ചില ശവകുടീരങ്ങളിൽ വാടിയ പൂക്കൾ. ചിലതിൽ കെട്ടുപോയ മെഴുകുതിരികൾ. മരിച്ചവർ ഉറങ്ങുന്ന ഭൂമിയിൽ ആത്മീയമായ ഒരു മൗനം ഘനീഭവിച്ചുനില്ക്കുന്നു.

ശവകുടീരത്തിന്മേൽ അതിന്റെ താഴെ ഉറങ്ങുന്ന ആളിന്റെ പേരെഴുതിയിരുന്നു.

ആലീസ് അബ്രാഹം.

1965–1987

റോസാപ്പൂക്കൾകൊണ്ടുള്ള വലിയ പൂച്ചെണ്ട് കുനിഞ്ഞ് ആ ശവകുടീരത്തിന്മേൽ വച്ച് അതിനുമുമ്പിൽ അയാൾ മുട്ടുകുത്തി.

കന്മതിലോടു ചേർന്നു നില്ക്കുന്ന തണൽമരത്തിന്റെ കൊമ്പുകൾ കാറ്റിൽ ഉലഞ്ഞു.

ദൂരെയെവിടെയോ ഒരു കാക്ക കരയുന്നത് അവൾ കേട്ടു.

കുറെനേരം കൃഷ്ണമോഹൻ ആ ശവകുടീരത്തിന്റെ ചുവട്ടിൽ ധ്യാനത്തിലെന്നോണം മുട്ടിന്മേൽ നിന്നു.

അതിന്നരികിൽ സാരിത്തലപ്പെടുത്ത് തലയിലൂടെ ഇട്ടുകൊണ്ട് ഗീതയും നിന്നു.

അതുകഴിഞ്ഞ് ഒരു നെടുവീർപ്പോടെ കൃഷ്ണമോഹൻ എഴുന്നേറ്റു. ഗീതയേയും കൂട്ടി അയാൾ പുറത്തേക്കു നടന്നു.

അവർ ശവക്കോട്ടയ്ക്കു പുറത്തുവരുമ്പോൾ പള്ളിമുറ്റത്ത് കാറ്റത്തുലയുന്ന തണൽമരത്തിന്റെ ചുവട്ടിൽ നരച്ചതാടിയുള്ള പുരോഹിതൻ അവരെ നോക്കി നില്പുണ്ടായിരുന്നു.

മടക്കയാത്രയിൽ കൃഷ്ണമോഹൻ പറഞ്ഞു:

"ഞാനിവിടേക്കു ഗീതയെ കൂട്ടിക്കൊണ്ടു വരരുതായിരുന്നു. ഒരു നിമിഷത്തെ ദൗർബല്യത്തിനാണ് ഞാൻ ചോദിച്ചത് ഗീത വരുന്നോ എന്ന്. അതു വേണ്ടായിരുന്നു. എന്നോടു ക്ഷമിക്ക്."

"എന്തിന്?"

"ഗീതയ്ക്ക് ബുദ്ധിമുട്ടായില്ലേ?"

"ഓ, സാരമില്ല."

പിന്നെ ഒരു നെടുവീർപ്പോടെ അയാൾ പറഞ്ഞു;

"ആ നിമിഷങ്ങൾക്ക് ഒരു സാക്ഷി ഇല്ലാതിരിക്കുകയായിരുന്നു നല്ലത്."

ഒന്നുമോർക്കാതെ അവൾ പറഞ്ഞു:

"കൂടെപ്പോരാൻ തോന്നീത് നന്നായെന്നാ ഞാൻ വിചാരിക്കുന്നെ!"

വിസ്മയവും സംശയവും കലർന്ന ഒരു ഭാവത്തോടെ അയാൾ അവളെ നോക്കി.

പതിമൂന്ന്

ഗീതയുടെ സ്വഭാവത്തിൽ പെട്ടെന്നെന്തോ മാറ്റം വന്നതുപോലെ വസന്തയ്ക്കു തോന്നി. അവൾ ഇപ്പോൾ കഴിയുന്നത്ര ഒഴിഞ്ഞും മാറിയും നടക്കുന്നു, ആരോടും മിണ്ടാതെ. ആരോടും അടുക്കാതെ. എല്ലാവരിൽനിന്നും ഒഴിഞ്ഞുമാറി ഉള്ളിൽ എന്തൊക്കെയോ ഒളിച്ചുപിടിച്ചുകൊണ്ട് നടക്കുംപോലെ തോന്നും അവളെക്കണ്ടാൽ. മുമ്പൊക്കെയാണെങ്കിൽ തൊട്ടതിനും പിടിച്ചതിനുമൊക്കെ ഒച്ചവയ്ക്കുകയും ശുണ്ഠിയെടുക്കുകയുമായിരുന്നു അവളുടെ പ്രകൃതം. ഇപ്പോൾ മിണ്ടാട്ടമില്ല. എന്തെങ്കിലും അങ്ങോട്ടു ചോദിച്ചാൽ ഉവ്വെന്നോ ഇല്ലെന്നോ മൂളും. അല്ലെങ്കിൽ ഒന്നോ രണ്ടോ വാക്കിൽ മറുപടി പറഞ്ഞ് ഒഴിഞ്ഞുമാറും. കാര്യമുള്ളതിനും ഇല്ലാത്തതിനും ശുണ്ഠിയെടുക്കാറുള്ള അവൾക്ക് ഇപ്പോൾ അതൊന്നുമില്ല.

മഴക്കാലത്തെ ഇരുണ്ടുമൂടിയ സന്ധ്യയുടേതുപോലെ മൂടിക്കെട്ടിയ ഒരു ഭാവമായിരുന്നു അവളുടെ മുഖത്തിനെപ്പോഴും.

അമ്മുക്കുട്ടിയമ്മ ആരോടെന്നില്ലാതെ ചോദിക്കും:

"ഈ പെണ്ണിന് എന്തുപറ്റി? മുമ്പൊക്കെ ഇങ്ങനെയായിരുന്നില്ലല്ലോ ഇവളുടെ പ്രകൃതം. തൊട്ടതിനും പിടിച്ചതിനും മുഖം വീർപ്പിക്കാറുണ്ടായിരുന്നവൾക്ക് ഇപ്പോൾ എന്തുമാറ്റം!"

അവൾ എന്തെങ്കിലും വിഷമം അനുഭവിക്കുന്നുണ്ടോ എന്ന സംശയമുണ്ടായിരുന്നു അമ്മുക്കുട്ടിയമ്മയ്ക്ക്. "നിനക്കെന്താടീ" എന്നു ചോദിച്ചാൽ മിണ്ടിയിട്ടു വേണ്ടേ? ഭാവഭേദങ്ങൾ തെളിയാത്ത അവളുടെ മുഖം കാണുമ്പോൾ അമ്മുക്കുട്ടിയമ്മ സംശയിക്കുന്നു.

ഈ പെണ്ണിന്റെയുള്ളിൽ എന്താണെന്നാർക്കറിയാം!

അനങ്ങിയാൽ തുളുമ്പിപ്പോകുമെന്ന പേടിയോടെ ഹൃദയംനിറയെ

ഏതോ രഹസ്യവുമായിട്ടാണ് അവൾ നടക്കുന്നതെന്ന് വസന്ത ഊഹിച്ചു. അല്ലെങ്കിൽ അവളുടെ ഈ മൗനത്തിനെന്താണർത്ഥം?

വീട്ടിൽ മാത്രമേ അവൾക്ക് ഈ മൗനവും മ്ലാനതയുമൊക്കെയുള്ളു. പുറത്തേക്കിറങ്ങുമ്പോൾ എന്തോ ഒരു ഉത്സാഹം അവൾക്കുണ്ട്. എത്ര ഒളിച്ചുവയ്ക്കാൻ ശ്രമിച്ചാലും അതു പുറത്തുവരുന്നു. ഇപ്പോൾ അവൾ ആവശ്യത്തിൽ കൂടുതൽ അണിഞ്ഞൊരുങ്ങുന്നു. പണ്ടങ്ങനെ ആയിരുന്നില്ല. കുളിച്ചുവന്ന് ഈറൻ മാറാത്ത മുടി തുമ്പുകെട്ടി പുറത്തേക്കിടും. ചിലപ്പോൾ മുടിത്തുമ്പിൽ ഒരു പൂവ് കൊരുത്തുവച്ചെങ്കിലായി. ചന്ദനംകൊണ്ടുള്ള ഒരു വരകുറിയായിരുന്നു പതിവ്. അതൊക്കെ വളരെ അലസമായിട്ടാണ്. ഭംഗിയായി നടക്കുന്നതിൽ അവൾക്കത്ര ശ്രദ്ധയുണ്ടായിരുന്നില്ല.

"മറ്റു പെൺകുട്ടികൾ അണിഞ്ഞൊരുങ്ങി നടക്കുന്നത് നീ കാണുന്നില്ലേ" എന്നു ചോദിക്കുമ്പോൾ എനിക്കുള്ള ഭംഗിയൊക്കെ മതിയെന്നായിരുന്നു അവൾ പറയാറുള്ളത്.

അതുപോയിട്ട് അവൾക്കിപ്പോൾ എത്ര അണിഞ്ഞൊരുങ്ങിയാലും പോരാ!

അണിഞ്ഞൊരുങ്ങാതെതന്നെ അവൾക്ക് ഭംഗിയുണ്ട്.

ഈയിടെ അവൾ മിക്കപ്പോഴും വൈകി വരുന്നു. ഓർത്തുനോക്കുമ്പോൾ ആകപ്പാടെ എന്തോ ഒരു ചൊവ്വുകേടുണ്ട്.

വസന്ത അമ്മയോടു പറഞ്ഞു:

"ഈ പെണ്ണിനെ അങ്ങനെ അവളുടെ ഇഷ്ടത്തിനു വിടരുത്. സന്ധ്യക്കു മുമ്പേ വീട്ടിൽ വരാൻ മേലേ അവൾക്ക്? എന്തു മലമറിക്കുന്ന ജോലിയുണ്ടായിട്ടാ? എന്താ കുഴപ്പമെന്നറിയാമോ? അമ്മ അവളെ ശാസിക്കാഞ്ഞിട്ട്."

അമ്മുക്കുട്ടിയമ്മ തന്റെ നിഷ്കളങ്കതയോടെ ചോദിച്ചു:

"അതുകൊള്ളാം. ഞാനെത്രവട്ടം പറഞ്ഞു അവളോട്? കേൾക്കണ്ടേ? എപ്പച്ചോദിച്ചാലും പറയും ആഫീസിൽ ജോലിയുണ്ടായിരുന്നെന്ന്."

വസന്ത അമ്മയെ പിരികേറ്റി.

"അതൊക്കെ അവളുടെ സൂത്രമാണമ്മേ. അത്രയേറെ ജോലിയൊന്നും ഉണ്ടാവില്ല അവിടെ. ഞാനറിയാത്തതാണോ? അവൾ വൈകി വരുന്നതിന് വേറെ എന്തെങ്കിലും കാരണം കാണും."

"എനിക്കൊന്നും മനസ്സിലാവണില്ല. നീയെന്താ പറേണത്?"

"ഞാൻ എല്ലാരും സൂക്ഷിക്കാൻവേണ്ടി പറഞ്ഞതാ. ഒരു പെൺകുട്ടിയല്ലേ, അമ്മയ്ക്ക് അവളുടെ മേൽ ഒരു കണ്ണുണ്ടാവണം."

"അതു നിനക്കും പാടില്ലേ? നിന്റെ അനിയത്തിയല്ലേ? കുറ്റം കണ്ടാൽ ശാസിക്കാൻ നിനക്കുമില്ലേ അവകാശം?"

"ഞാൻ പറഞ്ഞാൽ അവൾക്കിഷ്ടമാവുകയില്ല. അതല്ലേ ഞാൻ

അമ്മയോട് പറഞ്ഞത്. ഈയിടെയുള്ള അവളുടെ ഭാവവും പെരുമാറ്റവും കാണുമ്പോൾ എനിക്കത്ര ഭംഗിയായിട്ട് തോന്നണില്ല,"

"നീ വളച്ചുകെട്ടാതെ കാര്യം പറ."

"ഇതൊക്കെ അമ്മയ്ക്കും ഊഹിക്കാവുന്നതല്ലേ ഉള്ളു? ഒരു പെൺകുട്ടിയല്ലേ? ചീത്തപ്പേര് കേൾപ്പിക്കാൻ എളുപ്പോണ്ട്?"

"എന്നാലന്ന് കൊല്ലും ഞാൻ അവളെ."

"അതൊക്കെ പിന്നെയല്ലേ. ആദ്യം സൂക്ഷിക്കേണ്ടത് നമ്മളാ, അവൾ വഴിതെറ്റിപ്പോകാതെ."

അങ്ങനെയൊരു സംശയം അന്നുവരെ അമ്മുക്കുട്ടിയമ്മയ്ക്കുണ്ടായിരുന്നില്ല. എങ്കിലും വസന്ത പറഞ്ഞപ്പോൾത്തൊട്ട് അമ്മുക്കുട്ടിയമ്മയുടെ മനസ്സ് പതറാൻ തുടങ്ങി. വേറൊന്നുമല്ല, മനസ്സിൽ സംശയത്തിന്റെ ഒരു കരട്.

എന്നും അവൾ വൈകിവരുന്നതിന്റെ രഹസ്യമെന്താണ്? അവൾ എല്ലാവരിൽനിന്നും ഒഴിഞ്ഞുമാറി നടക്കുന്നതിന്റെ രഹസ്യമെന്താണ്? പണ്ട് കരിയിലക്കാടയെപ്പോലെ ചിലയ്ക്കാറുണ്ടായിരുന്ന അവളിപ്പോൾ മൗനിയായിരിക്കുന്നതിന്റെ രഹസ്യമെന്ത്?

ഓർത്തുനോക്കുമ്പോൾ എല്ലാം സംശയം. ഒരു സമാധാനവുമില്ലാതായി മനസ്സിന്. ജീവിതത്തിന്റെ വിഷമതകൾ താങ്ങാൻ കഴിയുന്നില്ല. അതിനുപുറമേ ഇതും!

തന്റെ സങ്കടം ആരോടു പറയും? അമ്മുക്കുട്ടിയമ്മ ഈശ്വരനെ വിളിച്ചു, നിശ്ശബ്ദമായിട്ട്.

വൈകിട്ട് ഗീത വരാറുള്ള സമയംതൊട്ട് അമ്മുക്കുട്ടിയമ്മ കാത്തുനിന്നു. അവൾ വരാൻ വൈകുന്തോറും അവരുടെ മനസ്സ് വലിഞ്ഞുമുറുകി. ആറരയുടെ വണ്ടിയും പോയി. ക്ഷേത്രത്തിനു മുമ്പിലൂടെ വണ്ടി പോകുന്നതിന്റെ ഒച്ച അമ്മുക്കുട്ടിയമ്മ കേട്ടതാണ്. അപ്പോൾ മുതൽ വഴിയിലേക്കും നോക്കി നില്ക്കാൻ തുടങ്ങി. വളവുതിരിഞ്ഞു വരുന്ന യാത്രക്കാരുടെ കൂട്ടത്തിൽ ഗീതയെവിടെ?

ഇല്ല. അവസാനത്തെ ആളും പോയി വഴി ശൂന്യമായി. ആകാശത്തിനു കീഴിലെ വെളിച്ചം മങ്ങിത്തുടങ്ങിയിരിക്കുന്നു. മരക്കൂട്ടങ്ങൾക്കിടയിൽ സന്ധ്യാകാശത്തിന്റെ മഞ്ഞനിറം ഇരുളുന്നു.

ഇനി ഏഴേകാലിനേ വണ്ടിയുള്ളൂ.

മരങ്ങളുടെ നിഴലുകൾക്ക് രൂപം നഷ്ടപ്പെട്ട് സന്ധ്യയുടെ ഇരുട്ടിൽ മരങ്ങൾ നിഴൽരൂപങ്ങളായിത്തീരുന്നു. പുലർച്ചയ്ക്ക് പടിഞ്ഞാറൻ ദിക്കിലേക്ക് ഇരതേടിപ്പോയ പക്ഷികൾ ഇരുളുന്ന സന്ധ്യാകാശത്തിനു കീഴിൽ കിഴക്കോട്ടു പറക്കുന്നു.

ക്ഷേത്രത്തിൽനിന്നു സന്ധ്യക്കുള്ള ശംഖുവിളി കേട്ടു.

പഴയ വീട്ടിൽ വാടകയ്ക്കു താമസിക്കുന്ന മ്യൂസിക് ടീച്ചർ

എവിടെയോ പോയിട്ട് മടങ്ങിവന്നു. പടി കേറി വരുന്നതിനിടയിൽ അവർ ലോഹ്യം ചോദിച്ചു:

"അമ്മുക്കുട്ടിയമ്മയെന്താ ഇവിടെ? എവിടെയ്യെങ്കിലും പോകാനാ?"

"ഞാനെവിടെ പോകാനാ? വെറുതെ..."

മ്യൂസിക് ടീച്ചർ അവരുടെ വഴിക്കു പോയി.

ഏഴേകാലിന്റെ വണ്ടി അന്ന് പതിവിലും വൈകി. ആളുകൾ ഇടവഴിയിലൂടെ നടന്നകലുന്നത് അമ്മുക്കുട്ടിയമ്മ ക്ഷമകേടോടെ നോക്കിനിന്നു. ഈ വണ്ടിക്കും വന്നിട്ടില്ലേ അവൾ?

ഗീത ഒറ്റയ്ക്കു നടന്നുവരുന്നത് അകലെവച്ചേ അമ്മുക്കുട്ടിയമ്മ കണ്ടു.

അവൾ അകത്തേക്കു കേറിവന്നില്ല, അതിനുമുമ്പേ അമ്മുക്കുട്ടിയമ്മയ്ക്കു ദേഷ്യം പൊട്ടിത്തെറിച്ചു.

"എവിടെയായിരുന്നെടീ ഇത്രേം നേരം?"

സ്വരത്തിന്റെ കടുപ്പംകൊണ്ടുതന്നെ അമ്മ കോപിച്ചിട്ടാണെന്നു ഗീതയ്ക്കു മനസ്സിലായി. അവൾ ഒന്നും മിണ്ടാതെ അകത്തേക്കു നടന്നു.

അപ്പോൾ അമ്മുക്കുട്ടിയമ്മയ്ക്ക് അരിശം ഒരു മടങ്ങുംകൂടിയായി.

"നില്ലെടി അവിടെ! ചോദിച്ച കേട്ടില്ലേ? എന്താ മിണ്ടാത്തെ?"

അമ്മയുടെ അരിശം ഗൗനിക്കാതെ അവൾ പറഞ്ഞു:

"വണ്ടി കിട്ടാൻ വൈകി."

"മറ്റുള്ളോർക്കൊക്കെ വണ്ടി നേരത്തേ വന്നല്ലോ. നീയെവിടെയായിരുന്നു?"

ചോദ്യം കേട്ടപ്പോഴേ ഗീത ഊഹിച്ചു, ഇതു ചേച്ചി പിരികേറ്റിയിട്ടാണ്.

അവൾ ശൂന്യമായ ദൃഷ്ടികളോടെ അമ്മയെ നോക്കി. അവളുടെ മൗനം കൂസലില്ലായ്മയായിട്ടാണ് അമ്മുക്കുട്ടിയമ്മയ്ക്കു തോന്നിയത്.

അവർ പല്ലിറുമ്മിക്കൊണ്ട് അവളുടെ നേരെ കൈചൂണ്ടി.

"ദേ, ഞാനൊരു കാര്യം പറഞ്ഞേക്കാം. തോന്ന്യാസം കാട്ടി നടക്കാനാണെങ്കിൽ അടിച്ചേനു പുറത്തിറങ്ങരുത്. ഇതിനുമുമ്പ് നീ ഉദ്യോഗം ഭരിച്ചു കൊണ്ടന്നിട്ടല്ല ഇവിടെ കഴിഞ്ഞത്. അതിന്റെ തണ്ടാണെങ്കിൽ."

അവൾ ചോദിച്ചു:

"ഞാനെന്തു തോന്ന്യാസാ കാണിച്ചത്?"

"സന്ധ്യക്കുമുമ്പേ വീട്ടിൽ വരണംന്നറിയാൻമേലേ നിനക്ക്? നിന്നെപ്പോലുള്ളോർ ജോലികഴിഞ്ഞ് പോണത് ഞാൻ കണ്ടല്ലോ. നിനക്കൊരു വിചാരമുണ്ടാവും ഇനിയെന്തുമായിക്കളയാമെന്ന്. അതു വേണ്ടാ. അങ്ങനെ വല്ലോം മനസ്സിൽ വിചാരിച്ചിട്ടുണ്ടെങ്കിൽ എന്റെ മോളതങ്ങ് കളഞ്ഞേര്. നിനക്കറിയാവോ, ഞാനും പോയിട്ടുള്ളതാ ഉദ്യോഗത്തിന്. എന്നെ പഠിപ്പിക്കണ്ടാ. മാനം മര്യാദയ്ക്കല്ലെങ്കിൽ."

"അതിനിപ്പോ ആരുടെ മാനാ ഇടിഞ്ഞുവീണെ?"

“തർക്കുത്തരം പറഞ്ഞാലുണ്ടല്ലോ, കരണം ഞാൻ പുകയ്ക്കും. എനിക്കെന്റെ മാനാഭിമാനാടീ വലുത്. അതീ നാഴികവരെ ഞാൻ സൂക്ഷിച്ചു.”

ഒന്നും മിണ്ടാതെ കുറെനേരം അമ്മയുടെ മുമ്പിൽ മുഖം കുനിച്ചുനിന്നതിനുശേഷം അവൾ അകത്തേക്കു പോയി.

വേഷം മാറ്റിയതിനുശേഷം അവൾ അടുക്കളയിലേക്കു ചെല്ലുകയാണ് പതിവ്. ചായ കൂട്ടിവച്ചിട്ടുണ്ടാവും. അതവിടെ ഇന്നുമുണ്ടാവും. എങ്കിലും അടുക്കളയിലേക്കു പോകാതെ കൈത്തലങ്ങളിൽ മുഖം താങ്ങി അവൾ കട്ടിലിൽ ഇരുന്നു.

അപ്പുറത്തുകൂടി ഒഴിഞ്ഞുമാറിപ്പോകുന്ന വസന്തയെ അവളുടെ കണ്ണുകൾ പിൻതുടർന്നു. ചേച്ചി ഉപദേശിച്ചു കൊടുത്തിട്ടാവണം അമ്മ അത്രയ്ക്കരിശപ്പെട്ടതെന്ന് അവൾക്കു തീർച്ചയായി.

പിന്നെ ഒരൊഴിവുദിവസം. അമ്മുക്കുട്ടിയമ്മ പുറത്തെങ്ങോ പോയതായിരുന്നു. രാവിലെ ഗീത എങ്ങോ പോകാൻ ഒരുങ്ങുന്നതു കണ്ടപ്പോൾ വസന്ത ആരോടെന്നില്ലാതെ പറഞ്ഞു:

“ചിലർക്കൊക്കെ ഒഴിവുദിവസംപോലും ഒഴിവില്ല. എവിട്യാ പോണേന്നാർക്കറിയാം.”

ഗീതയ്ക്കെങ്ങുമില്ലാത്ത ദേഷ്യം വന്നു. അവളും ആരോടെന്നില്ലാത്ത മട്ടിൽ ചോദിച്ചു;

“ആരെങ്കിലും അവർക്കിഷ്ടോള്ളേടത്തു പോണേന്റെ നഷ്ടം മുഴുവൻ ഇവിടെയൊള്ളോർക്കാ!”

അപ്പോൾ വസന്ത ഗീതയുടെ നേരെ തിരിഞ്ഞു.

“വേറെയാർക്കും ബുദ്ധിയില്ലെന്നാ ചിലരുടെ വിചാരം.”

ഗീത പറഞ്ഞു:

“ഇവിടെ ചിലർക്ക് ബുദ്ധികൂടിപ്പോയതാ കുഴപ്പം.”

“എവിടെയാ പോണേന്നൊന്നും ചോദിച്ചുകൂടാ. ഒക്കെ രഹസ്യം. ഇതൊക്കെ എത്രനാളാ ഒളിച്ചുവയ്ക്കുന്നെ?”

“ഞാനൊന്നും ഒളിച്ചുവയ്ക്കുന്നില്ല. എനിക്കു രഹസ്യങ്ങളുമില്ല.”

“നുണ.”

“എന്തറിയാഞ്ഞിട്ടാ ചേച്ചിക്കു സമാധാനക്കേട്?”

“എനിക്കൊരു സമാധാനക്കേടൂല്ല. ഞാനതല്ല ഓർക്കുന്നെ. എന്നെ ഉപദേശിക്കാൻനിന്ന ആളല്ലേ നീയ്? എന്നിട്ടാണീ ഒളിച്ചുകളി!”

അരിശംകൊണ്ട് ഗീതയ്ക്കു നിയന്ത്രണം നഷ്ടപ്പെട്ടു. ചേച്ചിയോടുള്ള സ്നേഹവും സഹതാപവുമൊക്കെ അവൾ മറന്നു.

“ഒരൊളിച്ചുകളിയുമില്ല എനിക്ക്. ഞാൻ പോകുന്നത് എനിക്കിഷ്ടോള്ള ഒരാളുടെ അടുത്തേക്കാ. അതിന് ചേച്ചിക്കെന്താ നഷ്ടം?”

വസന്ത ഒരു നിമിഷം അത്ഭുതത്തോടെ ഗീതയെ നോക്കി. ഈ പെണ്ണിന് ഇങ്ങനെ പറയാനുള്ള ധൈര്യം എവിടന്നു കിട്ടി?

പതിനാല്

ഗീത നേരേ പോയത് ശോഭയുടെ വീട്ടിലേക്കായിരുന്നു. കുറെ ദിവസമായി അവളെ കണ്ടിട്ട്. ഒരു ദിവസം വീട്ടിൽവന്ന് സങ്കടങ്ങളൊക്കെ പറഞ്ഞിട്ടുപോകുമ്പോൾ വീണ്ടും വരാമെന്ന് അവൾ പറഞ്ഞിരുന്നു. എന്തുസംഭവിച്ചുവെന്നറിയില്ല. അവളെ പിന്നെ കണ്ടില്ല. ചെറിയ ദുഃഖങ്ങൾപോലും സഹിക്കാൻ ശക്തിയില്ല അവൾക്ക്. ആ അവളാണ് ആത്മാവിനെ പിളർക്കുന്ന ദുഃഖങ്ങളുംകൊണ്ടു നടക്കുന്നത്.

അവിടെ ചെന്നപ്പോഴാണ് അറിയുന്നത്, അവളുടെ അച്ഛന് സുഖമില്ലായിരുന്നു. നാലഞ്ചു ദിവസം ആശുപത്രിയിൽ കിടന്നു. ഇന്നലെ ഉച്ചയ്ക്ക് അവിടന്ന് മടങ്ങിയെത്തിയതേയുള്ളു. ഇപ്പോഴും ആരോഗ്യം വീണ്ടുകിട്ടിയിട്ടില്ല. എന്നിട്ടും ആശുപത്രിയിൽനിന്നു പോന്നു. വീട്ടിൽ ആരുമില്ലെന്നൊക്കെ ഡോക്ടറോടു പറഞ്ഞ് ഡിസ്ചാർജ് വാങ്ങിയാണ് പോന്നത്. ഇപ്പോഴും മരുന്ന് കഴിക്കുന്നുണ്ട്.

ഗീത ചെല്ലുമ്പോൾ കാശിവിശ്വനാഥയ്യർ അദ്ദേഹത്തിന്റെ പഴയ സൈക്കിൾ നന്നാക്കിക്കൊണ്ടിരിക്കുകയായിരുന്നു. തുരുമ്പെടുത്ത് തീരെ പഴഞ്ചനായ സൈക്കിളാണത്. എന്നിട്ടും കാശിഅയ്യർ അത് അമൂല്യമായ ഒരു നിധിപോലെ സൂക്ഷിക്കുന്നു.

ഗീതയെ കണ്ടയുടനെ കാശിഅയ്യർ അകത്തേക്ക് വിളിച്ചുപറഞ്ഞു:

"ശോഭേ, ദേ ആരാ വന്നിരിക്കുന്നതെന്ന് നോക്ക്!"

വേറെയാരോ എന്നോർത്ത് ശോഭ അകത്തുനിന്ന് ഓടിയിറങ്ങിവന്നു.

"ഓ, ഇവളാണോ? ഞാനോർത്തല്ലോ ഏതെങ്കിലും വിരുന്നുകാരായിരിക്കുമെന്ന്."

ഗീത ചോദിച്ചു:

"എന്താ എനിക്കു കുറവ്, വിരുന്നുകാരിയായി കരുതാൻ മേലാത്തോണം?"

"നിനക്കെന്താ ഇപ്പോ ഇങ്ങനെ തോന്നീത്, ഇങ്ങോട്ടെഴുന്നള്ളാൻ?"

"നിന്നെയങ്ങോട്ട് കാണാഞ്ഞിട്ട്."

"അതെങ്ങനെയാ ഞാൻ വരുന്നെ? ഇവിടെ അപ്പാവ് ആശുപത്രിയിലല്ലായിരുന്നോ? വേറെയാരാ ഉള്ളത് നോക്കാനും അന്വേഷിക്കാനും? അമ്മാവ് അപ്പാവിന്റെ അടുത്തിരിക്കും. ഞാൻ ആശുപത്രീം വീടുമായിട്ട് അങ്ങോട്ടുമിങ്ങോട്ടുമോട്ടം! അതിനിടയ്ക്ക് എങ്ങനെ വരാനാ അങ്ങോട്ട്?"

അപ്പോഴാണ് ശോഭയുടെ അച്ഛൻ സുഖമില്ലാതെ ആശുപത്രിയിലായിരുന്നെന്ന് ഗീത അറിയുന്നതു തന്നെ.

ശോഭയുടെ താഴെ കാശിവിശ്വനാഥയ്യർക്ക് ഒരു മകനുണ്ട്. വിശ്വനാഥൻ. വലിയ വിപ്ലവകാരിയാണ്. വീട്ടിലെങ്ങും വരാറില്ല. പാർട്ടിയാഫീസിലാണ് അവന്റെ ജീവിതം. അതോർത്ത് കാശിഅയ്യർക്ക് വളരെ സങ്കടമുണ്ട്. ഇപ്പോളതൊന്നും ആ പാവം പുറമേ കാണിക്കുന്നില്ല. പലതും സഹിക്കുന്നതിന്റെ കൂടെ അതും സഹിക്കും. ഇടയ്ക്കു വല്ലപ്പോഴും അവൻ വീട്ടിൽ വരും. അമ്മാവ് സങ്കടങ്ങൾ എണ്ണിപ്പെറുക്കാൻ തുടങ്ങുമ്പോൾ തനിക്കിതൊന്നും കേൾക്കണ്ടെന്നും പറഞ്ഞ് അവൻ ഇറങ്ങിപ്പോകും, പാർട്ടിയാഫീസിലേക്ക്.

അവൻ നേരെയായിരുന്നെങ്കിൽ തനിക്കിത്രമാത്രം വിഷമിക്കേണ്ടിവരില്ലായിരുന്നെന്ന് കാശിഅയ്യരുടെ മനസ്സിലുണ്ട്. അതയാൾ ആരോടും പറയുന്നില്ല. പറഞ്ഞിട്ടെന്തു വിശേഷം! അവന്റെ ന്യായവാദങ്ങൾക്കു മുമ്പിൽ കാശിഅയ്യർ മൗനിയായിത്തീരുന്നു. ഇപ്പോൾ അങ്ങനെ ഒരു മകൻ ഉണ്ടെന്നുള്ള വിചാരംപോലും അയ്യർക്കില്ല.

സ്വതേതന്നെ കാശിഅയ്യരെ കാണുമ്പോൾ ഗീതയ്ക്കു സഹതാപം തോന്നാറുണ്ട്. കുടുംബം പുലർത്താൻവേണ്ടി പാവം തുരുമ്പുപിടിച്ച സൈക്കിളിന്റെ പിന്നിൽ പലഹാരപ്പാട്ട വച്ചുകെട്ടി പൊട്ടിയ മണി മുട്ടിക്കൊണ്ട് തെരുവുനീളെ അലയുന്നു. എന്നിട്ട് കിട്ടുന്നതെന്താണ്?

അങ്ങനെയൊന്നും ഓർത്ത് കാശിവിശ്വനാഥയ്യർ വിഷമിക്കുന്നില്ല. എല്ലാം വിധിയാണെന്ന് സമാധാനിക്കുന്നു. ഇങ്ങനെയൊക്കെയുള്ള ദയനീയമായ സാഹചര്യങ്ങളിൽ ഒരു മനുഷ്യൻ ജനിക്കുന്നതെന്തുകൊണ്ട്?

കർമ്മയോഗത്തിന്റെ പൊരുൾ കാശിവിശ്വനാഥയ്യർ അന്വേഷിക്കുന്നില്ല. ജന്മാന്തരങ്ങളിലൂടെയുള്ള യാത്രയ്ക്കിടയിൽ ഇത് ഒരവസ്ഥമാത്രം! അതും കടന്നല്ലേ ഒക്കു!

ചോദിച്ചാൽ അങ്ങനെയൊന്നുമല്ല പറയുക.

"മരിക്കോളം ജീവിക്കണ്ടെ? വേറെ ഒരു വഴീം കണ്ടില്ല. അതുകൊണ്ട് ഈ വഴി കണ്ടുപിടിച്ചു. കടവുൾക്കെല്ലാം തിരിയും!"

ചില മനുഷ്യരുടെ കാര്യം അങ്ങനെയാണ്. എന്തു ചെയ്താലും

വിശേഷമുണ്ടാവുകയില്ല. നല്ലതു വിചാരിച്ച് ചെയ്യുന്നതിനും കിട്ടുന്നത് ചീത്തഫലമായിരിക്കും. അല്ലെങ്കിൽ കാശിവിശ്വനാഥയ്യരുടെ ബ്രാഹ്മണാൾ ശാപ്പാട് ഹോട്ടൽ പൂട്ടിപ്പോകണമായിരുന്നോ?

പാവങ്ങളുടെ ജീവിതം അങ്ങനെയൊക്കെയാണെന്ന് ഗീതയ്ക്കു തോന്നി. രക്ഷപ്പെടാൻ ഒരു മാർഗ്ഗവുമില്ല. ചെന്നുതൊടുന്നിടത്തൊക്കെ ഭാഗ്യക്കേട്! അള്ളിപ്പിടിക്കാൻ ശ്രമിക്കുന്തോറും പിടി വിട്ടുപോകുന്നു. ജീവിതത്തിന്റെ പുറംപോക്കുകളിലേക്ക് വലിച്ചെറിയപ്പെടുന്നു. നിസ്സഹായതയാണ് അവരുടെ വിധി. ശൂന്യതകളിൽ അവരുടെ നെടുവീർപ്പുകൾ നഷ്ടപ്പെടുന്നു.

ഒരിക്കൽ ശോഭയുടെ വീട്ടിലെ പ്രയാസങ്ങളെയും അവളുടെ അച്ഛന്റെ കഷ്ടപ്പാടുകളെയും കുറിച്ച് ഗീത പറഞ്ഞപ്പോൾ അമ്മ അതിൽ മറ്റൊരു ന്യായം കണ്ടുപിടിച്ചു.

"ആ അയ്യരെന്തിനാ ഇങ്ങനെ കഷ്ടപ്പെടുന്നത്? പ്രായമായ ഒരു മകനില്ലേ? കൊടി പിടിക്കാൻനടക്കുന്ന അവനെന്താ കുടുംബം നോക്കിയാല്?"

ആ സംശയം ഗീതയുടെ അമ്മയ്ക്കു മാത്രമല്ല മറ്റുള്ളവർക്കും ഉണ്ടായിരിക്കും, കാശിവിശ്വനാഥയ്യർക്കൊഴിച്ച്.

"സുഖമില്ലാത്ത ആളാണോ സൈക്കിളും നന്നാക്കിക്കൊണ്ടിരിക്കുന്നത്?" ഗീത ചോദിച്ചു: "ഉള്ള മരുന്നും കഴിച്ചോണ്ട് അടങ്ങിയൊതുങ്ങി കിടക്കാതെ."

"നല്ല കഥയായി!" ശോഭ പറഞ്ഞു: "എങ്ങനെയെങ്കിലും ഇവിടന്നിറങ്ങിക്കിട്ടിയാൽ മതിയെന്നാവും അപ്പാവിന്."

അകത്തേക്കു കൂട്ടിക്കൊണ്ടുപോയി ഗീതയെ അകത്തെ മുറിയിൽ കൊണ്ടിരുത്തിയതിനുശേഷം ശോഭ പറഞ്ഞു:

"നീ ഇവിടെ ഇരിക്ക്. ഞാൻ കാപ്പിയുണ്ടാക്കിക്കൊണ്ടുവരാം. വേഗം."

"എനിക്കിപ്പോ കാപ്പീം പലഹാരോം ഒന്നും വേണ്ട." ഗീത പറഞ്ഞു: "ഞാൻ വന്നത് നിന്റെ സല്ക്കാരം മോഹിച്ചല്ല. നിന്നെ ഒന്നു കണാനാണ്. ഒരാഴ്ച കഴിഞ്ഞ് നീയങ്ങോട്ടു വരാമെന്നല്ലേ പറഞ്ഞിരുന്നത്?"

"അതിനിടയ്ക്കല്ലേ അപ്പാവ് ആശുപത്രിയിലായത്? പിന്നെ ഞാനെങ്ങനെ വരും?"

"ഞാനോർത്തത് അങ്ങനെയല്ല. വളരെ സങ്കടത്തോടുകൂടിയല്ലേ നീയന്ന് പോന്നത്? അതിൽപ്പിന്നെ എനിക്കതുതന്നെയായിരുന്നു വിചാരം. നീ പിന്നെ സതീശനെ കണ്ടോ?"

"ഉവ്വ്. ആശുപത്രീടെ അടുത്തുവച്ച്, ഞാൻ അപ്പാവിന്റെ അടുത്തൂന്ന് ഇറങ്ങിവരുന്നതും കാത്ത് നില്ക്കുകയായിരുന്നു. നട്ടപ്ര വെയിലത്ത്!"

"എന്നിട്ടെന്തു പറഞ്ഞു സതീശൻ?"

"ഒന്നും പറയാതെ കുറെദൂരം ഒന്നിച്ചു നടന്നു. ഗ്രാമത്തിലേക്കു തിരിയുന്നിടത്തെത്തിയപ്പോൾ എന്നോട് ആ പഴയചോദ്യം തന്നെ വീണ്ടും ചോദിച്ചു, എന്തു തീരുമാനിച്ചെന്ന്."

"എന്നിട്ട് നീ എന്തുപറഞ്ഞു?"

"ആ പഴയ മറുപടി തന്നെ. മറന്നേക്കാൻ."

പിന്നെ കുറെനേരം ശോഭ ഒന്നും മിണ്ടാതെ മുഖം കുനിച്ചിരുന്നു. എന്തുപറഞ്ഞ് അവളെ ആശ്വസിപ്പിക്കണമെന്ന് അറിയില്ലായിരുന്നു അവൾക്ക്.

തന്നെ സ്നേഹിക്കാൻ സതീശനെപ്പോലെ വേറെ ഒരാളുണ്ടാവില്ല ഈ ജന്മത്തെന്നു വിശ്വസിക്കുന്ന ശോഭയ്ക്ക് അയാളുടെകൂടെ ഇറങ്ങിപ്പോകാൻ കഴിയുന്നില്ല. ജാതി വ്യത്യാസം അവർക്കിടയിൽ ഒരു കന്മതിലുണ്ടാക്കുന്നു. അദൃശ്യമായ ആ മതിൽ അവരെ വേർതിരിക്കുന്നു.

ആത്മീയമായ സ്നേഹംകൊണ്ട് വേർപിരിയാൻ വയ്യാത്തവിധത്തിൽ അടുത്തുപോയവരെ അന്യോന്യം വേർതിരിക്കുന്ന ഈ കന്മതിൽ പണിതതാരാണ് മനുഷ്യർക്കിടയിൽ?

നഗരത്തിലെ ഏറ്റവും പഴക്കമുള്ള അഗ്രഹാരത്തിലെ ഒരു പാവപ്പെട്ട കുടുംബത്തിനും അത് പ്രശ്നമായിത്തീരുന്നു. പട്ടിണിക്കും കഷ്ടപ്പാടിനുമൊക്കെ മീതെ അതവൾക്ക് ജന്മത്തിന്റെ മറ്റൊരു വ്യസനമായിത്തീരുന്നു. മാമൂലുകളും ഒരന്യജാതിക്കാരനെ സ്നേഹിക്കുന്നതിൽനിന്ന് അവളെ വിലക്കുന്നു.

അഗ്രഹാരത്തിൽനിന്നിറങ്ങി പാർട്ടിയാഫീസിലേക്കുപോയ ആൾ എന്തുചെയ്യുന്നു, ആരുടെയിടയിൽ ജീവിക്കുന്നു, ബ്രാഹ്മണന്റെ ആചാരങ്ങൾ പാലിക്കുന്നുണ്ടോ എന്നൊന്നും ആരും അന്വേഷിക്കുന്നില്ല.

അഗ്രഹാരത്തിൽ ഒരു രാമമൂർത്തിയുണ്ട്. ദേശസാൽക്കരിക്കപ്പെട്ട ഏതോ കമ്പനിയിൽ ഉയർന്ന ഉദ്യോഗം നോക്കുന്ന ആളാണ്. കണ്ടാൽ യോഗ്യൻ. പൂണൂലിട്ട് ബ്രാഹ്മണ്യത്തിൽ അഭിമാനംകൊള്ളുന്ന ആളാണ്. പക്ഷേ, കള്ളു കുടിക്കും. ഇറച്ചി തിന്നും. അതിലൊന്നും ആർക്കും ആക്ഷേപമില്ല. ആരും അയാളെ ബഹിഷ്കരിക്കുന്നില്ല. പൂണൂലിട്ട ആൾക്ക് കള്ളു കുടിക്കാം. ഇറച്ചി തിന്നാം. ഗായത്രി ജപിക്കേണ്ട. അഗ്രഹാരത്തിലെ പെൺകുട്ടിക്ക് അവൾ ഇഷ്ടപ്പെടുന്ന ഒരന്യജാതിക്കാരനെ സ്നേഹിച്ചുകൂടാ.

ഇതൊക്കെ ആരോടു പറയാൻ! ആര് കേൾക്കാൻ!

എന്തെങ്കിലും പറഞ്ഞ് ശോഭയെ ആശ്വസിപ്പിക്കണമെന്നുണ്ടായിരുന്നു ഗീതയ്ക്ക്.

ഒരർത്ഥത്തിൽ ഇപ്പോൾ തന്റെ അവസ്ഥയും ഏകദേശം അങ്ങനെയല്ലേ? കൃഷ്ണമോഹനോടു തോന്നിയ സഹതാപവും ബഹുമാനവും ഇപ്പോൾ തന്റെ മനസ്സിനെ എങ്ങോട്ടാണ് കൊണ്ടുപോകുന്നത്?

"ഞായറാഴ്ച നീ അങ്ങോട്ടു വാ." ഗീത പറഞ്ഞു: "വരണം. എനിക്കൊരു രഹസ്യം പറയാനുണ്ട് നിന്നോട്."

ശോഭ ആശ്ചര്യപ്പെട്ടു.

"രഹസ്യോ?"

"പേടിക്കണ്ടാ. നിന്റെ കാര്യൊന്നുമല്ല. മറ്റുള്ളോർക്കും രഹസ്യങ്ങളുണ്ടാവാൻ പാടില്ലെന്നില്ലല്ലോ. ഉണ്ടോ?"

"നീ ആരുടെ കാര്യമാ പറയുന്നെ?"

"എന്റെ! എന്താ എനിക്കു രഹസ്യങ്ങളുണ്ടാവാൻ പാടില്ലേ?"

ശോഭയ്ക്കത് വിശ്വാസമായില്ല. ഗീത വെറുതെ പറയുകയാണെന്നാണ് അവൾ വിചാരിച്ചത്. ശോഭയോടൊന്നിച്ച് ഗീത അകത്തുനിന്നിറങ്ങിവരുമ്പോഴും കാശിവിശ്വനാഥയ്യരുടെ സൈക്കിൾ റിപ്പയറിങ് തീർന്നിട്ടില്ല.

ഗീത ചോദിച്ചു:

"എന്തിനാ ഇതിന്മേൽ കിടന്നു പണിയുന്നെ? സവാരിക്കിറങ്ങാനോറ്റെയാണോ?"

"പിന്നല്ലാതെ എന്തുചെയ്യും കുഞ്ഞേ?" കാശിഅയ്യർ ചോദിച്ചു; "എന്റെ ദൂരം ഞാൻതന്നെ ഓടിത്തീർക്കണ്ടേ?"

"നാലഞ്ചുദിവസം ആശുപത്രിയിൽ കിടന്നതോർക്കുമ്പോഴാണ് അത്ഭുതം."

"വല്ലോണോം അവിടന്നെറങ്ങിപ്പോന്നാൽ മതിയെന്നായിരുന്നു വിചാരം."

"എന്നു പറഞ്ഞാൽ അസുഖം ഭേദാവണ്ടേ?"

"ഓ, എനിക്കങ്ങനെ അസുഖോന്നുല്ലന്നേ. ഡോക്ടറന്മാർക്ക് ആരെ കിട്ട്യാലും അവിടെ പിടിച്ചു കിടത്തണം."

ഇടയ്ക്കു ശോഭ പറഞ്ഞു:

"അപ്പാവ് എപ്പോഴും ചോദിക്കും പോവാറായില്ലേന്ന്. അങ്ങനെ ചോദിച്ചാൽ അവർക്കിഷ്ടാവ്വോ?"

"അവരുടെ ഇഷ്ടം നോക്കി നടക്കാനൊക്കോ എനിക്ക്?"

പറഞ്ഞിട്ട് വിശേഷമില്ലെന്ന് ഗീതയ്ക്കറിയാം. കാശിവിശ്വനാഥയ്യർക്ക് ഓടിത്തീർക്കാനുള്ള ദൂരം ഇനിയും കിടക്കുന്നു.

യാത്രപറയാൻ നേരത്ത് ശോഭ ചോദിച്ചു:

"എന്തു രഹസ്യമെന്നാ നീ പറഞ്ഞേ? നിന്റെ മനസ്സും കുടുങ്ങ്യോ എവിടെങ്കിലും?"

ഒരർത്ഥവും ധ്വനിപ്പിക്കാത്ത ഒരു ചിരിയോടെ അവൾ ശോഭയുടെ നേരെ നോക്കി.

തനിയെ നടക്കുമ്പോൾ കൃഷ്ണമോഹന്റെ നേർക്കു ചായുന്ന തന്റെ മനസ്സിന്റെ തുടിപ്പുകൾ അവൾ കേട്ടു.

പതിനഞ്ച്

നഗരാതിർത്തിവിട്ട് കാർ വിജനമായ ഒരു വഴിയിലേക്കു തിരിഞ്ഞപ്പോൾ ഗീത ചോദിച്ചു;

"എങ്ങോട്ടാ?"

ഏതോ ഓർമ്മയിൽ മുഴുകി സ്റ്റിയറിങ് തിരിക്കുന്നതിനിടയിൽ കൃഷ്ണമോഹൻ മുഖം തിരിച്ച് അവളെ നോക്കി.

"എങ്ങോട്ടായാലെന്താ? പേടിയുണ്ടോ കൂടെ വരാൻ?"

ലജ്ജകൊണ്ട് അഴകാർന്ന കണ്ണുകളോടെ കൃഷ്ണമോഹന്റെ നേരെ നോക്കി നിഷേധാർത്ഥത്തിൽ അവൾ തലയനക്കി.

നഗരത്തിലെ റെസ്റ്റോറന്റിൽ പതിഞ്ഞ ശബ്ദത്തിലുള്ള പോപ് മ്യൂസിക്കും കേട്ടിരുന്നു കാപ്പികുടിക്കുമ്പോൾ അവർ രണ്ടുപേരും നിശ്ശബ്ദരായിരുന്നു. അരണ്ട വെളിച്ചത്തിൽ മങ്ങിക്കാണുന്ന ചുമർച്ചിത്രങ്ങളിലും മൂലകളിൽ അലങ്കരിച്ചുവച്ച വെങ്കലത്തിന്റെ നിറമുള്ള ശില്പങ്ങളിലും നോക്കിയിരുന്നപ്പോൾ തങ്ങൾക്കിടയിൽ അന്യഥാത്വത്തിന്റെ അദൃശ്യമായ ഒരു മറ തൂങ്ങിക്കിടപ്പുണ്ടെന്ന് അവർക്കു തോന്നി. ഏതോ മഹാവിജനതയുടെ മദ്ധ്യത്തിൽ അകപ്പെട്ട പ്രതീതി. കുറെനേരം അങ്ങനെ കഴിഞ്ഞു. ഹാളിലെ നിശ്ശബ്ദതയിൽ പതുക്കെ കേൾക്കുന്ന പോപ് മ്യൂസിക്കിന്റെ അലകൾ പെട്ടെന്ന് താളം മുറുകി കുത്തിയൊഴുകിയപ്പോൾ വെറുപ്പാണുണ്ടായത്.

"മ്യൂസിക്കും ഒരു ന്യൂയിസൻസായിത്തീരുന്നു."

റെസ്റ്റോറന്റിൽനിന്നു പുറത്തിറങ്ങുമ്പോൾ റെസ്റ്റോറന്റിന്റെ മുറ്റത്തെ തണൽമരത്തിന്റെ നിഴലിൽനിന്ന് കൃഷ്ണമോഹൻ ചോദിച്ചു:

"എവിടെയെങ്കിലും ഒരൊഴിഞ്ഞ കോണിൽ കുറെനേരം നമ്മൾ

തനിയെ... വിരോധമുണ്ടോ?"

ഗീതയുടെ ഭാവശൂന്യമായ കണ്ണുകളിൽ ഒരുത്തരവുമുണ്ടായിരുന്നില്ല. മറ്റുള്ളവരിൽ നിന്നൊക്കെ വളരെ അകലെ ഏതോ ഏകാന്തതയിലാണ് ഇപ്പോൾത്തന്നെ എന്നായിരുന്നു അവളുടെ വിചാരം. എന്നിട്ടും മനസ്സ് മ്ലാനമായിരിക്കുന്നു. ഏകാന്തമായ നിമിഷങ്ങളുടെ നിശ്ശബ്ദമായ സ്വാസ്ഥ്യം അനുഭവിക്കാൻ കഴിയുന്നില്ല.

മനസ്സിനകത്ത് കുറ്റബോധത്തിന്റെ കാറ്റ് മൂളുന്നു.

അവളുടെ മൗനം സമ്മതമായി കണക്കാക്കിക്കൊണ്ട് കൃഷ്ണമോഹൻ കാറിനടുത്തേക്കു നടന്നു. പിന്നാലെ തണൽമരത്തിന്റെ നിഴൽപ്പാടുകളിൽ കണ്ണൂന്നി അവളും.

നഗരത്തിന്റെ തിരക്കുകൾക്കിടയിലൂടെ കടന്നുപോകുന്ന കാറിൽ അവൾ മുഖം കുനിച്ചിരുന്നു. പിന്നെ സീറ്റിൽ വിടർന്നുകിടന്ന ഇംഗ്ലീഷ് വീക്കിലി എടുത്ത് അതിന്റെ താളുകൾ മറിച്ചു.

വടക്കെങ്ങോ കത്തിപ്പടർന്ന വർഗ്ഗീയലഹളയിൽ കൊല്ലപ്പെട്ട പാവപ്പെട്ട മനുഷ്യരെക്കുറിച്ചുള്ള ഒരു റിപ്പോർട്ട്, വേട്ടയാടപ്പെട്ട ഗ്രാമം. കത്തിക്കരിഞ്ഞ കുടിലുകൾ. കരിഞ്ഞ മനുഷ്യശരീരങ്ങൾ. പിച്ചിച്ചീന്തിയെറിയപ്പെട്ട കന്യകാത്വങ്ങൾ. പുകഞ്ഞുകൊണ്ടിരിക്കുന്ന മരങ്ങൾ. പെരുവഴിയിൽ കരഞ്ഞുകൊണ്ടിരിക്കുന്ന നഗ്നനായ ആൺകുട്ടി.

ഗീത വീക്കിലി മടക്കി താഴെയിട്ടു.

"എന്താ മിണ്ടാത്തത്?" ഇടയ്ക്കു കൃഷ്ണമോഹൻ ചോദിച്ചു: "എന്തെങ്കിലും പറ. ഇല്ലെങ്കിൽ യാത്ര ബോറായിത്തീരും."

എന്നിട്ടും അവൾ മിണ്ടിയില്ല. ആകാശത്തെക്കുറിച്ചുള്ള ഓർമ്മകളോടെ മരക്കൊമ്പത്തെ കൂട്ടിനുള്ളിൽ ചിറകൊതുക്കിയിരിക്കുന്ന നനഞ്ഞ പക്ഷിയെപ്പോലെയായിരുന്നു അവളുടെ മനസ്സ്.

"കൂടെയുള്ള ആൾ മൗനിയായിരിക്കുന്നത് എന്തസ്സഹ്യമാണെന്നറിയാമോ?" കാറ് ഒരു വളവ് തിരിക്കുന്നതിനിടയിൽ കൃഷ്ണമോഹൻ ചോദിച്ചു; "ഒരാളെ ഇഷ്ടമില്ലാത്തേടത്തേക്ക് വലിച്ചിഴയ്ക്കുമ്പോലെയാണത്."

അവൾ പറഞ്ഞു:

"എനിക്കങ്ങനെയൊന്നും തോന്നണില്ല."

"എന്നാൽ പിന്നെന്താ മിണ്ടാത്തെ?"

"എന്തു മിണ്ടാനാ?"

"ഒന്നിച്ചു യാത്ര ചെയ്യുമ്പോൾ കൂടെയുള്ള ആൾക്ക് ഒന്നും പറയാനില്ലാത്തതിന്റെ അർത്ഥമെന്താണെന്നറിയാമോ?"

"ആവോ. ഞാനങ്ങനെയൊന്നുമാലോചിച്ചിട്ടില്ല."

"എനിക്കുവേണ്ടി ഒരു ത്യാഗം ചെയ്യും പോലെയാണിത്. ഒരാൾക്കുവേണ്ടി മറ്റൊരാൾ വെറുതെ സഹിക്കുമ്പോൾ അതിൽ സന്തോഷിക്കാ

നൊന്നുമില്ല. ഞാനൊരു കടക്കാരനായിത്തീരുകയാണ്."

"ഇതാണ് ബിസിനസ്സുകാരുടെ സ്വഭാവം. അവർക്ക് കടത്തിന്റെയും ലാഭനഷ്ടങ്ങളുടെയും വിചാരമേ ഉള്ളു, എപ്പോഴും! ശരിയല്ലേ? ജീവിതവും ബിസിനസ്സായി കണക്കാക്കുന്നോർക്ക്...."

"അങ്ങനെയാണോ വിചാരിച്ചത് എന്നെക്കുറിച്ച്? ഞാനോർത്തത് ഗീത എന്നെ മനസ്സിലാക്കുന്നുണ്ടെന്നാണ്."

അവൾക്ക് സങ്കോചം തോന്നി.

"ഞാൻ ചുമ്മാ പറഞ്ഞതല്ലേ! അതു കാര്യമായിട്ടെടുത്തോ?"

"എന്റെ അച്ഛൻ പറയുന്നത് എനിക്ക് ബിസിനസ്സറിയില്ലെന്നാണ്. മറ്റാരെക്കാളും അതറിയാവുന്നത് എനിക്കാണ്. പഠിക്കുന്ന കാലത്ത് എന്റെ ആശയങ്ങൾ വേറെയായിരുന്നു."

"അങ്ങനെയാണ് ചിലരുടെ ചരിത്രം തുടങ്ങുന്നത്. ആരംഭം ലോകത്തെ വിസ്മയിപ്പിക്കുന്ന തിളക്കത്തോടെ. കുറെക്കഴിയുമ്പോഴല്ലേ ഇരുണ്ട്, കറ പുരണ്ട്..."

"അതൊക്കെ ചില രാഷ്ട്രീയക്കാരെ കണ്ട് തോന്നുന്നതാവും ഗീതയ്ക്ക്. പക്ഷേ, എല്ലാവരും അങ്ങനെയല്ല. ഗീത വിശ്വസിക്കുമോ എന്നറിയില്ല, പഠിക്കുന്നകാലത്ത് ഞാൻ സാമാന്യം നല്ല ഒരു വിപ്ലവകാരിയായിരുന്നു."

"പിന്നീടെന്തു സംഭവിച്ചു?"

"റൊമാന്റിക് റവല്യൂഷനറിയുടെ ചരിത്രം മിക്കപ്പോഴും മോഹഭംഗത്തിലായിരിക്കും അവസാനിക്കുന്നത്. തെറ്റിദ്ധരിക്കണ്ടാ, അതൊരു തത്ത്വമൊന്നുമല്ല."

അകലെ ഇരുണ്ട കുന്നുകൾ കണ്ടു. ഹെയർപിൻ വളവുകൾ പിന്നിട്ട് കുന്നുകളെ വലംവച്ച് ഉയരങ്ങളിലേക്കു കയറിപ്പോകുമ്പോൾ താഴെ കാടുകളുടെയും താഴ്‌വരകളുടെയും പച്ചപ്പ്. കുന്നുകളെ തൊട്ടുരുമ്മി മേഘങ്ങൾ കടന്നുപോകുന്നു.

കുന്നുകളുടെ താഴ്‌വരകളിലൂടെ വളഞ്ഞ് പുളഞ്ഞ് ഉയരങ്ങളിലേക്കു നീണ്ടുപോകുന്ന വഴിയുടെ പാർശ്വങ്ങളിൽ ആകാശം മറച്ചു നില്ക്കുന്ന മരങ്ങളും ഇടതൂർന്ന കാടുകളും. ദൂരങ്ങൾ പിന്നിടുംതോറും കാടുകൾക്കുള്ളിലേക്കു കടക്കുന്ന പ്രതീതിയായിരുന്നു. കാറിലിരുന്നു നോക്കുമ്പോൾ അകലെ ആകാശത്തിന്റെ നേർക്കുയർന്നു നില്ക്കുന്ന കുന്നുകൾ, താഴ്‌വരകൾ, കാടുകൾ......

കുന്നുകൾക്കും താഴ്‌വരകൾക്കും കാടുകൾക്കും ഇടയിൽ ഘനീഭവിച്ചുനില്ക്കുന്ന നിശ്ശബ്ദതയുടെ സംഗീതം.....

വഴി മിക്കവാറും വിജനമായിരുന്നു. ഒരിടത്തു വഴിവക്കിലെ ഒരു വൃക്ഷത്തിന്റെ മുകളിൽ പഴയ ഏറുമാടം കണ്ടു. വളഞ്ഞു പുളഞ്ഞു കിടക്കുന്ന വഴിയുടെ പാർശ്വങ്ങളിൽ പൂത്തുകിടക്കുന്ന കാട്ടുചെടികൾ.... കാടുകളുടെയും താഴ്‌വരകളുടെയും പച്ചപ്പിലേക്കു പെയ്തിറങ്ങുന്ന

വിശുദ്ധിയുടെ ഒരു സങ്കീർത്തനം...

ഹൃദയംകൊണ്ട് അത് കേൾക്കാം.

ഭൂമിയുടെ ഭംഗി അവളെ ആകർഷിച്ചു. ഭൂമിക്കിത്ര ഭംഗിയുണ്ടെന്ന് അവൾ ഇപ്പോഴാണറിയുന്നത്.... നഗരത്തിന്റെ തിരക്കുകളിലും ശൂന്യതകളിലും ജീവിക്കുമ്പോൾ ഭൂമിയുടെ സൗന്ദര്യം ആരും അറിയുന്നില്ല.

അവിടെ ജീവിക്കുന്നവരുടെ ഹൃദയവും പതുക്കെ പതുക്കെ തരിശായി തീരുന്നു.

ദൂരേക്കു നോക്കുമ്പോൾ ഇടതൂർന്ന കാടുകൾക്കിടയിലൂടെയാണ് യാത്രചെയ്യുന്നതെന്നു തോന്നും. ഈ കാടുകൾക്കും ഈ മലകൾക്കും ഈ താഴ്‌വരകൾക്കും മീതെ ആകാശത്തിനും ഇപ്പോൾ വിശുദ്ധിയുടെ ഒരു ഭംഗിയുണ്ട്. നഗരത്തിന്റെ ആകാശം ഒരു തരിശുഭൂമിപോലെ ശൂന്യവും അനാകർഷകവുമായിട്ടാണ് അവൾക്കു തോന്നിയിട്ടുള്ളത്. ഇവിടെ അങ്ങനെയല്ല. മരങ്ങൾക്കും കാടുകൾക്കും കുന്നുകൾക്കും മീതെ ആകാശം തൊട്ടു നില്ക്കുന്നു. കുന്നുകളുടെ അഗ്രങ്ങൾ ആകാശം തൊടുന്നു.

ഈ ഏകാന്തതീരത്ത് ഭൂമിയും ആകാശവും കൂട്ടിമുട്ടുന്നു.

താഴ്‌വരയിൽ ഒരിടത്ത് കാറ് നിർത്തി ഇടവഴിയിലൂടെ നടന്നിറങ്ങുമ്പോൾ കാടുകളുടെയും പൂക്കളുടെയും നിശ്ശബ്ദതകളുടെയും സുഗന്ധം അവൾ അനുഭവിച്ചു. അവിടെ നിശ്ശബ്ദതയ്ക്കുപോലും സുഗന്ധമുണ്ട്.

എന്തെന്നില്ലാത്ത ഒരു സന്തോഷംതോന്നി അവൾക്ക്. യാത്ര പുറപ്പെടുമ്പോഴുണ്ടായിരുന്ന മ്ലാനത ഇപ്പോഴില്ല.

അതിനുപകരം ഏതോ ദിവ്യാനുഭൂതികളുടെ വേലിയേറ്റം ഹൃദയത്തിൽ.

കാടുകളുടെയും കുന്നുകളുടെയും താഴ്‌വരകളുടെയും സൗന്ദര്യം അവളെ ഉന്മത്തയാക്കി.

താഴ്‌വരയിലെ അരുവിയുടെ കരയിൽ അവർ ചെന്നുനിന്നു. പാറക്കെട്ടുകൾക്കിടയിൽ കുത്തനെ ഒഴുകിവീണ് കാടുകൾക്കിടയിലൂടെ കടന്നുപോകുന്ന അരുവിയിലെ വെള്ളത്തിൽ ആകാശവും കാടുകളും മരങ്ങളും കിടന്നുലയുന്നു.

കൃഷ്ണമോഹൻ പറഞ്ഞു:

"ഇടയ്ക്കിടയ്ക്ക് ഞാനിവിടെ വരും. കുറെനേരം തനിച്ചാകാൻ."

അവൾക്കത്ഭുതം തോന്നി. ഏകാന്തത ഇഷ്ടപ്പെടുന്നത് കവികളും കലാകാരന്മാരുമാണെന്ന് കേട്ടിട്ടുണ്ട്. കൃഷ്ണമോഹന്റെ ഉള്ളിൽ ഒരു കവിയുണ്ടോ?

കാറ്റടിക്കുമ്പോൾ പൂക്കൾ കൊഴിയുന്ന പേരറിയാത്ത മരത്തിന്റെ കീഴിൽ മണ്ണിൽ ഉയർന്നുനില്ക്കുന്ന വേരിന്മേൽ ഇരിക്കുന്ന ഗീതയുടെ നേരെ കൃഷ്ണമോഹൻ കണ്ണിമയ്ക്കാതെ നോക്കി.

ആ പ്രശാന്തതയിൽ അവളിൽ ആ നിമിഷംവരെ കണ്ടിട്ടില്ലാത്ത ഒരു ഭംഗി അയാൾ കണ്ടു.

അയാൾ പറഞ്ഞു:

"എനിക്കു സംശയമുണ്ടായിരുന്നു, വിളിച്ചാൽ വരുമോ എന്ന്."

അവൾ ഗൂഢമായ ഒരു ചിരിയോടെ അയാളുടെ നേരെ കണ്ണുകളുയർത്തി.

"സംശയം തീർന്നോ?"

അവൾ മരത്തിന്റെ ചുവട്ടിൽ നിന്നെഴുന്നേറ്റ് പാറക്കെട്ടിലൂടെ അരുവിയിലേക്കിറങ്ങിച്ചെന്ന് നനയാതെ സാരി മുട്ടോളം ഉയർത്തിപ്പിടിച്ച് അരുവിയിൽ ഇറങ്ങിനിന്നു.

"ഹൗ, എന്തു കുളിര്, വെള്ളത്തിന്!"

അരുവിയിൽനിന്നു കയറി അതിന്റെ കരയിൽ നിന്ന് മരക്കൊമ്പുകൾക്കിടയിലൂടെ അവൾ ആകാശത്തിന്റെ നേർക്ക് മുഖമുയർത്തി.

അവളുടെ മേൽ പൂക്കൾ വീണു.

എന്തോ പറയാൻവേണ്ടി അയാളുടെ ഹൃദയം വിങ്ങുന്നുണ്ടായിരുന്നു.

അവൾ ഭാവനിർഭരമായ കണ്ണുകളുയർത്തി അയാളെ നോക്കി.

അഗാധമായ ഹൃദയഭാവത്തോടെ അവളുടെ കണ്ണുകളിലേക്കു നോക്കിനിന്നതിനുശേഷം ഏതോ വിസ്മൃതിയിലെന്നപോലെ അയാൾ പറഞ്ഞു:

"ഞങ്ങൾ ഒരിക്കൽ ഇവിടെ വന്നിരുന്നു. ഞാനും ആലീസും. അവൾക്കീ കാടും മലകളും താഴ്വരകളും ഇഷ്ടമായിരുന്നു. ഈ മരത്തിന്റെ ഈ വേരിന്മേൽ അവൾ അന്ന് എന്നെ മുട്ടിച്ചേർന്നിരുന്നു. ഇപ്പോൾ ഗീത അരുവിയിലിറങ്ങി മുട്ടോളം വെള്ളത്തിൽ സാരി പൊക്കിപ്പിടിച്ചുകൊണ്ട് നിന്നില്ലേ? എനിക്കപ്പോൾ തോന്നിയതെന്താണെന്നോ? ആലീസാണ് നില്ക്കുന്നതെന്ന്!"

അയാളുടെ കണ്ണുകളിലെ ആ സ്വപ്നഭാവം കണ്ട് അവൾ സ്തംഭിച്ചുപോയി.

ഒരു വിസ്മൃതിയിലെന്നപോലെ അയാൾ അവളുടെ ചുമലിൽ കൈവച്ചു. പതുക്കെ പതുക്കെ വലിച്ചടുപ്പിക്കുന്ന കൈകളുടെ സ്നേഹം അവളുടെ മനസ്സിനെ ആർദ്രമാക്കി.

അഗാധവും ഉൽക്കടവുമായ ഹൃദയഭാവങ്ങളോടെ അവൾ അയാളുടെ കണ്ണുകളിലേക്കു നോക്കി.

മൗനം വിങ്ങുന്ന ഒരു നിമിഷം. ഹൃദയത്തിൽ നിശ്ശബ്ദതയുടെ സംഗീതം ആവിർഭവിക്കുന്ന ഒരു നിമിഷം.

നൈമിഷികമായ ഒരാവേശത്തോടെ അവളെ ചേർത്തു പുല്കി അവളുടെ മുഖത്തോടു മുഖം ചേർത്ത് സ്നേഹത്തിന്റെയും ആരാധനയു

ടെയും പൂർവ്വസ്മരണകളിൽ അയാൾ സ്വന്തം മനസ്സിനെ ഒളിപ്പിച്ചു.

ഒരുതരം സ്വപ്നവിഭ്രാന്തിയിലായിരുന്നു അയാൾ ആ നിമിഷങ്ങളിൽ. തന്നെ ചേർത്തു പുല്കുന്ന കൈകൾക്കുള്ളിൽ കിടന്ന് അവൾ തളിർക്കാതെ തളിർക്കുകയും പൂക്കാതെ പൂക്കുകയും ചെയ്തു.

കാറ്റത്ത് പൂക്കൾ കൊഴിയുന്ന മരം ആ നിമിഷങ്ങൾക്ക് സാക്ഷി നിന്നു.

മടക്കയാത്രയിൽ കാറിൽ കൃഷ്ണമോഹന്റെ അരികിലിരിക്കുമ്പോൾ തന്റെ ആത്മാവ് മറ്റൊരാത്മാവിനോട് കെട്ടുപിണഞ്ഞു കിടക്കുന്നതിന്റെ വൈകാരികമായ പിരിമുറുക്കം അവൾക്കനുഭവപ്പെട്ടു.

ഇടയ്ക്ക് കൃഷ്ണമോഹൻ ചോദിച്ചു:

"തനിച്ചാകാൻവേണ്ടിയാണ് ഇടയ്ക്കിടയ്ക്ക് ഞാനിവിടെ വരുന്നതെന്നു പറഞ്ഞില്ലേ? എന്തിനാ ഞാൻ തനിച്ചാകുന്നെ?"

ചോദ്യത്തിന്റെ പൊരുൾ ഗീതയ്ക്കു പിടികിട്ടിയില്ല. ഒരാൾ തനിച്ചാകുന്നതെന്തിനാണെന്ന് മറ്റൊരാളെങ്ങനെ അറിയും?

കൃഷ്ണമോഹൻതന്നെ പറഞ്ഞു:

"ഞാനിവിടെ വരുന്നത് ആലീസിനോട് മാപ്പ് ചോദിക്കാനാണ്."

"മാപ്പോ? മരിച്ച ആത്മാവിനോടു മാപ്പ് ചോദിക്കുന്നത്?"

"എന്നോടുള്ള സ്നേഹംകൊണ്ട് അവൾ അത്രയേറെ ദുഃഖിച്ചിട്ടുണ്ട്. അതിന്. അന്ന് എന്റെ അച്ഛനമ്മമാരെ എതിർക്കാൻ ഞാൻ സ്വല്പം ധൈര്യം കാണിച്ചിരുന്നെങ്കിൽ...."

അകലെ കാടനങ്ങുന്നു.

കാട്ടിലെന്താണ്?

കാറ്റോ കരടിയോ?

പതിനാറ്

പ്രകടമായ എന്തോ ഒരു മാറ്റം ഗീതയ്ക്കുണ്ടായിട്ടുണ്ടെന്ന് അമ്മുക്കുട്ടിയമ്മയ്ക്കും വസന്തയ്ക്കും തോന്നി. അവളിപ്പോൾ ഒരുതരം മൗനത്തോടുകൂടിയാണ് അവരുടെ അടുത്ത് ജീവിക്കുന്നത്. എപ്പോൾ നോക്കിയാലും ഒരുതരം മ്ലാനത. എന്നാൽ അതു ദുഃഖത്തിന്റെയല്ലതാനും. എന്തൊക്കെയോ വിചാരങ്ങൾ അവളുടെ മനസ്സിലൂടെ കടന്നുപോകുന്നു. അതിന്റെ രഹസ്യം അവർക്ക് പിടികിട്ടുന്നില്ല.

മുമ്പൊക്കെയാണെങ്കിൽ നിസ്സാരകാര്യങ്ങൾക്കുപോലും അവൾ ശുണ്ഠിയെടുക്കാറുണ്ടായിരുന്നു. ഇടയ്ക്ക് തോന്നാറുണ്ടായിരുന്നു അവൾ എല്ലാവരോടും എന്തോ വൈരാഗ്യത്തോടുകൂടിയാണ് ഇടപെടുന്നതെന്ന്. പറഞ്ഞാൽ പോലും അതു കേട്ടതായി അവൾ ഭാവിക്കുന്നില്ല.

ഓരോദിവസം കഴിയുന്തോറും അവൾ അവളുടെ ഉള്ളിലേക്കൊതുങ്ങിക്കൂടുകയാണെന്ന് വസന്തയ്ക്കു തോന്നി.

പക്ഷേ, ചോദിക്കാനൊക്കുമോ? അവൾക്കിഷ്ടപ്പെട്ടില്ലെങ്കിലോ?

അതിനിടയ്ക്ക് ഒരുദിവസം വസന്ത ഒട്ടും പ്രതീക്ഷിക്കാതെ ഗീത അടുത്തുചെന്ന് "ചേച്ചിക്കെന്നോടെന്തെങ്കിലും വിഷമം തോന്നിയിട്ടുണ്ടെങ്കിൽ ക്ഷമിക്കണം" എന്നു പറഞ്ഞു.

വസന്ത വിസ്മയിച്ചുപോയി.

വെറുതെ ഒരു കാരണവും ഇല്ലാഞ്ഞിട്ടുപോലും എതിർക്കാൻ നിന്നിരുന്ന ഈ പെണ്ണിന് എന്തുപറ്റി?

ഇവളുടെ മനസ്സിന് പെട്ടന്നങ്ങനെ ഒരു മാറ്റം ഉണ്ടാകാൻ എന്താണ് കാരണം?

എത്ര ആലോചിച്ചിട്ടും വസന്തയ്ക്ക് അതിന്റെ കാരണം കണ്ടുപിടി

ക്കാനൊത്തില്ല.

ഒടുവിൽ അവൾ ഗീതയോടുതന്നെ ചോദിച്ചു:

"നീയെന്തിനാ എന്നോടു ക്ഷമ ചോദിക്കുന്നെ?"

ചേച്ചിയോടുള്ള പഴയ സ്നേഹത്തോടെ ഗീത ചേച്ചിയുടെ നേരെ നോക്കി. അപ്പോൾ ഒരുതരം വ്യാകുലഭാവമുണ്ടായിരുന്നു അവളുടെ കണ്ണിൽ.

"ഞാൻ ചേച്ചിയെ സങ്കടപ്പെടുത്തീട്ടുണ്ട്. അതുകൊണ്ട്. ഒരനീത്തിക്കു പറയാൻ പാടില്ലാത്തതൊക്കെ ഞാൻ പറഞ്ഞിട്ടുണ്ട്. അതിനൊക്കെ."

അപ്പോഴേക്കും അവളുടെ തൊണ്ട ഇടറി. കണ്ണു നിറഞ്ഞു. കീഴ്ച്ചുണ്ടുകളിൽ അവൾ സങ്കടം കടിച്ചൊതുക്കി.

വസന്ത വാത്സല്യത്തോടെ അവളുടെ ചുമലിൽ കൈവച്ച് അവളെ ആശ്വസിപ്പിച്ചു.

"നീയിത്ര മണ്ടിയായിപ്പോയല്ലോന്നാ ഞാനോർക്കണെ! ഞാനതൊക്കെ കാര്യമായെടുത്തിട്ടുണ്ടെന്നാണോ നിന്റെ വിചാരം? എനിക്കപ്പഴേ അറിയാമായിരുന്നു നീയെന്തോ തെറ്റിദ്ധരിച്ചിട്ടാണെന്ന്. നിനക്കറിയാമോ, നീയെന്നോട് എന്തെങ്കിലും ഇഷ്ടക്കേടു കാണിച്ചാൽ ഞാനതു സഹിക്കില്ല. എനിക്കത്ര സ്നേഹമുണ്ട് നിന്നോട്. അതുകൊണ്ട്. എന്റെ സങ്കടം മുഴുവൻ ഇപ്പോൾ തീർന്നു.... നീ വിഷമിക്കാതെ."

അപ്പോഴേക്കും ഗീത കരഞ്ഞു.

"ചേച്ചി ചേട്ടനോടു വഴക്കിട്ടു പോന്നതെന്തിനെന്നായിരുന്നു എനിക്ക്.

എന്റെ ദുഷ്ടമനസ്സ് ആവശ്യമില്ലാത്തതൊക്കെ ചിന്തിച്ച്... പിന്നെ അതോർത്ത് ഞാനെത്ര സങ്കടപ്പെട്ടെന്ന് എനിക്കേ അറിയൂ. രാത്രിയിൽ കിടന്ന് ഞാനെല്ലാ ദൈവങ്ങളോടും പ്രാർത്ഥിച്ചിട്ടുണ്ട്, എന്നോടു ക്ഷമിക്കാൻ."

ഇതൊന്നുമല്ല ഇതിൽക്കൂടുതലെന്തോ ഗീതയുടെ മനസ്സിനെ അലട്ടുന്നുണ്ടെന്ന് വസന്ത ഊഹിച്ചു. ആ ഊഹംവച്ചുകൊണ്ട് അവൾ പറഞ്ഞു:

"അതൊന്നും ഓർത്ത് എന്റെ മോൾ വിഷമിക്കണ്ട. ചേച്ചിക്കൊരിലും നിന്നോട് പിണക്കം തോന്നീട്ടില്ല. എനിക്കങ്ങനെ പിണങ്ങാനൊക്കോ നിന്നോട്? ശാസിക്ക്യേം വഴക്കുപറയുവേം ഒക്കെ ചെയ്തിട്ടുണ്ട്. അതന്നേരത്തെ ദേഷ്യത്തിനാ. അതൊക്കെ കഴിഞ്ഞ് ഞാൻ സങ്കടപ്പെടുകയും ചെയ്യും, നിന്നോടങ്ങനെയൊക്കെ പറഞ്ഞല്ലോന്നോർത്ത്. നിന്നെ സങ്കടപ്പെടുത്തില്ലോന്നോർത്ത്. നിനക്കറിയ്യോ, ചേച്ചിയെന്നും നിന്റെ നന്മയ്ക്കുവേണ്ടി പ്രാർത്ഥിച്ചിട്ടേ ഉള്ളൂ. നീയെന്തിനാ സങ്കടപ്പെടുന്നെ? എന്തുണ്ടേലും എന്നോടു പറ."

"എനിക്കൊരു സങ്കടോമില്ല. ചേച്ചിയെന്നോട് ക്ഷമിച്ചെന്ന് കേട്ടാൽ മതി എനിക്ക്."

"എന്തിനാ എന്നെ ഒളിക്കുന്നേ? നിന്റെ മനസ്സിൽ എന്തോ ഉണ്ട്.

അതും വച്ചുകൊണ്ടാ നീ നീറുന്നെ. കുറെ ദിവസായി ഞാനിത് കാണാൻ തുടങ്ങീട്ട്."

"ചേച്ചി വിചാരിക്കുമ്പോലെയൊന്നുമില്ല. ചേച്ചിയെ സങ്കടപ്പെടുത്തിയ ല്ലോന്നോർത്തുള്ള വിഷമമേ ഉണ്ടായിരുന്നുള്ളു എനിക്ക്."

വസന്ത ഓർത്തത് ഇനിയെങ്കിലും അവളുടെ മൗനത്തിനും മ്ലാന തയ്ക്കും ഒരു മാറ്റമുണ്ടാകണമെന്നാണ്. തന്നെ വേദനിപ്പിച്ചതോർത്താണ് അവൾ വിഷമിക്കുന്നതെങ്കിൽ അതിന്റെയൊക്കെ തീർന്നില്ലേ?

ഇല്ല. അവളിപ്പോഴും അവളുടെ ഉള്ളിൽ ഒതുങ്ങിക്കൂടാൻ ശ്രമിക്കുക യാണ്.

ഈ പറഞ്ഞതൊന്നുമല്ല. അവളുടെ മനസ്സിൽ വേറെന്തോ ഉണ്ട്. അതാണ് അവൾ മൂടിക്കെട്ടിക്കൊണ്ടു നടക്കുന്നത്.

പക്ഷേ, അമ്മുക്കുട്ടിയമ്മയ്ക്ക് തോന്നിയത് അങ്ങനെയൊന്നുമല്ല. അവൾ തന്റെ പിടിവിട്ടുപോകുന്നു. അവൾക്കിപ്പോൾ അവളുടെ ഇഷ്ടാനിഷ്ടങ്ങളാണ് പ്രധാനം. മറ്റുള്ളോർക്കെന്തു തോന്നിയാലെന്ത്?

പക്ഷേ, അതങ്ങനെ കണ്ടില്ലെന്നു വയ്ക്കാനൊക്കുമോ? അമ്മുക്കുട്ടി യമ്മ അവളുടെ നേരെ തട്ടിക്കേറി:

"എന്താടീ ഒരു നെഗളം? കുറെനാളായല്ലോ തുടങ്ങീട്ട്. ആർക്കും ഇതൊന്നും മനസ്സിലാവില്ലെന്നാണോ നിന്റെ വിചാരം? ഞാൻ പണ്ടേ പറ ഞ്ഞിട്ടുണ്ട്, ഏറെ കിഴക്കോട്ടു പോകരുതെന്ന്. എന്റെ സ്വഭാവം അറി യാമോ നിനക്ക്? ഞാൻ പൊട്ടിയാണെന്നൊന്നും വിചാരിക്കണ്ട. ഭൂമി യോളം ക്ഷമിക്കും. അതു കഴിഞ്ഞാൽ..."

ഗീതയൊന്നും മിണ്ടിയില്ല. അമ്മയുടെ വാക്കുകൾ പരുഷമായിരുന്നു. അതിൽ സ്നേഹത്തിന്റെയും വാത്സല്യത്തിന്റെയും മയം തീരെയില്ല. ഓരോ ദിവസം ചെല്ലുന്തോറും അമ്മയുടെ മനസ്സ് കൂടുതൽ കൂടുതൽ പരുക്കനായിത്തീരുകയാണ്. എന്തെങ്കിലും നിസ്സാര കാരണം മതി അരി ശപ്പെടാൻ. ഒരുതരം ക്ഷമകേട്. കയ്പേറിയ ജീവിതാനുഭവങ്ങൾകൊണ്ട് അമ്മ മടുത്തുകാണും. ചുമക്കാവുന്നതിലേറെ ചുമടുകൾ വഹിച്ചാണ് അമ്മ ഇതുവരെ ജീവിച്ചത്.

അച്ഛനുണ്ടായിരുന്നപ്പോഴും കുടുംബത്തിന്റെ ഭാരം മുഴുവൻ അമ്മയുടെ ചുമലിലായിരുന്നു.

ജീവിതത്തിലൊന്നും കാര്യമായെടുക്കാത്ത സ്വഭാവമായിരുന്നു അച്ഛന്.

ഫിലോസഫിക്കാവുന്ന നിമിഷങ്ങളിൽ അച്ഛൻ പറയാറുണ്ടാ യിരുന്നത് ഗീത ഓർത്തു.

'ഭൂമിയിൽ മനുഷ്യന്റെ ജീവിതം ഇങ്ങനെയൊക്കെയാ. കഷ്ടപ്പാടു കൾ അനുഭവിച്ച്, സങ്കടങ്ങൾ സഹിച്ച്; വിധിശാപങ്ങളുടെ ഇടനാഴികളി ലൂടെയുള്ള യാത്ര. അതു ജന്മജന്മാന്തരങ്ങൾ കടന്നുപോകുന്നു.'

അന്നൊക്കെ എന്തു വിഷമമുണ്ടെങ്കിലും അമ്മ അതു പുറമെ ഭാവിക്കാറുണ്ടായിരുന്നില്ല. എല്ലാം നിശ്ശബ്ദമായി സഹിക്കും. ഇഷ്ടക്കേടായി ഒരു വാക്കു പറയില്ലായിരുന്നു അച്ഛനോട്. അത്രയ്ക്ക് സ്നേഹവും ആദരവും അമ്മയ്ക്കുണ്ടായിരുന്നു. ഓർക്കാപ്പുറത്ത് അച്ഛൻ മരിച്ചപ്പോൾ അമ്മയുടെ മനസ്സ് പതറിപ്പോയി. അച്ഛന്റെ ചിതയ്ക്കരികിൽ തന്റെ ജീവിതം അവസാനിച്ചെന്നാണ് അമ്മയുടെ വിശ്വാസം. ആരുടെ കൂടെ തന്റെ അവസാനനിമിഷംവരെ യാത്ര ചെയ്യാനാഗ്രഹിച്ചോ ആ ആളിന്റെ വേർപാട്. അമ്മയുടെ സന്തോഷം അവിടെ തീർന്നു.

ഒരുദിവസം നോക്കുമ്പോൾ വസന്തചേച്ചി അകത്തെ മുറിയിൽ കമിഴ്ന്നു കിടന്നു നിശ്ശബ്ദമായി തേങ്ങുന്നു. എന്താണ് കാരണമെന്നറിയില്ല. ചേച്ചി എന്തിനാണ് കരയുന്നതെന്നു ചോദിക്കാൻ അവൾ അകത്തേക്കു ചെന്നതാണ്. എന്നിട്ടും പാതിവഴി ചെന്ന് മിണ്ടാതെ, ഒച്ചയുണ്ടാക്കാതെ മടങ്ങിപ്പോന്നു.

അപ്പുറത്തുചെന്നു ഗീത അമ്മയോടു ചോദിച്ചു;

"ചേച്ചിയെന്തിനാ കരയുന്നെ?"

അമ്മ ചാടിക്കാൻ ചെന്നു.

"ആ, ചെന്നു തെരക്ക്."

മ്ലാനമായ മുഖത്തോടെയാണ് അവൾ അശ്വതി റോസ് ഗാർഡൻസിൽ ചെന്നത്. അവളുടെ വാടിയ മുഖം കണ്ടപ്പോൾ കൃഷ്ണമോഹൻ ചോദിച്ചു:

"ഉം, എന്താ ഒരു വല്ലായ്മ?"

ഒന്നുമില്ലെന്ന് അവൾ തലയനക്കി.

"അതല്ല. എന്തോ ഉണ്ട്. എന്താണെന്നു പറ."

"ഞൂഹും, ഒന്നുല്യ."

"പറയാനിഷ്ടമില്ലെങ്കിൽ വേണ്ട. സ്വന്തം രഹസ്യങ്ങൾ സൂക്ഷിക്കാൻ ആർക്കും അവകാശമുണ്ട്."

"ഇതതൊന്നുമല്ല."

"പിന്നെ? ഒരാൾ മൗനംകൊണ്ടു പൊതിഞ്ഞുകെട്ടിയിരിക്കുന്നതു കാണുമ്പോൾ..."

അപ്പോൾ അവൾക്കു ചിരിവന്നു.

"മിണ്ടാതിരിക്കുന്നതിനും ദുർവ്യാഖ്യാനം! വെയിലിന് ചൂടു കൂടുതലാണെന്നു പറഞ്ഞാലും മതിയോ?"

അപ്പോൾ തമാശ പറയാനും അറിയാം എന്ന അർത്ഥത്തിൽ അയാളും ചിരിച്ചു.

അവൾ വീടിനെക്കുറിച്ചോർക്കുകയായിരുന്നു. ആരും മനഃപൂർവ്വമായിട്ടല്ല; എങ്കിലും അകന്നകന്നുപോകുന്നു. അവരവരിലേക്ക് ഒതുങ്ങി

ക്കൂടുന്നു. പണ്ടത്തെ സ്നേഹവും സന്തോഷവും ഒക്കെ എങ്ങനെയോ നഷ്ടപ്പെട്ടു. ഇപ്പോളവിടെയാരും ചിരിക്കുന്നില്ല. ഒച്ചയും അനക്കവുംതന്നെ കുറവ്. ചിലപ്പോൾ സംശയം തോന്നും. അതു വീടോ അതോ അപരിചിതർ താമസിക്കുന്ന വഴിയമ്പലമോ?

രാത്രിയിൽ ഇരുട്ടിന്റെ ഒരു കൂടാരംപോലെ അതു നിശ്ശബ്ദമായി ത്തീരുന്നു. ഇരുട്ടിന്റെ കോട്ടയിലെന്നപോലെ അവിടെ ആളുകൾ ഒറ്റപ്പെ ടുന്നു. അവരെ ബന്ധിച്ചിരുന്ന സ്നേഹത്തിന്റെ കണ്ണികൾ അറ്റുപോയി.

അതിനെക്കുറിച്ച് പുറത്തൊരാളോട് പറയാനൊക്കുമോ?

കൃഷ്ണമോഹൻ പറഞ്ഞു:

“ഓർമ്മകളും ദുഃഖങ്ങളുംകൊണ്ടു നിറഞ്ഞതായിരുന്നു എന്റെ മനസ്സ്. അതിന്റെ കാരണങ്ങളൊക്കെ ഞാൻ ഗീതയോടു പറഞ്ഞിട്ടുണ്ട്. ഒന്നും ഒളിച്ചുവയ്ക്കാതെ. ഇതൊക്കെ എങ്ങനെ സംഭവിക്കുന്നുവെന്ന് എനിക്കറിഞ്ഞുകൂടാ. എന്തുകൊണ്ടോ ഗീത അടുത്തുള്ളപ്പോൾ എന്റെ മനസ്സിന് വളരെ ആഹ്ലാദം തോന്നിയിരുന്നു. സ്നേഹമെന്നൊന്നും അതിനെ ഞാൻ വിളിക്കുന്നില്ല. ഗീതയ്ക്കിഷ്ടപ്പെട്ടില്ലെങ്കിലോ? അല്ലെങ്കിൽ അതിനെ ഒരു പേരിട്ടും വിളിക്കാതിരിക്കുകയാണ് നല്ലത്.”

ഹൃദയത്തിൽ എന്തോ കനം തൂങ്ങുന്നതുപോലെ അവൾക്കു തോന്നി. അതെന്താണെന്നു വേർതിരിച്ചറിയാൻപോലും അവൾക്കു കഴിയുന്നില്ല. ഹൃദയത്തിന്മേൽ മറ്റൊരു ഹൃദയത്തിന്റെ സ്പർശം. സ്നേഹത്തിന്റെ ഒരു തണുപ്പ്. അതിന്റെ ചൂട്, ഉന്മാദം, സുഗന്ധം, അങ്ങനെയൊക്കെ പറയാവുന്ന എന്തോ.

അവൾ അങ്ങനെ ഓരോന്നോർത്തുകൊണ്ടു നില്ക്കുന്നതിനിടയിൽ കൃഷ്ണമോഹൻ ചോദിച്ചു:

“എന്താ മിണ്ടാത്തെ?”

കണ്ണിൽ ഹൃദയത്തിന്റെ ജ്വാലകളോടെ അവൾ അയാളുടെ നേരെ നോക്കി.

വൈകിട്ട് വീട്ടിലേക്കു മടങ്ങുമ്പോൾ ഇടവഴിക്കരികിൽ എന്നും അടഞ്ഞുകിടക്കാറുള്ള നാരായണേട്ടന്റെ വീട് തുറന്നുകിടക്കുന്നതു കണ്ടു. പടിക്കൽനിന്നു നോക്കിയപ്പോൾ തളത്തിലെ ചുക്രിവലകൾ തൂത്തുമാറ്റിക്കൊണ്ട് നാരായണേട്ടൻ നില്ക്കുന്നു.

എന്നു വന്നു തീർത്ഥയാത്രയൊക്കെ കഴിഞ്ഞ്?

വിദൂരങ്ങളിലെ പുണ്യ ക്ഷേത്രങ്ങളും ആശ്രമങ്ങളും ചുറ്റിനടക്കുന്ന നാരായണേട്ടൻ വല്ലപ്പോഴും വീട്ടിൽ വരും. ആറോ ഏഴോ ദിവസം അവിടെ തങ്ങും. വീണ്ടും എങ്ങോട്ടെന്നില്ലാതെ യാത്ര തിരിക്കുകയും ചെയ്യും. കാവിയുടുത്തുനടക്കുന്ന നാരായണേട്ടനെ കണ്ടാൽ സന്ന്യാസിയാ ണെന്നേ തോന്നൂ. ജീവിതവും അങ്ങനെയാണ്. പക്ഷേ, നാരായണേട്ടൻ

സമ്മതിക്കുകയില്ല. യാത്ര ജീവിതമാക്കിയവന് യോജിച്ച വേഷം കാവിയാണെന്നു മാത്രമേ നാരായണേട്ടൻ പറയൂ. അല്ലാതെ തനിക്കത് ഒരിക്കലും വൈരാഗ്യത്തിന്റെയോ അനാസക്തിയുടെയോ അടയാളമല്ല.

ചുക്രിവല തൂക്കുന്നതിനിടയിൽ ആരോ പടിക്കൽ നില്ക്കുന്നതുകണ്ട് നാരായണേട്ടൻ ചോദിച്ചു:

“ആരാ അത്?”

പടിവാതിൽ കടന്ന് അവൾ അകത്തേക്കു ചെന്നു.

ചുക്രിവല അടിച്ചുകൊണ്ടിരുന്ന നീണ്ട ചൂല് നിലത്തിട്ടതിനുശേഷം നാരായണേട്ടൻ മുറ്റത്തേക്കിറങ്ങിവന്നു.

“ങാ, നീയോ? എന്താ കുട്ടീ സുഖാല്ലേ?”

“അതേ.”

“എന്നിട്ടെന്താ നിന്റെ മുഖത്ത് അതിന്റെ പ്രസാദമില്ലാത്തത്?”

അവൾ വെറുതെ ചിരിച്ചു.

“നാരായണേട്ടൻ എന്നാ വന്നത്?”

താടിയിന്മേൽ തൂങ്ങിക്കിടന്ന ചുക്രിവല തൂത്തുകളയുന്നതിനിടയിൽ നാരായണേട്ടൻ പറഞ്ഞു:

“ഇന്നു വെളുപ്പിന്. ഞാൻ നോക്കുമ്പോൾ എന്റെ വീടിന് കുറെക്കൂടി വാർദ്ധക്യം ബാധിച്ചിരിക്കുന്നു. ചിതലുകേറി, മുഴുവൻ ചുക്രി വല തൂങ്ങി, പൊടി പിടിച്ച്! സത്യത്തിൽ ഇങ്ങനെ വെറുതെ ഇട്ടേക്കുന്നതിന് ഇതെന്നെ ശപിക്കുകയാണ് വേണ്ടത്. അതിനു പകരം പഴകി ജീർണ്ണിച്ച് വാർദ്ധക്യം ബാധിച്ച ഈ വീട് എന്നെ കൂടുതൽ സ്നേഹിക്കുന്നു!”

നാരായണേട്ടൻ പണ്ടും ഇങ്ങനെയാണ്. ഉള്ളതെല്ലാം ഉപേക്ഷിച്ചു ഭിക്ഷാംദേഹിയെപ്പോലെ അന്യദേശങ്ങളിൽ അലഞ്ഞുനടക്കുന്ന നാരായണേട്ടന് ജീവിതം മറ്റെന്തോ തേടിയുള്ള യാത്രയാണ്.

എന്നിട്ടും പൂർവ്വാശ്രമത്തിന്റെ ഓർമ്മകൾ വിങ്ങുമ്പോൾ തിരിച്ചു വരുന്നു.

നാരായണേട്ടൻ ചോദിച്ചു:

“നിന്റെ വിവാഹം കഴിഞ്ഞില്ലല്ലേ?”

അവൾ മുഖം കുനിച്ചു.

വാത്സല്യം നിറഞ്ഞ ചിരിയോടെ നാരായണേട്ടൻ പറഞ്ഞു:

“ഇനി അതിനു താമസോന്നൂല്ല. കണ്ടിട്ടങ്ങനെയാ തോന്നുന്നെ. ഞാൻ പ്രാർത്ഥിക്കാം. നീ മനസ്സിൽ കൊണ്ടുനടക്കുന്ന സ്നേഹത്തിനു മേൽ ദൈവത്തിന്റെ അനുഗ്രഹമുണ്ടാകട്ടെ!”

അറിയാതെ അവൾ നടുങ്ങി. ഈ നാരായണേട്ടന് മനുഷ്യന്റെ അകം കാണാനുള്ള കണ്ണുണ്ടോ?

പതിനേഴ്

പിറ്റേന്ന് അവൾ അശ്വതി റോസ് ഗാർഡൻസിലേക്കു പോകുമ്പോൾ ഇടവഴിക്കപ്പുറത്ത് നാരായണേട്ടൻ ചെടികളോടും പൂക്കളോടും പക്ഷികളോടും മരങ്ങളോടും സംസാരിച്ചുകൊണ്ട് വേലിക്കെട്ടിന്നരികിൽ നില്ക്കുന്നു. നാരായണേട്ടന്റെ പ്രകൃതം നേരത്തേ അറിയാവുന്നതുകൊണ്ട് ആശ്ചര്യം തോന്നിയില്ല. അവൾക്കോർമ്മയുണ്ട്. അച്ഛന്റെ ആത്മമിത്രമായിരുന്നു. നാടുവിട്ടുപോകുന്നതിനുമുമ്പ് മിക്കപ്പോഴും വീട്ടിൽ വരുമായിരുന്നു. സഹോദരങ്ങളൊക്കെ ഭാഗം പിരിഞ്ഞ് ഓരോ വഴിക്കുപോയപ്പോഴും നാരായണേട്ടന് സ്വന്തം ജീവിതത്തെക്കുറിച്ച് യാതൊരു വേവലാതിയുമുണ്ടായിരുന്നില്ല. ഭാഗത്തിന്റെ സമയത്ത് സഹോദരങ്ങൾ അന്യരെപ്പോലെനിന്നു കണക്കുപറയുന്നതു കണ്ടപ്പോൾ നാരായണേട്ടൻ അന്ധാളിച്ചു. നാഴിമണ്ണിനും അതിരിൽ നില്ക്കുന്ന ഒരു പാഴ്മരത്തിനും വേണ്ടി സഹോദരങ്ങൾ ബന്ധം മറന്നു സംസാരിക്കുമ്പോൾ നാരായണേട്ടൻ മാത്രം മൗനം ദീക്ഷിച്ചു. ബന്ധങ്ങൾ പൊട്ടിപ്പോകുന്നത് വേദനയോടെ നോക്കിനിന്നു.

നാരായണേട്ടൻ തർക്കിക്കാനൊന്നും നിന്നില്ല. ഇഷ്ടമുണ്ടെങ്കിൽ മതി എന്ന അർത്ഥത്തിൽ നാരായണേട്ടൻ സഹോദരങ്ങളോടു പറഞ്ഞു:

"എനിക്കീ പഴയ വീട് മാത്രം മതി."

ആ പഴയ വീടിനോട് ആർക്കും താല്പര്യമുണ്ടായിരുന്നില്ല. അതുകൊണ്ട് യാതൊരു തർക്കവും കൂടാതെ ആ പഴയ വീട് നാരായണേട്ടനു കിട്ടി.

ഭാഗം പിരിഞ്ഞുപോയതിൽപിന്നെ സഹോദരങ്ങൾ പഴയ സ്നേഹത്തോടെ കൂടി കണ്ടിട്ടില്ല. അവർക്കിടയിൽ പിന്നെ എന്തെങ്കിലും

അവശേഷിച്ചെങ്കിൽ അതു പകയും ശത്രുതയും മാത്രമായിരുന്നു.

ബന്ധങ്ങൾക്കൊക്കെ എന്തർത്ഥം?

ആ അനുഭവംകൊണ്ട് നാരായണേട്ടൻ ഒരു തത്ത്വം സ്വരൂപിച്ചെടുത്തു;

'സ്വത്ത് ഒരു പാപമാകുന്നു.'

പക്ഷേ, താൻ അമൂല്യമായി കരുതിയ ആ പഴയ വീട് ഉപേക്ഷിച്ച് ഒരു ഭിക്ഷാംദേഹിയെപ്പോലെ നാടുവിട്ടുപോകാൻ നാരായണേട്ടനെ പ്രേരിപ്പിച്ചതെന്താണ്!

അതിന്റെ രഹസ്യം ആർക്കും അറിയില്ല. ആരും അതന്വേഷിച്ചിട്ടുമി അച്ഛൻ ഒരിക്കൽ പറഞ്ഞത് ഗീതയ്ക്ക് ഓർമ്മയുണ്ട്.

"അത്രമേൽ അസഹ്യമായ എന്തെങ്കിലും അനുഭവം ഉണ്ടായിക്കാണും നാരായണന്. മൗനംകൊണ്ട് അവൻ അവന്റെ മനസ്സ് അടച്ചിട്ടിരിക്കുന്നു. നമ്മളത് കള്ളത്താക്കോലിട്ടു തുറക്കണ്ടാ."

നാരായണേട്ടൻ പോയി അധികം കഴിയുന്നതിനുമുമ്പ് അച്ഛൻ മരിച്ചു.

ആറേഴുവർഷം കഴിഞ്ഞ് നാരായണേട്ടൻ തിരിച്ചുവന്നപ്പോൾ അച്ഛന്റെ ചുടലയിലെ തെങ്ങിന്റെ ചുവട്ടിൽ ചെന്നുനിന്നു.

അത്രമേൽ ആഴമുള്ള ഒരു സ്നേഹബന്ധത്തിന്റെ വ്യസനം...

വേലിക്കരികിലേക്ക് കുറെക്കൂടി നീങ്ങിനിന്ന് നാരായണേട്ടൻ ഗീതയോടു ചോദിച്ചു:

"അമ്മയ്ക്കു സുഖമാണോ കുഞ്ഞേ?"

"അതേ." അവൾ പറഞ്ഞു: "നാരായണേട്ടൻ എന്താ അങ്ങോട്ടു വരാഞ്ഞെ."

"വരാം. പോകുന്നേനുമുമ്പ് എന്നെങ്കിലും."

അങ്ങനെ പറഞ്ഞതിന്റെ മൂന്നാംപക്കം നാരായണേട്ടൻ വന്നു. അമ്മ അമ്മയുടെ സങ്കടങ്ങൾ പറയാൻ തുടങ്ങിയപ്പോൾ നാരായണേട്ടൻ പറഞ്ഞു:

"അതൊന്നും സാരമില്ല. ജീവിതമാകുമ്പോൾ അതിൽ സങ്കടങ്ങളുമുണ്ടാവും കുറെയൊക്കെ."

"കുറെയൊക്കെയോ?" അമ്മ ചോദിച്ചു: "ബാക്കി എവിടെപ്പോയി?"

നാരായണേട്ടൻ ചിരിച്ചതേ ഉള്ളൂ.

അമ്മ അപ്പോൾ ആരോടെന്നില്ലാതെ പറഞ്ഞു:

"ഈശ്വരൻ ഇങ്ങനെ കണ്ണീച്ചോരയില്ലാതെ...."

അമ്മ നിർബ്ബന്ധിച്ചിട്ടും നാരായണേട്ടൻ കാപ്പി കുടിക്കാനൊന്നും നിന്നില്ല.

യാത്ര ചോദിക്കുമ്പോൾ നാരായണേട്ടൻ പറഞ്ഞു:

"എനിക്കിങ്ങനെ നിങ്ങളെയൊക്കെ ഒന്നു കാണണമെന്നേയുള്ളൂ,

വല്ലപ്പോഴും."

ഒരുദിവസം ഗീത ആ പഴയ വീട്ടിലേക്കു കയറിച്ചെന്നു. നിശ്ശബ്ദതയുടെ ഒരു കൂടാരം പോലെയായിരുന്നു അത്. അതിന്റെ ഉമ്മറത്ത് ഒരു പഴയ കസേരയിൽ നാരായണേട്ടൻ മച്ചിലേക്കും നോക്കിക്കിടക്കുന്നു.

അവളെ കണ്ട ഉടനെ ഒളിപ്പിച്ചുവച്ച വാത്സല്യത്തോടെ നാരായണേട്ടൻ പറഞ്ഞു:

"ഞാനിവിടെ അതിഥികളെ സ്വീകരിക്കുന്നില്ല."

ഉമ്മറത്തേക്കു കയറുന്നതിനിടയിൽ അവൾ പറഞ്ഞു:

"വേണ്ട. അതിക്രമിച്ചു കടക്കുന്ന അതിഥിയുടെ കാര്യത്തിൽ എന്താണ് നാരായണേട്ടന്റെ നിലപാട്?"

അവൾ നാരായണേട്ടന്റെ അടുത്തു തൂണും ചാരിനിന്നു.

നാരായണേട്ടന് ഇഷ്ടമാകുമോ എന്നൊന്നും തീർച്ചയുണ്ടായിരുന്നില്ല. പിണങ്ങിയാലും വേണ്ടില്ലെന്നുവരെ അവൾ ഉറപ്പിച്ചുകഴിഞ്ഞിരുന്നു. എന്നിട്ടാണ് "എന്തിനാണ് നാരായണേട്ടൻ ഇങ്ങനെ അന്യദേശങ്ങളിൽ ചുറ്റിനടക്കുന്ന"തെന്ന് അവൾ ചോദിച്ചത്.

ആദ്യം നാരായണേട്ടൻ അത്ഭുതത്തോടെ അവളെ നോക്കി. വളരെ നാളുകൾക്കുശേഷം മറ്റൊരാൾ ആ ചോദ്യം വീണ്ടും ചോദിക്കുന്നു.

അവൾ ആ ചോദ്യത്തിന്റെ തുടർച്ചയിൽ പിടിച്ചുനിന്നു:

"ഇങ്ങനെ കാവിയൊക്കെച്ചുറ്റി സന്ന്യാസിയെപ്പോലെ! എന്നാൽ സന്ന്യാസിയാണോ, അതൊട്ടല്ല താനും."

"ഞാനെന്താണെന്ന് എനിക്കറിയില്ല കുട്ടീ" നാരായണേട്ടൻ പറഞ്ഞു: "കേൾക്കുമ്പോൾ കിറുക്കാണെന്നേ നിനക്കു തോന്നൂ. അതറിയുമ്പോൾ എന്റെ യാത്ര തീരും. അതുവരെ ഞാനീ യാത്ര തുടർന്നേ ഒക്കൂ. ഒടുവിൽ അറിയുന്നത് ഞാനൊന്നുമല്ലെന്നാണെങ്കിലും."

"ഇതൊന്നുമല്ല. ഇവിടന്നിങ്ങനെ എല്ലാം ഇട്ടെറിഞ്ഞുപോകാൻ എന്താ കാരണമെന്നാ എനിക്കറിയണ്ടത്. അത്രമേൽ എന്തുണ്ടായിട്ടാ?"

നാരായണേട്ടൻ പറഞ്ഞു:

"നിന്റെ അച്ഛൻപോലും എന്നോടതു ചോദിച്ചിട്ടില്ല. എന്നോടീ ചോദ്യം ചോദിക്കാൻ ഈ ഭൂമിയിൽ ഏറ്റവും സ്വാതന്ത്ര്യമുള്ള ആൾ നിന്റെ അച്ഛനായിരുന്നുതാനും."

പറഞ്ഞത് സൗമ്യതയോടെയാണെങ്കിലും നാരായണേട്ടൻ പിണങ്ങിയെന്ന് അവൾക്കു തോന്നി. ഛെ, വേണ്ടായിരുന്നു എന്ന് പിന്നീടവൾ സ്വയം കുറ്റപ്പെടുത്തുകയും ചെയ്തു.

"നീ നിന്റെ സ്നേഹംകൊണ്ടു ചോദിച്ചതാണെന്ന് എനിക്കറിയാം." നാരായണേട്ടൻ പറഞ്ഞു: "പക്ഷേ, എന്റെ മോൾ ഒരു കാര്യം മനസ്സിലാക്ക്. ഭൂമിയിലെ എല്ലാ രഹസ്യങ്ങളും നമ്മൾ അറിയണമെന്നില്ല."

ഇരുട്ടത്ത് ഒരടികിട്ടിയതുപോലെയായി അവൾക്ക്.

"ഞാനെന്റെ കാര്യംകൊണ്ടു പറഞ്ഞതല്ല." സ്നേഹവും അലിവും കലർന്ന് നാരായണേട്ടൻ പറഞ്ഞു: "കുട്ടീ, ആരും പുറമെ കാണുംപോലെയല്ല. മനുഷ്യൻ യഥാർത്ഥത്തിൽ അവന്റെ അകത്താണ്. പുറമെ ഒന്നുമില്ലെന്നു ഭാവിക്കുന്നവരുടെ ഉള്ളിൽ രഹസ്യങ്ങളുടെ ഒരു കാടുതന്നെയുണ്ടാവും. നമ്മളെന്തിനാ ആ കാട് വകഞ്ഞുചെല്ലുന്നത്?"

അവളുടെ ദൃഷ്ടി താണു.

"നീ വിഷമിക്കാൻ പറഞ്ഞതല്ല. എനിക്കറിയാം നീ എന്നോടുള്ള സ്നേഹംകൊണ്ടു ചോദിച്ചതാണെന്ന്. നീ നോക്ക്, എന്റെ മനസ്സിൽ കാടും പടലുമൊന്നുമില്ല. വേണമെങ്കിൽ പറയാം, ഒരു തരിശുഭൂമിപോലെ ശൂന്യം! എല്ലാം ഉപേക്ഷിച്ചുപോകുന്നതിലും ഒരു സന്തോഷമുണ്ട് കുട്ടീ."

കുറെ നേരത്തെ നിശ്ശബ്ദതയ്ക്കുശേഷം യാത്ര പറയാതെ അവൾ ഇറങ്ങി.

ഇടവഴിയിലൂടെ നടക്കുമ്പോൾ അവൾക്കുതോന്നി നാരായണേട്ടന്റെ വാക്കുകൾ നോവിക്കുകയല്ലാ, മനസ്സിൽ ഏതോ പ്രകാശം നിറയ്ക്കുകയാണ് ചെയ്തത്.

നാരായണേട്ടൻ പറഞ്ഞതുപോലെ പിന്നീടുള്ള കുറെ ദിവസങ്ങളിൽ ഗീത അവളുടെ മനസ്സിനകത്തായിരുന്നു. തന്നിലേക്കുതന്നെ ഒതുങ്ങിക്കൂടിയുള്ള ആ നടപ്പിൽ അവൾക്കെന്തെന്നില്ലാത്ത ഒരു സമാധാനം അനുഭവപ്പെട്ടു. എങ്കിലും അത്രയധികം മറ്റുള്ളവർ അവളെ തെറ്റിദ്ധരിക്കുകയും ചെയ്തു.

ഒരുദിവസം ക്യാബിനുള്ളിൽവച്ച് കൃഷ്ണമോഹൻ ചോദിച്ചു:

"മനസ്സിനകത്തെന്താ ചുമന്നുകൊണ്ട് നടക്കുന്നത്. കുറെ ദിവസമായിട്ട്? കണ്ടാൽതോന്നും ക്രൂശിക്കപ്പെട്ട ആത്മാവാണെന്ന്!"

ഒന്നുമില്ലെന്ന് അവൾ തലയനക്കി.

"വീട്ടിലെന്തെങ്കിലും പ്രശ്നമുണ്ടോ?" കൃഷ്ണമോഹൻ ചോദിച്ചു: "അതോ മറ്റെന്തെങ്കിലുമാണോ? എന്തെങ്കിലുമില്ലാതെ വരില്ല, തീർച്ച!"

അവളുടെ മൗനം കണ്ട് അയാൾ പറഞ്ഞു:

"പറയാനിഷ്ടമില്ലെങ്കിൽ വേണ്ടാ. എന്നെപ്പോലെ ഒരന്യനോട്."

പെട്ടെന്നവൾ ചോദിച്ചു:

"അന്യനോ?"

"അല്ലെങ്കിൽ പിന്നെ ഇത്ര അകല്ച്ച കാണിക്കുമോ എന്നോട്?"

"എന്നെ മനസ്സിലാക്കുന്നില്ലല്ലോന്നാ ഞാനോർക്കുന്നെ."

"പറയുന്നതുകേട്ടാൽത്തോന്നും മനസ്സെന്നു പറേണത് തുറന്നുവച്ച ഒരു പുസ്തകമാണെന്ന്!"

"അതെ, എന്താ സംശയം?"

"ഓ, എന്നാൽ ഒരു കുഴപ്പം പറ്റി! ആ പുസ്തകം എനിക്കറിയാവുന്ന ഭാഷയിലല്ല."

"പിന്നെ പറഞ്ഞിട്ടെന്താ വിശേഷം? സ്നേഹത്തിന്റെ ഭാഷ അറിയാത്തോരെ അതു പഠിപ്പിക്കാനുള്ള ജ്ഞാനമൊന്നുമെനിക്കില്ല."

അത്ഭുതംകൊണ്ടു വിടർന്ന കണ്ണുകളോടെ കൃഷ്ണമോഹൻ അവളെ നോക്കി. സ്നേഹവും ആരാധനയുംകൊണ്ട് അയാളുടെ ഹൃദയം നിറഞ്ഞുകവിഞ്ഞു.

ഒരു നിമിഷത്തെ മൗനത്തിനുശേഷം അയാൾ പറഞ്ഞു:

"ഞാൻ തോറ്റു! ഈ പറഞ്ഞത് സത്യമാണെങ്കിൽ."

"ഇനീം തീർന്നില്ല സംശയം?"

"എന്നാൽ പിന്നെ തുറന്നു പറഞ്ഞാലെന്താ സ്നേഹമുണ്ടെന്ന്?"

അവൾ തലകുനിച്ച് നിശ്ശബ്ദമായി നിന്നു.

അപ്പോൾ അയാൾ ചോദിച്ചു:

"എന്നോടു സ്നേഹമുണ്ടെന്നു പറയുന്നത് ഞാൻ ഗീതയ്ക്കൊരു ജോലി തന്നതുകൊണ്ടാണോ?"

പെട്ടെന്ന് അവളുടെ മുഖം വിവർണ്ണമാകുന്നതു അയാൾ കണ്ടു.

"ഞാനൊരല്പനാണെന്ന് വിചാരിക്കണ്ടാ." കൃഷ്ണമോഹൻ പറഞ്ഞു: "സ്നേഹത്തിനിടയ്ക്ക് സംശയങ്ങളില്ലാതിരിക്കുകയാണ് നല്ലത്. ഇതിനേക്കാൾ നല്ല ജോലിയും ഇതിനേക്കാൾ കൂടിയ ശമ്പളവും തരാൻ വേറെയൊരാൾ ഉണ്ടായാൽ ഗീത അയാളെ സ്നേഹിക്കുമോ?"

പെട്ടെന്ന് ദേഷ്യംകൊണ്ട് അവളുടെ മുഖം ചുവന്നു. ആ ചോദ്യം തന്നെ അപമാനിക്കാനാണെന്ന് അവൾക്കു തോന്നി. അതിന്റെ പിരിമുറുക്കത്തോടെ അവൾ അയാളെ തറപ്പിച്ചുനോക്കി.

അയാൾക്കു കൂസലില്ല. താൻ വളരെ യാഥാർത്ഥ്യത്തോടുകൂടി ഇടപെടുന്നു എന്നൊരുഭാവമേ ഉണ്ടായിരുന്നുള്ളു അയാൾക്ക്.

ആദ്യത്തെ ദേഷ്യമടങ്ങി പിന്നെ ഒരു പരിഹാസച്ചിരിയോടെ അവൾ അയാളെ നേരിട്ടു.

"ഞാൻ സ്നേഹിക്കുന്നത് ലാഭനഷ്ടങ്ങൾ നോക്കിയല്ല. എന്നാൽ ഞാനൊരു സത്യം പറയട്ടെ? ഒരവസരത്തിൽ ഉദ്യോഗം ഉപേക്ഷിച്ചുപോകാൻപോലും ഞാനോർത്തതാണ്. പിന്നെയെന്തുകൊണ്ടെന്നല്ലേ? സ്നേഹിച്ചതിന്റെ ദുഃഖം അനുഭവിക്കുന്ന ഒരാളാണല്ലോന്നോർത്ത്. അന്നൊരു ദിവസം എന്നെ പള്ളിസിമിത്തേരിയിൽ കൂട്ടിക്കൊണ്ടുപോയില്ലേ, ആലീസിന്റെ കുഴിമാടത്തിനരികിൽ? അന്നുതൊട്ട്..."

ഇത്രയും ആഴമുണ്ടോ നിന്റെ ഹൃദയത്തിന് എന്ന ഭാവത്തോടെ അയാൾ അവളെ നോക്കി.

"ഇനി അടച്ചേര്. തുറന്നുവച്ച പുസ്തകം ഞാൻ വായിച്ചുകഴിഞ്ഞു."

പതിനെട്ട്

വൈകിട്ട് ഗീത വീട്ടിൽ ചെന്നുകയറുമ്പോൾ അവിടെ വല്ലാത്ത ഒരവസ്ഥയായിരുന്നു. ചേച്ചി അകത്ത് കട്ടിലിൽ കമിഴ്ന്നു കിടന്ന് ഉറക്കെ കരയുന്നു. അമ്മ എന്തോ ഒരു വലിയ തകർച്ചയുടെ വക്കിലെന്നോണം തലയ്ക്കു കൈയുംകൊടുത്ത് ചുമരുംചാരി ഇരിക്കുന്നു.

അവൾ പേടിച്ചുപോയി.

"എന്താമ്മേ?"

കരഞ്ഞുകലങ്ങിയ കണ്ണുകളോടെ അമ്മുക്കുട്ടിയമ്മ മുഖമുയർത്തി.

"സുരേന്ദ്രന് എന്തോ അപകടം പറ്റിയെന്ന്."

ഗീതയുടെ ഉള്ള് നടുങ്ങി.

"എന്തപകടം? ആരാ പറഞ്ഞത്?"

സങ്കടം വിങ്ങുന്ന സ്വരത്തിൽ അമ്മ പറഞ്ഞു:

"കമ്പി വന്നു. ശകലം മുമ്പ്."

അതു കേട്ടയുടനെ ഗീതയുടെ ഉള്ളിലും ഒരാന്തലുണ്ടായി. എന്നിട്ടും സംയമനം പാലിച്ചുകൊണ്ട് അവൾ ചോദിച്ചു:

"കമ്പിയെവിടെ?"

"അവളുടെ കൈയിൽക്കാണും. അതു കിട്ടീപ്പത്തൊട്ടുള്ള കരച്ചിലാ അവള്." അമ്മ തലയിൽ കൈവച്ച് സങ്കടപ്പെട്ടു: "എന്റെ ഭഗവാനേ! ഞാനെന്തു ചെയ്യും? ആരോടു പറയും?"

ഗീത നേരെ അകത്തുചെന്ന് വസന്തയുടെ അരികിലിരുന്നു ചേച്ചിയെ തൊട്ടു. എന്നിട്ടു പറഞ്ഞു:

"ചേച്ചി സമാധാനിക്ക്. എന്താ സംഭവിച്ചേന്നു നമുക്കന്വേഷിക്കാം."

ഉള്ളിൽ ഗീതയ്ക്ക് അതിശയം തോന്നി. സുരേട്ടനോട് പിണങ്ങി

പ്പോന്ന ചേച്ചിയല്ല കിടന്നു കരയുന്നത്?

ഈ ചേച്ചിയുടെ മനസ്സ് എന്തു മനസ്സാണ്. ഭർത്താവിന് എന്തോ ഒരപകടം പറ്റിയെന്നു കേട്ടപ്പോഴേക്കും ചേച്ചിയുടെ പിണക്കം മുഴുവൻ തീർന്നു. സർവ്വ ഗർവ്വും പോയി.

കട്ടിലിൽ കിടന്ന കമ്പിയെടുത്തു വായിച്ചുനോക്കിയപ്പോൾ ഗീതയുടെ മനസ്സും പതറി.

ആക്സിഡന്റ് പറ്റി ഗുരുതരമായ മുറിവുകളോടെ സുരേന്ദ്രൻ ഹോസ്പിറ്റലിലാണെന്ന്!

അപകടത്തിൽപ്പെട്ട് രക്തത്തിൽ കുളിച്ച് വഴിയരികിൽ കിടക്കുന്ന സുരേന്ദ്രന്റെ രൂപമാണ് പെട്ടെന്ന് അവളുടെ മനസ്സിൽ തെളിഞ്ഞത്.

കമ്പിയിൽ അത്രയേ ഉള്ളു. പക്ഷേ, യഥാർത്ഥത്തിൽ സംഭവിച്ചതെന്താണെന്ന് ആർക്കറിയാം! മുറിവുകൾ ഗുരുതരമാണെന്ന് കമ്പിയിൽ കാണിക്കണമെങ്കിൽ അത് എന്തെങ്കിലും അപായത്തിന്റെ സൂചന ഉണ്ടായിട്ടല്ലേ?

ഡ്രസ്സ് ചെയ്ത മുറിവുകളോടെ അസ്തപ്രജ്ഞനായി ഏതോ ആശുപത്രിയിലെ നെടുങ്കൻ വാർഡിൽ സ്വന്തപ്പെട്ടിട്ടാരും അടുത്തില്ലാതെ ഇരുമ്പുകട്ടിലിൽ തളർന്നുകിടക്കുന്ന സുരേന്ദ്രന്റെ രൂപം അവൾ സങ്കല്പിച്ചു.

കമിഴ്ന്നുകിടന്നു പൊട്ടിക്കരയുകയും അലയ്ക്കുകയും ചെയ്യുന്ന ചേച്ചിയുടെ ചുമലിൽ കൈവച്ച് അവൾ വിളിച്ചു:

“ചേച്ചി കരയാതെ. സമാധാനിക്ക്.”

കരഞ്ഞുകലങ്ങിയ കണ്ണുകളോടെ വസന്ത മുഖം തിരിച്ച് ഗീതയെ നോക്കി. അപ്പോൾ അവൾ ഒന്നുകൂടി വിങ്ങിപ്പൊട്ടി.

വസന്തയെ തഴുകിക്കൊണ്ട് ഗീത പറഞ്ഞു:

“ചേച്ചി സങ്കടപ്പെടാതെ. സുരേട്ടന് ഒന്നും സംഭവിക്കുകയില്ല. ഈശ്വരൻ കാക്കും.”

എന്നു പറഞ്ഞാൽ വസന്തയെങ്ങനെ സമാധാനിക്കും? തന്റെ എല്ലാം നഷ്ടപ്പെട്ടതുപോലെയുള്ള സങ്കടമായിരുന്നു അവൾക്ക്.

നേരം സന്ധ്യകഴിഞ്ഞു. ഇനിയെന്തുചെയ്യും, ഈ രാത്രിക്ക്?

ഗീത പറഞ്ഞു:

“ഏതായാലും നേരം വെളുക്കട്ടെ. അല്ലാതെ ഈ രാത്രിയിൽ നമ്മളെന്തു ചെയ്യും?”

അപ്പുറത്തെ പഴയ വീട്ടിൽ വാടകയ്ക്ക് താമസിക്കുന്ന മ്യൂസിക് ടീച്ചറുടെ മകനെ റെയിൽവേ സ്റ്റേഷനിലേക്കയച്ചു.

ഇനിയെപ്പോഴാണ് വടക്കോട്ടുള്ള ആദ്യത്തെ വണ്ടി;

അരമണിക്കൂറിനുള്ളിൽ അവൻ മടങ്ങിവന്നു. വെളുപ്പിന് അഞ്ചേകാലിനാണ് വടക്കോട്ടുള്ള വണ്ടി.

യാത്രക്കൂലിക്ക് പണം വേണ്ടേ; വീട്ടിൽ തപ്പിപ്പെറുക്കിയാൽ കഷ്ടിച്ച് പത്തോ നൂറോ രൂപയുണ്ടാവും. പക്ഷേ, അതൊന്നും പോരല്ലോ. ആരോടെങ്കിലും കടം മേടിക്കാമെന്നുവച്ചാൽ അതിനും നേരം വെളുത്തിട്ടു വേണ്ടേ?

അതുവരെ കാത്തിരിക്കാൻ നിവൃത്തിയില്ല. വെളുപ്പിന് അഞ്ചേകാലിന് തിരിക്കുന്ന വണ്ടിയിൽ പോകണ്ടേ വസന്തയ്ക്ക്?"

ഒടുവിൽ ഗീത ഒരു വഴി കണ്ടുപിടിച്ചു. സമയം ഒമ്പതരയായിട്ടേ ഉള്ളു.

അവൾ മ്യൂസിക് ടീച്ചറുടെ മകനോടു ചോദിച്ചു:

"പൊന്നപ്പന് എന്റെ കൂടെ ഒന്നു വരാമോ? ആ രാമൻനായരുടെ വീട്ടിലോളം?"

"എന്തിന്, കടം ചോദിക്കാനോ?" അമ്മുക്കുട്ടിയമ്മ ഗീതയുടെ നേരെ നോക്കി "അയാൾ തരുമെന്നെന്താണുറപ്പ്? അറുത്തകൈക്ക് ഉപ്പ് തേയ്ക്കാത്ത മനുഷ്യൻ!"

ഗീത പറഞ്ഞു:

"വെറുതെയല്ല. ഞാനെന്റെ മാല ഊരിക്കൊടുക്കും അയാൾക്ക്."

പൊന്നപ്പനേയും കൂട്ടി അവൾ രാമൻനായരുടെ വീട്ടിലേക്കു പോയി.

അമ്മുക്കുട്ടിയമ്മയ്ക്ക് അത്ര ഉറപ്പൊന്നും ഉണ്ടായിരുന്നില്ല അവിടന്നു പണം കിട്ടുമെന്ന്.

പക്ഷേ, കിട്ടി. അയാൾ തർക്കിച്ചൊന്നുമില്ല. രണ്ടര പവന്റെ മാലയുടെ ഈടിന്മേൽ ആയിരത്തി അഞ്ഞൂറ് രൂപയുടെ ഉപകാരം അയാൾ ചെയ്തു.

അന്നു രാത്രി വസന്ത ഉറങ്ങിയില്ല. ഭർത്താവിനെക്കുറിച്ചുള്ള ഓർമ്മകളോടെ അവൾ കിടക്കയിൽ തിരിഞ്ഞും മറിഞ്ഞും കിടന്നു.

"എന്തു പറ്റിക്കാണുമോ സുരേട്ടന്?"

അവളുടെ മനസ്സ് എല്ലാ ദൈവങ്ങളോടും പ്രാർത്ഥിച്ചു

'എന്റെ സുരേട്ടന് ഒന്നും സംഭവിക്കല്ലേ!"

പെട്ടെന്ന് ശ്യാമളാ നായരുടെ ഓർമ്മ അവളുടെ മനസ്സിലേക്കു തള്ളിക്കയറിവന്നു. അപകടം കേട്ടറിഞ്ഞ് അവൾ എത്തിക്കാണുമോ സുരേട്ടന്റെയടുത്ത്? നാണംകെട്ട ജന്തു! ഒരു നോട്ടംകൊണ്ടും ഒരു ചിരികൊണ്ടും ആരെയും മയക്കുന്ന അവൾക്ക് നഗരത്തിലെ ക്ലബ്ബുകളിൽ ആരാധകരുണ്ട്. സുരേട്ടൻ അവരിൽ ഒരാളായിരുന്നോ?

ഇപ്പോൾ സംശയം തോന്നുന്നു, യഥാർത്ഥത്തിൽ സുരേട്ടന് അടുപ്പമുണ്ടായിരുന്നോ അവളോട്? അതോ അതെല്ലാം തന്റെ സംശയങ്ങൾ മാത്രമായിരുന്നുവോ?

വൈകിയെത്തുന്ന രാത്രികളിൽ ഇതുവരെ എവിടെയായിരുന്നെന്നു ചോദിച്ചാൽ ക്ലബ്ബിലായിരുന്നെന്നേ പറയൂ. സത്യത്തിൽ അവിടെയായിരുന്നോ? അതോ ശ്യാമളാനായരുടെ വീട്ടിലോ?

സുരേന്ദ്രൻ ചിലപ്പോൾ അവളെ പ്രശംസിച്ചു പറയാറുണ്ടായിരുന്നതു കേട്ട് വസന്തയ്ക്കു ക്ഷമ കെട്ടിട്ടുണ്ട്. ഇന്റീരിയൽ ഡെക്കറേഷൻ ശ്യാമളാനായരെക്കഴിഞ്ഞേ വേറെ ആരുമുള്ളൂന്ന്! വെറും ഉണക്കക്കമ്പുകൾ പെറുക്കിവച്ചുപോലും അവൾ വീടലങ്കരിക്കുന്നു. അതു മാത്രമല്ല, അവൾ പെയിന്റ് ചെയ്യും. അവളുടെ ഒരു പെയിന്റിങ്ങിന്റെ പേരൊരിക്കൽ സുരേന്ദ്രൻ പറഞ്ഞു. എക്സ്റ്റസി. അവൾ ഭംഗിയായി പാടും. അവളുടെ സ്വരത്തിന് മെലഡിയുടെ സൗന്ദര്യമുണ്ടെന്ന്!

കേട്ടുകേട്ട് ഒരുദിവസം വസന്തയ്ക്കു ക്ഷമകെട്ടു.

"മതി. ഒരു ശ്യാമളാനായരുടെ പുരാണം! അത്രയ്ക്കു വല്യ കേമിയാണെങ്കിൽ പൊന്നുകൊണ്ടൊരു പല്ലക്കു പണിത് അവളെ അതിലെടുത്തോണ്ടു നടക്ക്?"

അങ്ങനെയായിരുന്നു പിണക്കത്തിന്റെ ആരംഭം. അതു വളർന്ന് അവരെ വല്ലാത്ത അകൽച്ചയിൽ കൊണ്ടെത്തിച്ചു.

വീട്ടിലോ ക്ലബ്ബിലോ പാർട്ടികളിലോ ഒക്കെവെച്ച് അവളെ കാണുന്നു. ആയിക്കൊള്ളട്ടെ. അതുംകഴിഞ്ഞ് അവൾ സുരയെ അന്വേഷിച്ച് വീട്ടിലേക്കു വരാൻ തുടങ്ങിയപ്പോൾ വസന്തയ്ക്ക് നിലപതമില്ലാതെയായി.

അതിന്റെ അമർഷത്തോടെ ഒരിക്കൽ വസന്ത ചോദിച്ചു:

"അവളെന്തിനാ ഇങ്ങോട്ടു വരുന്നത്? ആ ഉർവ്വശി!"

അതിനു വളരെ നിസ്സാരഭാവത്തിൽ സുരേന്ദ്രൻ ചോദിച്ചു;

"എന്തിനാ വരുന്നേന്ന് ചോദിക്കാനൊക്കുമോ വീട്ടിൽ വരുന്ന ഒരാളോട്?"

"ഇതങ്ങനെയൊന്നുമല്ല. സ്നേഹവും ആരാധനയുമൊക്കെ അത്രയ്ക്കായിട്ടുണ്ട് സുരേട്ടന്."

ചെളിവാരി മുഖത്തെറിയുമ്പോലെ അത്ര ക്ഷോഭത്തോടെ സുരേന്ദ്രൻ ചോദിച്ചു:

"എനിക്കിഷ്ടോണ്ടായിട്ട്! നിനക്കെന്താ ഇഷ്ടം?"

ഹൃദയത്തിൽ എന്തൊക്കെയോ ആളിക്കത്തുന്നതുപോലെ അവൾക്കു തോന്നി. പിന്നെ അവൾ അവൾക്കു തോന്നിയതൊക്കെ പറഞ്ഞു.

സുരേന്ദ്രനും പൊട്ടിത്തെറിച്ചു.

"ഷട്ടപ്പ് യുവർ നാസ്റ്റി മൗത്ത്."

പൊട്ടിത്തെറിയും അടിയും ഒന്നിച്ചുകഴിഞ്ഞു.

അടുത്ത ദിവസം വസന്ത പറഞ്ഞു:

"ഞാനെന്റെ വീട്ടിൽ പോവ്വാ."

അവളോർത്തത് സുരേന്ദ്രൻ അവളെ തടയുമെന്നായിരുന്നു. പക്ഷേ, അതിനുപകരം പറഞ്ഞതിങ്ങനെയാണ്.

"ഒമ്പതരയ്ക്കാണ് ട്രെയിൻ. ലേറ്റാകണ്ട."

അത്ര ഹൃദയശൂന്യത അവളൊരിക്കലും പ്രതീക്ഷിച്ചിരുന്നില്ല.

അഭിമാനത്തിന് മുറിവേറ്റതിന്റെ വേദനയോടെ പുറത്തേക്കു നടക്കുമ്പോൾ കരയാതിരിക്കാൻ അവൾ ചുണ്ടുകൾ കടിച്ചുപിടിച്ചു. ഗേറ്റു കടക്കുമ്പോൾ തിരിച്ചുവിളിക്കുമെന്ന് വിചാരിച്ചു. അല്ലെങ്കിൽ പുറകെവന്ന് കേറെടീ അകത്തെന്നു പറഞ്ഞ് ഒരടി തന്നിരുന്നെങ്കിലെന്ന് ആശിച്ചു. ഒന്നുമുണ്ടായില്ല.

ട്രെയിൻ വിടുംവരെ പ്ലാറ്റ്ഫോമിലെ ആൾക്കൂട്ടത്തിൽ നോക്കി. ഇല്ല. വന്നിട്ടില്ല. ചൂളംവിളിയോടെ ട്രെയിൻ സ്റ്റേഷൻ വിട്ടപ്പോൾ കുനിഞ്ഞിരുന്ന് അവൾ ആരുംകാണാതെ കരഞ്ഞു.

ഞാൻ പിണങ്ങിപ്പോകുന്നത് എന്റെ സ്നേഹം കൊണ്ടാണ്. സങ്കടം കൊണ്ട് വിങ്ങിപ്പൊട്ടി ഇരുട്ടിൽ കിടക്കുമ്പോൾ വസന്ത അതെല്ലാം ഓർത്തു.

യഥാർത്ഥത്തിൽ അവിശുദ്ധമായ എന്തെങ്കിലും അടുപ്പമുണ്ടായിരുന്നോ സുരേട്ടന് ശ്യാമളാനായരോട്? അതോ തന്റെ സംശയം മാത്രമായിരുന്നോ....? കമിഴ്ന്നു കിടന്ന് വിങ്ങിപ്പൊട്ടുന്നതിനിടയിൽ അവളുടെ ഹൃദയം കേണു. എന്നോടു ക്ഷമിക്ക്, എന്നോടു ക്ഷമിക്ക്.

തനിയെ തിരിച്ചുചെല്ലുകയില്ലെന്നുള്ള വാശിയായിരുന്നു ഇതുവരെ.

പക്ഷേ, സുരേന്ദ്രന് എന്തോ അപകടം പറ്റിയെന്ന് കേട്ടപ്പോഴേക്കും വസന്തയുടെ മനസ്സ് മാറി. ചിറകുകളുണ്ടായിരുന്നെങ്കിൽ അവളിപ്പോൾ പറന്നേനെ സുരേട്ടന്റെ അടുത്തേക്ക്.

വെളുപ്പിന് അഞ്ചേകാലിനുള്ള ട്രെയിനിൽ വസന്തയെ യാത്രയാക്കിയിട്ട് വീട്ടിലേക്കു മടങ്ങുമ്പോൾ ഗീതയുടെ മനസ്സിന് എന്തെന്നില്ലാത്ത ഒരാശ്വാസം തോന്നി.

പിണങ്ങി വീട്ടിൽ വന്നു നില്ക്കുമ്പോഴും ഉള്ളിൽ സ്നേഹമുണ്ടായിരുന്നു ചേച്ചിക്കു സുരേട്ടനോട്. ഇണക്കത്തിന്റെയും പിണക്കത്തിന്റെയും പൊരുൾ എവിടെ കിടക്കുന്നു? വേളിച്ചരടിന്റെ ഇഴമുറുക്കത്തിലോ?

ബസ്സ്റ്റാന്റിലേക്കു നടക്കുമ്പോൾ പുറകിൽനിന്നൊരാൾ പറഞ്ഞു:

"നില്ല്. ഞാനുമുണ്ട്."

ഗീത തിരിഞ്ഞുനോക്കിയപ്പോൾ തോളിൽ മുഷിഞ്ഞ സഞ്ചി തൂക്കി കാറ്റിൽ പറക്കുന്ന ചെമ്പിച്ച മുടി ഒതുക്കിവച്ചുകൊണ്ട് ബാലു ധൃതിയിൽ നടന്നുവരുന്നു.

വളരെ ദിവസങ്ങൾ കൂടിയാണ് ബാലുവിനെ കാണുന്നത്.

അവൾ ചോദിച്ചു:

"എവിടെയായിരുന്നു? കുറെ ദിവസമായല്ലോ കണ്ടിട്ട്."

പുറംകൈകൊണ്ടു നെറ്റിയിലെ വിയർപ്പൊപ്പുന്നതിനിടയിൽ ബാലു പറഞ്ഞു:

"ഇവിടെയൊക്കെയുണ്ടായിരുന്നു. അങ്ങോട്ടു വരാൻ ഓർക്കാഞ്ഞിട്ടല്ല."

"ഉം, എന്തായിരുന്നു തിരക്ക്?"

"ആ പഴയ സംഭവം തന്നെ! മനുഷ്യപുത്രന് തലചായ്ക്കാൻ മണ്ണിലിടമില്ല. എവിടെയെങ്കിലും ഒരു മട കണ്ടുപിടിക്കാൻ ഓടിനടന്നു."

"എന്നിട്ട് കിട്ടിയോ?"

"കിട്ടി. ശ്മശാനത്തിനപ്പുറത്ത് ഇടിഞ്ഞുപൊളിഞ്ഞ ഒരു മാളികക്കെട്ടിടം കണ്ടിട്ടില്ലേ? അവിടെ."

"ശ്മശാനത്തിനടുത്തോ?"

"അതെ. മനുഷ്യനും ശ്മശാനത്തിനും തമ്മിലുള്ള അകലം എത്ര കുറഞ്ഞിരിക്കുന്നോ അത്രയും നല്ലത്. തെറ്റിദ്ധരിക്കണ്ടാ. മഹദ് വാക്യം എന്റെയാണ്."

ഊർന്നുപോകുന്ന സഞ്ചി തോളിൽ നേരെയാക്കിയിട്ടുകൊണ്ടു നടക്കുന്നതിനിടയിൽ ബാലു അവളുടെ നേരെ നോക്കി.

"ക്ഷണിച്ചില്ലെന്നു വേണ്ടാ. ഒരുദിവസം ഞാൻ പാർക്കുന്നിടത്തേക്കു വരണം."

"ആര്, ഞാനോ?"

"പിന്നല്ലാതെ! എനിക്കും വേണ്ടേ ഏതെങ്കിലും ഒരതിഥി? ഞാൻ കണ്ടതിയാളെയാണ്. വര്വോ?"

വരാമെന്ന് അവൾ തലയനക്കി.

"ചുമ്മാ തലയനക്കിയാൽ പോരാ. വരാമെന്നു പറഞ്ഞാൽ വരണം. എനിക്കു മറ്റുള്ളോരുടെ വചനങ്ങൾ ഉദ്ധരിക്കുന്നത് ഇഷ്ടമുള്ള കാര്യമല്ല. പക്ഷേ, നിവൃത്തികേടുകൊണ്ട് അതു വേണ്ടിവരുന്നു. എ പ്രോമിസ് ഈസ് ഏ പ്രോമിസ്."

അവൾ ചിരി കടിച്ചമർത്തി.

അപ്പോൾ ബാലു പറഞ്ഞു;

"ചുമ്മാ തമാശയാക്കിക്കളയരുത്. വരണം. തല്ക്കാലം ആരുമില്ല അതിഥിയായി വരാൻ."

പത്തൊൻപത്

റെയിൽവേ സ്റ്റേഷനിൽവച്ച് യാത്ര പറയാൻ നേരത്ത് ചേച്ചിയുടെ സങ്കടം ഗീത കണ്ടു. പ്ലാറ്റ്ഫോമിൽ വണ്ടിയുടെ ജനവാതിൽപ്പടിമേൽ വച്ചിരുന്ന തന്റെ കൈക്കു മുകളിൽ കൈ ചേർത്തുവച്ചുകൊണ്ട് ചേച്ചി പറഞ്ഞു:

"ഞാനെന്തെങ്കിലും പറഞ്ഞ് നിനക്കു വേദന തോന്നീട്ടുണ്ടെങ്കിൽ അതു മറന്നുകള. ഞാൻ മനസ്സിലൊന്നും വച്ചുകൊണ്ടല്ല. എനിക്കൊരു വഴക്കുമില്ല നിന്നോട്. നിന്റെ നന്മയ്ക്കുവേണ്ടി ഞാൻ പ്രാർത്ഥിച്ചിട്ടേയുള്ളൂ ഈ നിമിഷംവരെ."

"ഇതൊക്കെ എന്തിനാണ് ഇപ്പോൾ പറയുന്നത്?" ഗീത ചോദിച്ചു:

"ചേച്ചി വിഷമിക്കാതിരുന്നാൽ മതി. യാത്രയ്ക്കിടയിൽ വല്ലതുമൊക്കെയോർത്ത് മനസ്സ് വിഷമിക്കണ്ടാ."

ചേച്ചിയുടെ കണ്ണിൽ സങ്കടവും ആധിയും ഒക്കെയുണ്ട്. അതു കണ്ടാലറിയാം. ചേച്ചിയുടെ ഉള്ള് ഇത്രയ്ക്കു തളിരാണെന്ന് അവൾ അറിഞ്ഞിരുന്നില്ല.

'സുരേട്ടന് എന്തോ അപകടം പറ്റിയെന്നു കേട്ടപ്പോഴാണ് ചേച്ചീടെ സ്നേഹം ഞാൻ കണ്ടത്. എനിക്കിപ്പോൾ സന്തോഷായി. സത്യത്തിൽ ഞാനാഗ്രഹിച്ചതിതാണ്.'

അത്രയുംകൂടി പറയണമെന്നുണ്ടായിരുന്നു അവൾക്ക്. മനസ്സിലോർത്തതേയുള്ളൂ, പറഞ്ഞില്ല. വണ്ടിവിടാൻ പിന്നെയും നാലഞ്ചുനിമിഷം കൂടി ബാക്കിയുണ്ടായിരുന്നപ്പോൾ ഇനിയെന്താണ് പറയേണ്ടതെന്ന് അവർക്കു രണ്ടുപേർക്കും നിശ്ചയമുണ്ടായിരുന്നില്ല. അതുകൊണ്ട് ആ ഇട അവർ മൗനംകൊണ്ട് നിറച്ചു.

ട്രെയിൻ പുറപ്പെടാനുള്ള അനൗൺസ്മെന്റ് കേട്ടപ്പോൾ വസന്ത പറഞ്ഞു:

"വീട്ടിലെ കാര്യമോർത്ത് എനിക്കൊരു സമാധാനവുമില്ല, അമ്മ വഴക്കു പറഞ്ഞാൽ നീയതിന് തർക്കുത്തരം പറയാനൊന്നും നില്ക്കണ്ടാ. അമ്മയുടെ സ്വഭാവം നിനക്ക് അറിഞ്ഞുകൂടേ? പിന്നെ നിന്റെ ജോലീടെ കാര്യാണ്. അതൊന്നും ഞാൻ പറഞ്ഞിട്ടു വേണ്ടല്ലോ അറിയാൻ. ഒരാളെ ക്കൊണ്ടും മോശമെന്നു പറയിപ്പിക്കാതെ...."

പറയാൻ വന്നത് വസന്ത പൂർത്തിയാക്കിയില്ല. അതിനുമുമ്പേ ഗീത പറഞ്ഞു:

"അതൊക്കെപ്പിന്നെ എനിക്കറിഞ്ഞുകൂടെ? അമ്മയ്ക്കും ചേച്ചിക്കും മനഃപ്രയാസമുണ്ടാക്കുന്ന ഒന്നും ഞാൻ ചെയ്യില്ല. ചേച്ചി അതൊന്നും ഇപ്പോഴോർക്കണ്ടാ. സമാധാനമായിരിക്ക്. അവിടെയെത്തിയാലുടനെ സകല വിവരത്തിനും കത്തെഴുതണം. ഞങ്ങൾക്കതേ ഉള്ളൂ ഒരു വിഷമം. ചേച്ചിയുടെ കത്ത് കിട്ടുന്നതുവരെ."

വിഷാദം നിറഞ്ഞ ഒരു നോട്ടത്തോടെ വസന്ത തലകുലുക്കി. വണ്ടി ചൂളം വിളിച്ചു. അകലെ റെയിൽവേയാർഡിലെ പച്ച വിളക്കുകൾ തെളിഞ്ഞു. വണ്ടി അതിന്റെ യാത്രയാരംഭിച്ചു.

പ്ലാറ്റ്ഫോമിൽനിന്ന് പുറത്തേക്കിറങ്ങിയപ്പോൾ ഒരു വലിയ ഭാരം ഇറക്കിവച്ച തോന്നലായിരുന്നു ഗീതയ്ക്ക്.

വീട്ടിൽ ചെന്നപ്പോൾ അമ്മ വഴിയിൽ കണ്ണുമായിരിക്കുകയായിരുന്നു. അമ്മയൊന്നും ചോദിച്ചില്ല. എങ്കിലും ഗീത പറഞ്ഞു:

"യാത്രയൊക്കെ സുഖായിരിക്കും ചേച്ചിക്ക്. സീറ്റ് കിട്ടി. എങ്ങനെയും ബർത്ത് ഒപ്പിച്ചുകൊടുക്കാമെന്ന് ടി ടി ആർ പറഞ്ഞിട്ടുണ്ട്. ചെന്നാലുടനെ ചേച്ചി എഴുത്തയയ്ക്കും. ചേച്ചി പ്രത്യേകം പറഞ്ഞു, അമ്മ വിഷമിക്ക ണ്ടെന്ന്."

അമ്മ എല്ലാം കേട്ടിരുന്നതേയുള്ളൂ. ഒന്നും മിണ്ടിയില്ല.

മൂന്നാം ദിവസം ടെലിഗ്രാം വന്നു. കമ്പി ശിപായിയെ കണ്ടപ്പോൾ സത്യത്തിൽ ഗീത പേടിച്ചുപോയി. ഈശ്വരാ, സുരേട്ടന്.....

കമ്പി ശിപായി നീട്ടിയ കടലാസിൽ ഒപ്പിട്ടുകൊടുത്ത് കമ്പി വാങ്ങി നോക്കുമ്പോൾ 'പേടിക്കാനില്ല, സുരേട്ടന്റെ അപകടം ആദ്യം കേട്ടതു പോലെ അത്ര സീരിയസൊന്നുമല്ല. ഒട്ടും പരിഭ്രമിക്കണ്ടാ.'

കമ്പിയിൽ അത്രയേ ഉണ്ടായിരുന്നുള്ളൂ. നാലഞ്ചു ദിവസം കഴിഞ്ഞ് ചേച്ചിയുടെ കത്തുവന്നു.

'സുരേട്ടൻ മോട്ടോർ സൈക്കിളിൽ ആഫീസിലേക്കു പോകുമ്പോ ഴാണ് അപകടം സംഭവിച്ചത്. സുരേട്ടന്റെ കുറ്റം കൊണ്ടൊന്നുമല്ല. ഒരു ലോറി ഡ്രൈവർ ഉണ്ടാക്കിവച്ച കുഴപ്പമാണ്. വളവിൽ ഹോണടിക്കാതെ അയാൾ റോങ്ങ്സൈഡിലേക്ക് കയറിവന്നു. ഡ്രൈവർ മദ്യപിച്ചിരുന്നു.

ഭാഗ്യത്തിന് ഇത്രയേ സംഭവിച്ചുള്ളൂ. പരിക്കുകളൊന്നും അത്ര സാരമുള്ള തല്ല. അമ്മയും ഗീതയും വിഷമിക്കണ്ടാ. ഇപ്പോൾ സുരേട്ടൻ എഴുന്നേറ്റി രിക്കും. ഭക്ഷണം കഴിച്ചുതുടങ്ങി. ഞാനന്നേരം തന്നെ പോന്നതാണ് നന്നായത്. സുരേട്ടന് ഒരു പിണക്കവുമില്ല എന്നോട്. എന്നെ കണ്ടതേ സന്തോഷമായി. സുരേട്ടന്റെ അന്വേഷണങ്ങൾ അറിയിക്കാൻ പ്രത്യേകം പറഞ്ഞിട്ടുണ്ടെന്നോട്.'

എഴുത്ത് വായിച്ചുകേട്ടതിൽ പിന്നെയാണ് അമ്മയുടെ മുഖം തെളിഞ്ഞത്.

പിറ്റേന്ന് ക്ഷേത്രത്തിൽ എന്തോ വിശേഷമുണ്ടായിരുന്നു.

അമ്മ പറഞ്ഞു:

"ക്ഷേത്രത്തീച്ചെന്ന് തൊഴുത് എന്തെങ്കിലും ഒരു വഴിപാടും കഴിച്ചേച്ച് പോര്. ഓരോരോ അനർത്ഥങ്ങളുണ്ടാകുന്ന കാലമാ. ഭഗവതി കാക്കട്ടെ."

അവൾ ക്ഷേത്രത്തിൽച്ചെന്ന് വഴിപാടിനു കൊടുത്തു. പിന്നെ നടയ്ക്കൽ കൽവിളക്കിന്റെ അരികിൽനിന്നു പ്രാർത്ഥിച്ചു:

'ഭഗവതീ, കാത്തോളണേ.'

ക്ഷേത്രത്തിൽ അന്നു പതിവിൽ കൂടുതൽ ആൾക്കാരുണ്ടായിരുന്നു. തൊഴാനും വഴിപാട് കഴിക്കാനും ഉള്ളോരുടെ തിരക്ക്.

തൊഴുത് പുറത്തേക്കിറങ്ങുമ്പോൾ പടിക്കെട്ടുകൾക്കു താഴെ ആലിൻചുവട്ടിൽവച്ച് മംഗലത്തെ കല്യാണിയമ്മയെ കണ്ടു. അവർ അവളെ പിടിച്ചുനിർത്തി.

"എന്താ കുട്ടീ, കാണാനില്ലല്ലോ നിന്നെ! ജോലിയൊക്കെ കിട്ടീന്ന് ആരോ പറേണത് കേട്ടു. സുഖാണോ?"

"അതെ."

"അമ്മയെക്കണ്ടിട്ടും കുറെ നാളായി. കാവിലേക്കെങ്ങും വരാറില്ലേ?"

"ഉണ്ട്. ഇടയ്ക്കിടയ്ക്ക്."

"എനിക്കു വയ്യാ അത്രത്തോളം വരാൻ. നടക്കാൻ വിഷമം. കാലിന്റെ മുട്ടിനൊരു വേദന. പണ്ടത്തെ പ്രായോന്നുമല്ലല്ലോ. നിന്റെ അമ്മേക്കാളും ഒൻപത് വയസിനു മൂപ്പുണ്ടെനിക്ക്. ഞാൻ രോഗിയായിപ്പോയി. സ്നേഹോള്ളോരെ കുറെനാൾ കാണാതിരിക്കുമ്പോ, അതൊരോർമ്മയാ. ഞാൻ ചോദിച്ചൂന്നു പറ അമ്മോട്."

"പറയാം."

"നിന്റെ ചേച്ചി വരാറില്ലേ? എന്താ അവളുടെ പേര്?"

"വസന്ത. കുറച്ചീസം ഇവിടെയുണ്ടായിരുന്നു. നാലഞ്ചു ദിവസാ യേള്ളു പോയിട്ട്."

"ങാ, നന്നായി വരട്ടെ. ഭഗവതി കാക്കും! എന്റെ മൂന്നാമത്തെ മോളും നിന്റെ ചേച്ചീം ഏതാണ്ടൊരു പ്രായാ. കുട്ടികളായോ അവൾക്ക്."

"ഇല്ല."

കല്യാണിയമ്മ വിടാനുള്ള ഭാവമില്ലെന്നു കണ്ടപ്പോൾ ഗീത ചോദിച്ചു:

"ഞാൻ പോട്ടെ? തിടുക്കോണ്ട്. വീട്ടിലമ്മ മാത്രേള്ളൂ. തൊഴുതേച്ച് വേഗം ചെല്ലാൻ പറഞ്ഞാ വിട്ടതെന്നെ."

കല്യാണിയമ്മ പറഞ്ഞു:

"ഞാനും പോവാൻ നിക്വാ. ആ പെണ്ണിങ്ങോട്ടുവരാത്ത താമസേള്ളൂ. മൂത്തമോൾടെ മോൾ. അവളുംകൂടെ വന്നിട്ടായിരുന്നെങ്കിൽ ഒന്നിച്ചുപോകായിരുന്നു പുഴക്കടവ് വരെ."

"ഇപ്പോത്തന്നെ വൈകി. അല്ലെങ്കിൽ ഞാൻ കാത്തുനിന്നേനെ ഒന്നിച്ചുപോകാൻ."

"എന്നാലങ്ങനെയാവട്ടെ."

അവൾ കൂത്തുകല്ലുകളിറങ്ങിവരുമ്പോൾ പിന്നിൽ മംഗലത്തെ കല്യാണിയമ്മയുടെ പ്രാർത്ഥന കേട്ടു.

'ദേവീ? മഹാമായേ! കാത്തുരക്ഷിക്കണേ.'

അവൾ വീട്ടിൽ ചെല്ലുമ്പോൾ അമ്മ അവളെ കാത്തിരിക്കുകയായിരുന്നു.

"ഈ കാവീപ്പോയി തൊഴുതേച്ചുവരാൻ എത്രനേരം വേണം?

പോയാൽ പിന്നെ പോയേടം."

"ഞാനെന്തു താമസിച്ചെന്നാ അമ്മ പറയുന്നെ? എനിക്കെന്താ ചിറകുണ്ടോ പറക്കാൻ?"

ഒരു വൈകുന്നേരം അവൾ ബസിറങ്ങി വീട്ടിലേക്കു പോകുമ്പോൾ ശോഭയുടെ വീട്ടിനടുത്തുള്ള ഒരു പയ്യൻ സൈക്കിൾ ബ്രേക്കിട്ട് നിർത്തി ചോദിച്ചു:

"ഗീതചേച്ചി അറിഞ്ഞോ? കാശിഅയ്യർക്ക് സുഖമില്ലാതെ ആശുപത്രീലാ. എന്തോ കുഴപ്പോണ്ട്."

സൈക്കിളിൽ പാഞ്ഞുപോവുകയായിരുന്ന പയ്യൻ ഗീതയെക്കണ്ട് സൈക്കിൾ സഡൻബ്രേക്കിട്ട് ഒരു കാൽ നിലത്തുകുത്തിനിന്ന് പരിഭ്രമത്തോടെയാണ് അത് പറഞ്ഞത്.

"കുഴപ്പംന്നു വച്ചാൽ?" ഗീത ചോദിച്ചു: "കുട്ടിക്കറിയാമോ, ഏതാശുപത്രീലാ?"

"എനിക്കതു തീർച്ചയില്ല. ജനറൽ ഹോസ്പിറ്റലിലാന്നാ തോന്നണെ."

"കുട്ടിയെങ്ങോട്ടാ?"

"ഞാനൊരു ഫിലിമിന്. ലേറ്റായി. ടിക്കറ്റ് കിട്ടോന്ന് കടവുൾക്കു താൻ തെരിയും."

തീയേറ്ററിലെത്താൻ വൈകിയതിന്റെ വെപ്രാളത്തോടെ അവൻ വീണ്ടും സൈക്കിളിൽ സ്പീഡെടുത്തു.

എന്തു കുഴപ്പമാണാവോ സംഭവിച്ചത് ശോഭയുടെ അച്ഛന്? പാവം. ആശുപത്രിയിൽനിന്നിറങ്ങിയിട്ട് അധികമായില്ല. വീണ്ടും അങ്ങോട്ട്. ഏതാശുപത്രിയിലാണെന്നറിയില്ല. അല്ലെങ്കിൽ അങ്ങോട്ടു പോകാമായിരുന്നു നേരെ. ഏതായാലും വീട്ടിൽ ചെന്നിട്ട്, ശോഭയുടെ വീട്ടിൽ പോയന്വേഷിക്കാമെന്നുവച്ച് അവൾ ധൃതിയിൽ നടന്നു.

വീട്ടിൽ ചെന്ന് അമ്മയോടു ചോദിച്ചപ്പോൾ അമ്മയ്ക്കൊന്നും അറിയില്ല, വീട്ടിന് പുറത്തിറങ്ങാത്ത താനിതൊക്കെ എങ്ങനെ അറിയുമെന്നായിരുന്നു അമ്മയുടെ നിലപാട്.

ചായകുടിക്കാൻപോലും നില്ക്കാതെ ഗീത ശോഭയുടെ വീട്ടിലേക്കു പുറപ്പെട്ടു. അഗ്രഹാരത്തിലൂടെ കടന്നുപോകുമ്പോൾ വഴിയിൽ ക്രിക്കറ്റ് കളിക്കുന്ന കുട്ടികളുടെ ആർപ്പും വിളിയും അസഹ്യമായി അവൾക്കു തോന്നി. നട്ടുച്ചയ്ക്കു വന്നാലും ഈ വഴിയിൽ കുട്ടികൾ ക്രിക്കറ്റ് കളിക്കുന്നതു കാണാം. വീടിനുമുമ്പിലെ തൂണുംചാരി ഏതെങ്കിലും ഇംഗ്ലീഷ് പത്രവും വായിച്ചുകൊണ്ട് റിട്ടയേർഡായ കുറെ സ്വാമിമാരും.

ഉന്തുവണ്ടിയിൽ പച്ചക്കറി വില്ക്കുന്ന ഒരു കിഴവനെ കടന്ന് ഇടവഴിയിലേക്ക് തിരിഞ്ഞപ്പോൾ ദൂരെ ശോഭയുടെ വീടിനുമുമ്പിൽ വലിയ ഒരാൾക്കൂട്ടം കണ്ടു. അവിടന്ന് ദീനമായ കരച്ചിൽ കേൾക്കുന്നു. അവളുടെ ഉള്ളിൽ ഒരാന്തലുണ്ടായി.

എന്താണാവോ സംഭവിച്ചത്?

മ്ലാനമായ മുഖമുള്ള ആൾക്കൂട്ടത്തിനിടയിലൂടെ അകത്തേക്കു ചെന്നപ്പോൾ കാശിവിശ്വനാഥയ്യരെ നിലത്തിറക്കി തെക്കുവടക്ക് കിടത്തിയിരിക്കുന്നു, കോടി പുതപ്പിച്ച്. കാശിവിശ്വനാഥയ്യരുടെ തലയ്ക്കൽ ഭാഗത്ത് ഒരു നിലവിളക്കെരിയുന്നു. സാമ്പ്രാണിത്തിരികൾ കത്തുന്നതിന്റെ രൂക്ഷഗന്ധം. അച്ഛന്റെ അരികിലിരുന്ന് ശോഭ കണ്ണീർ വാർക്കുന്നു. വേറെ കുറെ സ്ത്രീകളുമുണ്ട് സങ്കടം അടക്കിപ്പിടിച്ചുകൊണ്ട് അവളുടെ അരികെ.

അകത്ത് എവിടെയോ കിടന്ന് ശോഭയുടെ അമ്മ അവരുടെ പതറിയ ശബ്ദത്തിൽ കരയുന്നു.

ഭൂമിയിലെ യാത്ര അവസാനിപ്പിച്ച് നെടുനിദ്രയിൽ വീണ കാശിവിശ്വനാഥയ്യരുടെ മുമ്പിൽ സങ്കടം ഒതുക്കിപ്പിടിച്ചുകൊണ്ട് ഒരു നിമിഷം അവൾ നിന്നു.

പിന്നെ മെല്ലെ അടുത്തുചെന്ന് ശോഭയുടെ പിന്നിലിരുന്ന് അവളെ തൊട്ടു. ദുഃഖംകൊണ്ടു വിങ്ങിയ മുഖംതിരിച്ച് ശോഭ അവളെ നോക്കി.

പിന്നെ വിങ്ങിപ്പൊട്ടിക്കൊണ്ട് അവളുടെ ചുമലിലേക്ക് മുഖം ചേർത്തു.

ഗീത അവളെ നിശ്ശബ്ദമായി ചേർത്തുപിടിച്ചു.

എങ്ങനെയായിരുന്നു കാശിവിശ്വനാഥയ്യരുടെ മരണം?

പതിവുപോലെ തുരുമ്പെടുത്ത സൈക്കിളിന്റെ പുറകിൽ പലഹാരപ്പാട്ട വച്ചുകെട്ടി പൊട്ടശബ്ദമുള്ള മണിമുട്ടി കാശിവിശ്വനാഥയ്യർ രാവിലെ തന്റെ യാത്ര ആരംഭിച്ചതായിരുന്നു. ആ യാത്രയ്ക്കിടയിൽ എന്തോ തളർച്ച തോന്നി. സാരമില്ലെന്നോർത്തു പിന്നെയും സൈക്കിൾ ചവിട്ടി.

പെട്ടെന്ന് തളർന്നു വീണു, സൈക്കിൾ ഒരിടത്തും കാശിവിശ്വനാഥയ്യർ മറ്റൊരിടത്തുമായിട്ട്. കണ്ണാടിപ്പാട്ട പൊട്ടി പലഹാരങ്ങൾ വഴിയിൽ ചിതറി. ആളുകൾ ഓടിക്കൂടി വേഗംതന്നെ കാശിഅയ്യരെ ആശുപത്രിയിലെത്തിച്ചു. ആശുപത്രിയിൽ ചെല്ലുമ്പോൾ ജീവന്റെ കിതപ്പുണ്ടായിരുന്നു. പിന്നെ അതും നിലച്ചു.

കാശിവിശ്വനാഥയ്യർ ഭൂമിയിൽ തനിക്കു ബാക്കിയുണ്ടായിരുന്ന ദൂരവും ഓടിത്തീർത്തു. ഓട്ടം തികച്ചു.

പുറത്ത് ശ്മശാനയാത്രയ്ക്കുള്ള ഒരുക്കങ്ങൾ നടക്കുന്നുണ്ടായിരുന്നു.

ഗീത നോക്കുമ്പോൾ, വീടിനു മുമ്പിൽ ആൾക്കൂട്ടത്തിൽനിന്നൊഴിഞ്ഞ് വ്യസനത്തോടെ ഒരു ചെറുപ്പക്കാരൻ നില്ക്കുന്നു. സതീശൻ.

ഗീതയ്ക്ക് സംശയം തോന്നി.

ശോഭ അറിഞ്ഞിട്ടുണ്ടാവില്ല സതീശൻ പുറത്തു നില്പുണ്ടെന്ന്.

മതപരമായ ചടങ്ങുകൾക്കുള്ള ഒരുക്കങ്ങൾ തുടങ്ങിയപ്പോൾ ഗീത എഴുന്നേറ്റ് മാറിനിന്നു.

കാശിവിശ്വനാഥയ്യരുടെ മകൻ വിശ്വനാഥനെക്കൊണ്ട് പുരോഹിതനും മറ്റു പ്രായംചെന്നോരും ചേർന്ന് കർമ്മങ്ങൾ ചെയ്യിക്കുന്നു. അയാൾക്കതിലൊന്നും വലിയ താല്പര്യമില്ലെന്നു തോന്നുന്നു. മറ്റുള്ളോരുടെ നിർബ്ബന്ധത്തിനു വഴങ്ങുന്നു എന്നൊരു മട്ടാണയാൾക്ക്. അയാൾ വിപ്ലവകരമായ ആശയങ്ങളിൽ വിശ്വസിക്കുന്ന ഒരാളാണ്. അതുകൊണ്ട് മതപരമായ കർമ്മങ്ങളിൽ വിശ്വാസമുണ്ടായിരിക്കുകയില്ല. വിശ്വാസമുണ്ടായിരിക്കുകയില്ലെന്നു മാത്രമല്ല, എതിർപ്പും കാണും. എങ്കിലും അതൊന്നും അയാൾ ഇപ്പോൾ കാണിക്കുന്നില്ല. മറ്റുള്ളോരെക്കൊണ്ട് പറയിപ്പിക്കണ്ടെന്ന് വിചാരിച്ചാണോ എന്തോ?

മറ്റുള്ളവർ ഏറ്റിയ മുളമഞ്ചലിൽ കാശിവിശ്വനാഥയ്യരുടെ ശ്മശാനയാത്ര വഴിയരികിൽ ഗീത നോക്കിനിന്നു.

ശോഭയെ മറ്റു സ്ത്രീകൾ അകത്തേക്ക് കൂട്ടിക്കൊണ്ടുപോന്നപ്പോഴാണ് ഗീത പുറത്തിറങ്ങിയത്. ശോഭയോട് യാത്ര പറയാതെ,

ശ്മശാനഘോഷയാത്രയുടെ ഏറ്റവും പിന്നിൽ സതീശനുമുണ്ട്.

ഇടയ്ക്കു കണ്ടപ്പോൾ ഗീത അയാളുടെ സങ്കടം ശ്രദ്ധിച്ചിരുന്നു. ആ സമയത്ത് അയാൾ ഒന്നും മിണ്ടിയില്ല.

താൻ സ്നേഹിക്കുന്ന പെണ്ണിന്റെ അച്ഛന്റെ മരണത്തിൽ അത്രയധികം സങ്കടപ്പെടുന്ന അയാളോട് അവൾക്ക് എന്തെന്നില്ലാത്ത

ഒരു ബഹുമാനവും തോന്നി.

അഗ്രഹാരത്തിൽ ഒരിടത്ത് സങ്കടം അമർത്തിപ്പിടിച്ചുനില്ക്കുന്ന അന്യജാതിക്കാരനായ ആ ചെറുപ്പക്കാരനെ ആരെങ്കിലും ശ്രദ്ധിച്ചോ? ഒരു കാശിവിശ്വനാഥയ്യരുടെ മരണത്തിൽ അയാൾ സങ്കടപ്പെടുന്നതെന്തിനാണെന്ന് അഗ്രഹാരത്തിൽ ആർക്കെങ്കിലും അറിയാമോ?

രാത്രി ഉറക്കംവരാതെ കിടക്കുമ്പോൾ ശോഭയുടെ സങ്കടം അവൾ എങ്ങനെ സഹിക്കുമെന്ന് ഗീത ചിന്തിച്ചു. മറ്റൊരു ചിന്തയും അവളുടെ മനസ്സിൽ കടന്നുവന്നു. കാശിവിശ്വനാഥയ്യരുടെ തുരുമ്പെടുത്ത സൈക്കിൾ എവിടെ?

ഇരുപത്

ഊട്ടിയിലോ ബാംഗ്ലൂരിലോ നിന്നുവന്ന അതിഥികൾക്കു നഗരത്തിൽ നിന്നകലെ കടൽക്കരയിലെ പാലസ് ഹോട്ടലിൽ കൃഷ്ണ മോഹൻ ഒരു വിരുന്ന് ഏർപ്പെടുത്തി. ബിസിനസ് ഇടപാടുകളുമായി ബന്ധപ്പെട്ട അപൂർവ്വം സുഹൃത്തുക്കളെയും വിരുന്നിന് ക്ഷണിച്ചിരുന്നു. അശ്വതി റോസ് ഗാർഡൻസിൽനിന്ന് അക്കൗണ്ടന്റ് ഭൈരവൻപിള്ളയും ഗീതയും മാത്രമേ ഉണ്ടായിരുന്നുള്ളൂ. ഹോട്ടലിൽവെച്ചുള്ള വിരുന്നിൽ പങ്കെടുക്കാൻ ഗീതയ്ക്ക് ഇഷ്ടമുണ്ടായിരുന്നില്ല. ഇഷ്ടമുണ്ടായിരുന്നില്ലെന്നു മാത്രമല്ല, ഒഴിഞ്ഞുമാറാൻ നോക്കുകയും ചെയ്തു.

പക്ഷേ, കൃഷ്ണമോഹൻ സമ്മതിച്ചില്ല.

“ഗീതയെന്താ ധരിച്ചത്? ഇതങ്ങനത്തെ പാർട്ടിയൊന്നുമല്ല. എന്റെ ഏറ്റവും അടുത്ത ചില സ്നേഹിതന്മാർ മാത്രമേ ഉള്ളു. അതുകൊണ്ടാണ് ഗീതയും വേണമെന്ന് ഞാൻ വച്ചത്. ഗീത എന്തിനാണ് പേടിക്കുന്നത്? ഞാനില്ലേ കൂടെ? കുറച്ചകലേന്നു വരുന്ന സ്നേഹിതന്മാരല്ലേ? നമുക്ക വരെ ഒന്നു എന്റർടെയിൻ ചെയ്യണം. അത്രേ വേണ്ടു.”

“എന്റെ പേടിയല്ല കാര്യം.” ഒഴിഞ്ഞുമാറാൻ ഗീത ഒരു കാരണം കണ്ടുപിടിച്ചു; “ഞാൻ വീട്ടിൽ പറഞ്ഞിട്ടല്ല പോന്നത്.”

“അതുകൊണ്ടെന്താ?” അയാൾ ചോദിച്ചു: “ഈ പാർട്ടിയെന്നു പറ ഞ്ഞാൽ അർദ്ധരാത്രിവരെയൊന്നുമില്ല. സന്ധ്യക്കുമുമ്പേ ഇടപാട് തീരും. അതു കഴിഞ്ഞ് ഞാൻ വീട്ടിൽ കൊണ്ടുവിടാം.”

“എന്നാലും സന്ധ്യയാവില്ലേ? അമ്മ വഴക്കുപറയും.”

“ഇല്ലന്നേ. ഞാൻ പറഞ്ഞോളാം അമ്മയോട്.”

“മോളെ പാർട്ടിക്കു കൊണ്ടുപോയെന്നോ! ഹോട്ടലിലേക്ക്!

കൊള്ളാം! നല്ല കുശാലായി! എങ്കിൽപ്പിന്നെ ആ നിമിഷം ഇറങ്ങിക്കൊണ്ടാൽമതി വീട്ടീന്ന്."

"എന്നാൽ കുറെ അർജന്റ് ജോലിയുണ്ടായിരുന്നൂന്ന് പറയാം. ഒരു ചെറിയ നുണയൊക്കെ ദൈവത്തിന്റെ മുമ്പിലും പറയാം. ഞാനെന്താണ് നിർബ്ബന്ധിക്കുന്നതെന്നുവച്ചാൽ, എന്തോ, ഗീതയും വേണമെന്നു എനിക്കൊരാഗ്രഹം."

ഒടുവിൽ മനസ്സില്ലാമനസ്സോടെ അവളും കടൽക്കരയിലെ പാലസ് ഹോട്ടലിൽ ചെന്നു.

അതിഥികൾ നേരത്തേ എത്തിക്കഴിഞ്ഞിരുന്നു. അവരുടെ മുമ്പിൽ ചെല്ലാൻ മടിയായിരുന്നു അവൾക്ക്. അതിനുമുമ്പ് ഒരു പാർട്ടിയിലും അവൾ പങ്കെടുത്തിട്ടില്ല. സ്വന്തപ്പെട്ടിട്ടുള്ളവരുടെ വീട്ടിൽ വിവാഹത്തിനു പോലും പോകാറില്ല.

അപരിചിതരുടെ ഇടയിൽ ചെന്നുപെട്ടതിന്റെ സങ്കോചത്തോടെ അവൾ നില്ക്കുന്നതുകണ്ട് അക്കൗണ്ടന്റ് ഭൈരവൻപിള്ള പറഞ്ഞു:

"അവിടെ എവിടെയെങ്കിലും ഒതുങ്ങിനിന്നോ. ഇതൊക്കെ വല്യ ബുദ്ധിമുട്ടാണ് പരിചയമില്ലാത്തോർക്ക്."

പാർട്ടിക്കുള്ള ഒരുക്കങ്ങൾ നടക്കുമ്പോൾ അവൾ റൂഫ്ഗാർഡന്റെ കോണിൽ അസ്തമയം നോക്കി നില്ക്കുകയായിരുന്നു. അനന്തതയിലേക്കു നീണ്ടുകിടക്കുന്ന കടൽ. സന്ധ്യാകാശത്തിനു കീഴിൽ കടലിന് ഒരു രൗദ്രഭംഗിയുണ്ടാകുന്നു. സന്ധ്യയുടെ മഞ്ഞവെളിച്ചത്തിൽ കടൽത്തിരകൾക്കു മുകളിൽ കടൽപ്പക്ഷികൾ പറക്കുന്നു.

"ആഹാ! പാർട്ടിക്കു വന്നിട്ട് ഇവിടെ വന്നുനില്ക്കുകയാണോ?" അടുത്തുചെന്നു കൃഷ്ണമോഹൻ ചോദിച്ചു: "ഇന്നു ഗീതയും എന്റെ ഒരു വിശിഷ്ടാതിഥിയാണ്."

അവൾ പറഞ്ഞു:

"അതൊന്നും വേണ്ടാ. ഞാനിവിടെ എവിടെയെങ്കിലും ഒഴിഞ്ഞു നിന്നോളാം."

"അതു കൊള്ളാം! അതിനാണോ ഞാൻ ക്ഷണിച്ചുകൊണ്ടു വന്നത്?"

അയാൾ നിർബ്ബന്ധിച്ചിട്ട് അവളും കൂടെച്ചെന്നു. പാർട്ടിയുടെ സമയത്ത് ഒതുങ്ങി ഒരിടത്തിരുന്നു.

എവിടെയോ നിന്നു കേൾക്കുന്ന ഓർക്കസ്ട്രാ ചെവിയോർത്തുകൊണ്ട് പാർട്ടി കഴിയുന്നതുവരെ അവൾ അവിടെയിരുന്നു. ഏതോ അപരിചിതരുടെ ഒരു സംഘത്തിൽചെന്നു പെട്ടതുപോലെയാണ് അവൾക്കു തോന്നിയത്.

ബിസിനസ് പുരാണങ്ങളും പൊട്ടത്തമാശകളും പൊങ്ങച്ചങ്ങളും കൊണ്ട് അതിഥികൾ നേരംകൊല്ലുമ്പോൾ അവളുടെ മനസ്സ് പതറുക

യായിരുന്നു. ഇതിങ്ങനെ എത്രനേരം നീളും? അവൾക്കു മടുത്തു കഴി ഞ്ഞിരുന്നു. പാർട്ടി കഴിഞ്ഞ് ഇത്രയും ദൂരം സഞ്ചരിച്ച് വീട്ടിലെത്തുമ്പോൾ നേരമെന്താകും?

താഴെ കടൽക്കരയിൽ സന്ധ്യ മയങ്ങുന്നു.

അവൾ എഴുന്നേറ്റ് റൂഫ്ഗാർഡനിൽചെന്ന് ചുവന്ന സന്ധ്യാകാശവും കടലും നോക്കിനിന്നു.

"കുട്ടിയെന്താ ഇവിടെ വന്നു നില്ക്കുന്നെ?"

അവൾ തിരിഞ്ഞുനോക്കി. ഭൈരവൻപിള്ളയാണ്.

"പാർട്ടിക്കു വന്നിട്ട് അതിലൊന്നും കൂടാതെ ഒഴിഞ്ഞുനിക്കണെ?"

അവൾ പറഞ്ഞു:

"എനിക്കങ്ങനെ പാർട്ടീലെങ്ങും പങ്കെടുത്തു ശീലമില്ല. ഞാൻ പറ ഞ്ഞതായിരുന്നു ഞാൻ വരുന്നില്ലെന്ന്. തീരാറായോ?"

"ആ, ആർക്കറിയാം!"

"നേരം സന്ധ്യയായില്ലേ? എന്റീശ്വരാ"

"എന്താ കുട്ടീ?"

"അമ്മയിപ്പോ ആധിയെടുക്കുകയായിരിക്കും, എന്നെ കാണാഞ്ഞിട്ട്."

"അമ്മയോടു പറഞ്ഞിട്ടല്ലേ പോന്നത്?"

"അല്ല. ആഫീസിൽ വരുമ്പോഴാണ് പാർട്ടിയുടെ കാര്യം ഞാനറി യുന്നത്."

"എനിക്കു പറയാൻ പാടില്ല. പക്ഷേ, എന്റെ മോൾടെ പ്രായല്ലേ ഉള്ളൂന്നോർക്കുമ്പോൾ പറയാതേം വയ്യാ. ഇങ്ങനെയൊക്കെ ഓരോ കാര്യത്തിന് വിളിക്കുമ്പോ ഒഴിഞ്ഞുമാറണതാ ബുദ്ധി. ഞാൻ കുട്ടിയുടെ നന്മയോർത്തു പറഞ്ഞതാ."

"എനിക്കിഷ്ടായിട്ടാന്നാണോ പിള്ളച്ചേട്ടൻ വിചാരിച്ചെ? ഞാൻ വരില്ലെന്നു പറഞ്ഞാൽ സമ്മതിക്കണ്ടേ."

"അവർക്കിത് അവരുടെ ബിസിനസിന്റെ ഭാഗാണ്. കുട്ടിക്കോ?"

പാർട്ടി കഴിഞ്ഞപ്പോൾ സന്ധ്യയിരുട്ടി. അതിഥികൾ അന്ന് പാലസ് ഹോട്ടലിൽത്തന്നെ തങ്ങും.

അതിഥികളോടു യാത്ര പറഞ്ഞ് കൃഷ്ണമോഹൻ ഇറങ്ങിവന്നപ്പോ ഴേക്കും അവളുടെ ക്ഷമകെട്ടു.

"അമ്മയിപ്പോൾ വേവലാതിപ്പെടുകയായിരിക്കും. വീട്ടിൽ ചെല്ലുമ്പോൾ എന്തുപറയും അമ്മയോട്?"

കാറിനടുത്തേക്കു നടക്കുമ്പോൾ കൃഷ്ണമോഹൻ ചോദിച്ചു:

"കാത്തുനിന്നു മടുത്തു, അല്ലേ?"

അവൾ മറുപടി പറഞ്ഞില്ല. അവളുടെ ഉള്ള് കത്തുകയായിരുന്നു.

കാറോടിക്കുന്നതിനിടയിൽ അതിഥികളെക്കുറിച്ച് അയാൾ ഒരുതരം നർമ്മബോധത്തോടെ സംസാരിച്ചു. അവൾക്കതിലൊന്നും രസം തോന്നിയില്ല. സത്യത്തിൽ അവൾ അത് കേട്ടതുതന്നെയില്ല.

അവൾ മൗനം പൂണ്ടിരിക്കുന്നതുകണ്ട് കൃഷ്ണമോഹൻ ചോദിച്ചു:

"ഉം, എന്താ ഒരു മൗനം? യാതൊരു പ്രസാദവുമില്ലാതെ."

എന്നിട്ടും അവൾ മിണ്ടിയില്ല.

അയാൾക്കു സംഗതി മനസ്സിലായി.

"ഓ, ഒരല്പം വൈകിപ്പോയതിന്റെ ശുണ്ഠി! ക്ഷമിച്ചുകള! ബിസിനസും മറ്റുമാകുമ്പോൾ ഇങ്ങനെയും ചിലത് വേണ്ടിവരും, നമുക്കിഷ്ടമില്ലെങ്കിലും. അതിലത്ര ഗൗരവമൊന്നും തോന്നരുത്."

അത് കേൾക്കാത്ത മട്ടിൽ അവൾ മുഖം വീർപ്പിച്ച് പുറത്തെ ഇരുട്ടിലേക്കു നോക്കിയിരുന്നു.

കൃഷ്ണമോഹന്റെ ഇടതുകൈ നീണ്ടുവന്നു തന്റെ അരക്കെട്ടിൽ ചുറ്റിപ്പിണയുന്നത് അവളറിഞ്ഞു. അവൾ ചിരി കടിച്ചമർത്തി അത് ഗൗനിക്കാതെയിരുന്നു. പിണക്കം തീർക്കാനായിരിക്കുമെന്ന് അവൾ വിചാരിച്ചു. അതിന് ഞാൻ പിണങ്ങിയില്ലല്ലോ. ഇഷ്ടമില്ലെന്നു ഭാവിക്കുമ്പോഴും ഇഷ്ടമായിരുന്നു കൂടെ വരാൻ.

പക്ഷേ, വൈകിച്ചെല്ലുമ്പോൾ കൊല്ലാൻ നില്ക്കുന്ന അമ്മയോട് എന്തു സമാധാനം പറയും? മകൾക്കിങ്ങനെ ഒരു സ്നേഹമുള്ള കാര്യം അമ്മയ്ക്കറിയില്ലല്ലോ.

കാറോടിക്കുന്നതിനിടയിൽ കൃഷ്ണമോഹൻ അവളെ പിടിച്ചടുപ്പിച്ച് അവളുടെ കഴുത്തിൽ ചുംബിച്ചു.

അവൾ ശുണ്ഠിയെടുത്തു:

"കാറോടിക്കുന്നതിനിടയ്ക്കാണ് കുസൃതി കാണിക്കുന്നെ! വഴിയിൽ നോക്കി വണ്ടി ഓടിച്ചില്ലെങ്കിൽ....."

"ഉം, മരിക്കാൻ പേടിയുണ്ടോ?"

കൃത്രിമമായ പിണക്കത്തോടെ അവൾ അയാളുടെ നേരെ നോക്കി:

"കൊഞ്ചാൻ കണ്ട നേരം."

വളവ് തിരിയുന്നതിനിടയിൽ കൃഷ്ണമോഹൻ പെട്ടെന്നു കാർ ബ്രേയ്ക്കു ചെയ്തു. അവൾ ഞെട്ടിപ്പോയി. നോക്കുമ്പോൾ കാറിന്റെ തൊട്ടുമുമ്പിൽ റോഡിന്റെ മദ്ധ്യത്തിൽ കീറിയ കാക്കിയുടുപ്പിട്ട ഒരു ഭ്രാന്തൻ.

പന്തംപോലെ ജ്വലിക്കുന്ന കണ്ണുകളോടെ അയാൾ നോക്കുന്നു.

പിന്നെ അയാൾ വെറുതെ ചിരിച്ചു.

"എന്റെ പൊന്നാശാനേ, ഒന്നുമാറ്." തല പുറത്തേക്കിട്ട് കൃഷ്ണമോഹൻ പറഞ്ഞു: "ഞങ്ങളെ വലയ്ക്കാതെ."

ഭ്രാന്തൻ അനങ്ങുന്നില്ല.

കൃഷ്ണമോഹൻ കാർ ഒരു വശത്തേക്ക് തിരിച്ചെടുത്ത് ഭ്രാന്തനെ ഒഴിവാക്കി.

കൃഷ്ണമോഹൻ ചോദിച്ചു:

"ഗീത പേടിച്ചുപോയോ?"

അവൾ മിണ്ടിയില്ല.

അയാൾ പറഞ്ഞു:

"ഹാ, എന്തെങ്കിലും ഒന്നു മിണ്ട്. കഥകളിലൊക്കെ പറയുംപോലെ, എത്ര ഏകാന്തസുന്ദരമായ നിമിഷങ്ങൾ! അതിങ്ങനെ വെറുതെ കളയുന്നത് ദൈവം പൊറുക്കുമോ?"

സങ്കോചത്തോടെ അവൾ അയാളുടെ നേരെ നോക്കി. തങ്ങളുടെ ബന്ധം അതിർവരമ്പുകൾ കടന്നുപോകുന്നുണ്ടെന്ന് അവൾ പേടിച്ചു. എത്ര സ്നേഹമുണ്ടെങ്കിലും അത് ഹൃദയത്തിലൊതുക്കിക്കൊണ്ട് ജീവിക്കാനായിരുന്നു അവൾ ആഗ്രഹിച്ചത്. അതിന് സാഫല്യമുണ്ടാകുന്നതു വരെ.

ഒരാളുടെ ഹൃദയത്തിൽ നിറയുക. ഒരാൾ തനിക്ക് ജീവനേക്കാൾ വിലപ്പെട്ടതായിത്തീരുക. അങ്ങനെയൊരു അനുഭവത്തെയല്ലേ സ്നേഹമെന്നു വിളിക്കുന്നത്?

വീടിനുമുമ്പിൽ കാർ നിർത്തി ഇറങ്ങുമ്പോൾ അവളുടെ ഉള്ള് പിടയ്ക്കുകയായിരുന്നു. അമ്മയോടെന്തു പറയും?

താൻകൂടി വരാമെന്നു കൃഷ്ണമോഹൻ പറഞ്ഞെങ്കിലും അവൾ വിലക്കി.

"വേണ്ടാ. അമ്മയോട് എന്തെങ്കിലും പറഞ്ഞ് ഞാൻ രക്ഷപ്പെട്ടോളാം."

ആധിയെടുത്തിരുന്ന അമ്മുക്കുട്ടിയമ്മ അവളെ കണ്ടപ്പോൾ പൊട്ടിത്തെറിച്ചു.

"എവിടെയായിരുന്നെടി ഇത്രേം നേരം?"

അവൾ പറഞ്ഞു:

"ആഫീസിൽ കുറച്ചു ജോലിയുണ്ടായിരുന്നു, അർജന്റായിട്ട്."

അമ്മുക്കുട്ടിയമ്മ പല്ലിറുമ്മി!

"മിണ്ടരുതെന്നോട്! അവളൊരുദ്യോഗം ഭരിക്കാൻ നടക്കുന്നു! ഇനിയീ പടിക്കു പുറത്തിറങ്ങിയാലല്ലേ!"

അമ്മ പിന്നെയും എന്തൊക്കെയോ പറഞ്ഞുകൊണ്ടിരുന്നു ദേഷ്യം കൊണ്ട്.

ആറേഴുദിവസം കഴിഞ്ഞ് അവൾ ശോഭയെ കാണാൻ ചെന്നു. വീടിന്റെ ഉമ്മറത്തിനുതാഴെ തുരുമ്പെടുത്ത പഴയ സൈക്കിൾ ചാരി വച്ചിരിക്കുന്നത് അവൾ കണ്ടു. വീഴ്ചയിൽ പറ്റിയ അതിന്റെ കേടുകൾ ഇപ്പോഴും അങ്ങനെയുണ്ട്.

കാശിഅയ്യരുടെ മരണം ഉണ്ടാക്കിയ ദുഃഖം കനത്ത നിശ്ശബ്ദതയായി അവിടെ ഘനീഭവിച്ചു നില്ക്കുന്നു. ശോഭയുടെ അമ്മ ഓർമ്മകൾ എണ്ണിപ്പെറുക്കി സങ്കടപ്പെടാൻ തുടങ്ങി. ഓരോന്നു പറഞ്ഞ് അവർ കരയുകയും ചെയ്തു. മുണ്ഡനം ചെയ്ത ശിരസ്സ് അവർ കാവിനിറമുള്ള ചേലകൊണ്ടു മറച്ചിരിക്കുന്നു.

ശോഭ അവളുടെ മുറിയിലേക്ക് ഗീതയെ കൂട്ടിക്കൊണ്ടുപോയി.

എന്തെങ്കിലും ചോദിക്കാൻ മടിയായിരുന്നു ഗീതയ്ക്ക്. എന്തു ചോദിച്ചാലും അത് കാശി അയ്യരെ ഓർമ്മിപ്പിക്കും. ശോഭയെ അത് കൂടുതൽ ദുഃഖിപ്പിക്കും.

പക്ഷേ, ഒന്നും മിണ്ടാതിരിക്കുന്നതെങ്ങനെ? അതോർത്ത് ഗീത ചോദിച്ചു:

"നിന്റെ ചേട്ടനെവിടെ?"

ഒരു നെടുവീർപ്പോടെ അവൾ പറഞ്ഞു:

"പാർട്ടിയാഫീസിലുണ്ടാവും. പകലൊക്കെ അവിടെ. സന്ധ്യക്കു വരും. അപ്പാവിന്റെ മരണംതൊട്ട് അത്രയ്ക്കൊരുത്തരവാദിത്വം കാട്ടിത്തുടങ്ങി."

ഇനിയെന്താ ചോദിക്കുക? അങ്ങനെ ആലോചിച്ചിരിക്കുമ്പോൾ സങ്കടം കടിച്ചൊതുക്കിക്കൊണ്ട് ശോഭ പറഞ്ഞു.

"അപ്പാവ് ഇത്ര പെട്ടെന്ന് ഞങ്ങളെ ഇട്ടേച്ചു പോകുമെന്ന് ഞാനോർത്തില്ല. ഇതുവരെ തീർന്നിട്ടില്ല അമ്മാവിന്റെ സങ്കടം. ആരും സമാധാനിപ്പിക്കാനില്ലാത്തതുകൊണ്ട് ഞാൻ സങ്കടപ്പെടുന്നില്ല." അതു പറഞ്ഞപ്പോഴേക്കും അവൾ വിങ്ങിപ്പൊട്ടി.

ഗീത അവളുടെ ചുമലിൽ കൈവച്ച് അവളെ ചേർത്തുപിടിച്ചു. കരച്ചിലിനിടയിൽ ശോഭ ചോദിച്ചു:

"ഇനി ഞങ്ങളെ ആര് നോക്കും? അമ്മാവേം എന്നേം."

"നിന്റെ ചേട്ടനില്ലേ നിനക്ക്?"

"ലോകം നന്നാക്കാൻ നടക്കുന്നതിനിടയിൽ അമ്മാവേം എന്നേം നോക്കാൻ അണ്ണനെവിടെ നേരം?"

കുറെനേരത്തെ മൗനത്തിനുശേഷം ഗീത ചോദിച്ചു:

"നീ അറിഞ്ഞായിരുന്നോ? അപ്പാവ് മരിച്ച് അകത്തു കിടക്കുമ്പോൾ പുറത്ത് ഒരാൾ നില്ക്കുന്നുണ്ടായിരുന്നു."

കണ്ണുനീർ തുടച്ചുകളഞ്ഞതിനുശേഷം ശോഭ പറഞ്ഞു:

"ഞാൻ കണ്ടിരുന്നു. എങ്ങനെയോ കേട്ടറിഞ്ഞ് ആശുപത്രിയിലും വന്നിരുന്നു."

ഗീത പറഞ്ഞു:

"അപ്പാവിനെ ശ്മശാനത്തിലേക്കു കൊണ്ടുപോകുമ്പോൾ ഞാൻ കണ്ടു, സതീശനും കൂടെപ്പോയി."

ഒരുനിമിഷം ഗീതയുടെ നേരെ നോക്കിയിരുന്നതിനുശേഷം വിങ്ങുന്ന ഹൃദയത്തോടെ ശോഭ പറഞ്ഞു:

"രണ്ടു ദിവസംമുമ്പ് വീണ്ടും വന്നിരുന്നു. വീട്ടിലെ ബുദ്ധിമുട്ടുകളൊക്കെ അറിയാവുന്നതുകൊണ്ടായിരിക്കും എന്നോടു പറഞ്ഞു, എന്തു വിഷമമുണ്ടെങ്കിലും എന്നോടു പറയണമെന്ന്. നിനക്കറിയാമോ, അങ്ങനെയൊരു സന്മനസ്സു കാണിക്കാൻ ഈ അഗ്രഹാരത്തിൽ ആരുമുണ്ടായില്ല."

ഇരുപത്തിയൊന്ന്

രാവിലെ ആഫീസിൽ വരുമ്പോൾത്തന്നെ കൃഷ്ണമോഹന്റെ മുഖം മ്ലാനമായിരുന്നു. ആരോടും മിണ്ടാതെ അകത്തെ മുറിയിൽത്തന്നെ ഇരുന്നു. ആരെയും അങ്ങോട്ടു വിളിച്ചുമില്ല. അല്ലെങ്കിൽ അകത്തു ചെന്നിരുന്നാലുടനെ അക്കൗണ്ടന്റ് ഭൈരവൻപിള്ളയെ വിളിക്കാറുള്ള താണ്. അല്ലെങ്കിൽ ശിപായിയുടെയും വാച്ചറുടെയും ജോലിചെയ്യുന്ന കിഴവനെ.

"ഇന്നെന്തോ കുഴപ്പമുണ്ട്." കിഴവൻ പറഞ്ഞു: "അത് മുഖം കണ്ട പ്പോഴേ ഞാനൂഹിച്ചു. ചിലപ്പോൾ ഇങ്ങനെയാണ്."

വിടർത്തിപ്പിടിച്ച ഒരു ഫയലുമായി ഭൈരവൻപിള്ള അകത്തേക്കു പോകുന്നത് കണ്ടു. എന്തോ സംശയം ചോദിക്കാനാണ്. പക്ഷേ, അങ്ങോട്ടുപോയ വേഗത്തിൽത്തന്നെ ഭൈരവൻപിള്ള ഇങ്ങോട്ടുംപോന്നു. അപ്പോൾ ഭൈരവൻപിള്ളയുടെ മുഖഭാവം ഗീത സൂക്ഷിച്ചു. അങ്ങോട്ടു പോയപ്പോൾ കണ്ട ഉത്സാഹമില്ല.

"ഇന്നു നോക്കണ്ടാ." കിഴവൻ പറഞ്ഞു; "മഴക്കാറ് മൂടിയപോലെയ ല്ലായിരുന്നോ വന്നുകേറിയപ്പോൾ തന്നെ! ഇനി അതു തെളിയാൻ ഒന്നു രണ്ടു ദിവസം പിടിക്കും."

അവൾ ചോദിച്ചു:

"അതെന്താ?"

കിഴവൻ സ്വരം താഴ്ത്തി പറഞ്ഞു:

"എന്താന്നു ചോദിച്ചാൽ, അങ്ങനെയാണ് പ്രകൃതം."

"എന്തെങ്കിലും കാരണമില്ലാതെ"

"ആ, ആർക്കറിയാം! അതു വല്ലതും ചോദിക്കാൻ നമുക്കധികാര

മുണ്ടോ?"

പുതുതായി നിർമ്മിച്ച ഏതോ നഗരവികസന കോർപ്പറേഷന്റെ ആഫീസ് മന്ദിരത്തോടു ചേർന്നുണ്ടാക്കുന്ന ഗാർഡനുവേണ്ടി കുറെ റോസ്ചെടികൾ സപ്ലൈ ചെയ്യുന്നതിനെ സംബന്ധിച്ച അന്വേഷണത്തിനു മറുപടി അയയ്ക്കണമെന്ന് ഇന്നലെ കൃഷ്ണമോഹൻ പറഞ്ഞിരുന്നത് അവൾ ഓർത്തു.

ഈ അവസ്ഥയിൽ അതും ഓർമ്മിപ്പിച്ചുകൊണ്ട് അകത്തേക്കു ചെന്നാൽ അക്കൗണ്ടന്റിനെപ്പോലെ ഇറങ്ങിപ്പോരേണ്ടിവരുമോ തനിക്കും?

എന്നാലും തന്നെ ചുമതലപ്പെടുത്തിയിരിക്കുന്ന കാര്യം ഓർമ്മിപ്പിക്കാനുള്ള ഉത്തരവാദിത്വം തനിക്കില്ലേ?

രണ്ടും കല്പിച്ച് അവൾ അകത്തേക്കു ചെന്നു. കസേരയിൽ തലയ്ക്കു കൈയുംകൊടുത്ത് എന്തോ ഓർത്തു വിഷമിച്ചിട്ടെന്നപോലെ കിടന്നിരുന്ന കൃഷ്ണമോഹൻ ചെറിയ ഒരുണർവ്വോടെ അവളെ നോക്കി.

ആ ഭാവവും നോട്ടവും കണ്ടപ്പോൾ പറയാൻ വന്നത് പറയാൻ അവൾ മടിച്ചു. കൃഷ്ണമോഹനാണെങ്കിൽ ശൂന്യമായ ദൃഷ്ടികളോടെ അവളുടെ നേരെ നോക്കിക്കൊണ്ടിരുന്നതല്ലാതെ എന്താണെന്നുപോലും ചോദിച്ചില്ല. കുറച്ചുനേരം അവൾ അങ്ങനെ നിന്നു. അകത്തേക്കു ചെന്നതേ അബദ്ധമായെന്ന് അവൾക്ക് അപ്പോൾ തോന്നി. ഒന്നും മിണ്ടാതെ ഇറങ്ങിപ്പോരാനും വിഷമം.

ഒടുവിൽ അവൾ അക്കാര്യം ഓർമ്മിപ്പിച്ചു:

"ഇന്നലെ സിറ്റി ഡവലപ്പ്മെന്റ് കോർപ്പറേഷന്റെ ഗാർഡനുവേണ്ടി റോസ്ചെടികൾ സപ്ലൈ ചെയ്യുന്നതിന്റെ കാര്യം ഓർമ്മിപ്പിക്കാൻ പറഞ്ഞിരുന്നു."

കുറെനേരം മിണ്ടാതിരുന്നതിനുശേഷം ഒരു കത്തെടുത്ത് അവളുടെ നേരെ ഇട്ടതിനുശേഷം കൃഷ്ണമോഹൻ പറഞ്ഞു:

"ആ അക്കൗണ്ടന്റിന്റെ കൈയിൽ കൊടുക്ക്. അയാൾ ഡ്രാഫ്റ്റ് ചെയ്തു തരും."

അവൾ മടിച്ചു മടിച്ചു ചോദിച്ചു:

"കണ്ടിട്ടെന്തോ സുഖമില്ലാത്തതുപോലെ."

അപ്പോൾ മനസ്സിൽ പുകഞ്ഞുകൊണ്ടിരുന്നതിന്റെ ഒരു പൊട്ടിത്തെറി ഉണ്ടായി.

"ബിസിനസും മണ്ണാങ്കട്ടേം! എന്നെക്കൊണ്ടുവയ്യാ ഇതൊന്നും. അതു പറഞ്ഞാൽ ആർക്കും മനസ്സിലാവില്ല."

ദേഷ്യത്തിലാണെങ്കിലും ഒരു ഭാവമാറ്റം ഉണ്ടായല്ലോ എന്ന് അവൾ സന്തോഷിച്ചു. വരിഞ്ഞുമുറുക്കിയതുപോലെ ഇരിക്കുന്നതിനെക്കാൾ ഭേദമാണല്ലോ അത്.

ആ തോന്നലിന്റെ പ്രേരണയോടെ അവൾ ചോദിച്ചു:

"ആർക്കും എന്നു പറഞ്ഞാൽ, ആർക്കാ?"

"എന്റെ അച്ഛൻ! എന്റെ ഇഷ്ടത്തിന് ജീവിക്കാൻ എന്നെ വിടുകയില്ല."

അവൾക്കുള്ള സ്നേഹത്തിന്റെ സ്വാതന്ത്ര്യത്തോടെ അവൾ അടുത്തേക്കു ചെന്നു.

"അതിനെന്തിനാ ദേഷ്യപ്പെടുന്നെ? ഉള്ള കാര്യം തുറന്നുപറഞ്ഞാൽ പോരേ അച്ഛനോട്?"

"അതു പറഞ്ഞാൽ അച്ഛനു മനസ്സിലാവണ്ടേ? എത്രയെന്നുവച്ചാ ഞാൻ സഹിക്കുന്നത്?"

"എന്തു സഹിച്ചെന്നാ? എന്തിനുമുണ്ടാവും കുറെ കഷ്ടപ്പാടൊക്കെ. ഇനി വയസ്സുകാലത്ത് അച്ഛനീ ബിസിനസിന്റെ ഭാരം ചുമക്കാനൊക്കുമോ?"

"അതല്ല, എന്റെ ഇഷ്ടങ്ങൾ ആർക്കും മനസ്സിലാകുന്നില്ല."

"എന്നാൽ ഇഷ്ടമില്ലാത്ത കാര്യങ്ങളുടെ സഹികേട് അച്ഛനോടു തുറന്നു പറയണം."

ഒരു നിമിഷത്തെ നിശ്ശബ്ദതയ്ക്കുശേഷം അതുവരെ ഉണ്ടായിരുന്ന പിരിമുറുക്കം മുഴുവൻ അയഞ്ഞു, മനസ്സിന്റെ സകല ദൗർബല്യങ്ങളോടുംകൂടി അയാൾ ചോദിച്ചു:

"പിന്നെ അച്ഛന്റെ സങ്കടം കാണണ്ടേ?"

"അച്ഛൻന്നുവച്ചാൽ വല്യ ഒരു മാഹാത്മ്യാണ് മൂപ്പർക്കെന്ന്" കിഴവൻ ഒരിക്കൽ പറഞ്ഞത് അവൾ ഓർത്തു. "തല തെറിക്കണ കാര്യാണേലും അച്ഛൻ പറഞ്ഞാൽപ്പിന്നെ അതിനപ്പുറമില്ല. അത് കുട്ടിക്കാലം തൊട്ടേ അങ്ങനെയാ. എന്നുവച്ചാൽ അത്ര ലാളിച്ചാ അച്ഛൻ വളർത്തീതേ"

അതു ഗീതയ്ക്കും തോന്നിയിട്ടുണ്ട്. അച്ഛന്റെയും അമ്മയുടെയും ചെല്ലപ്പിള്ളയാണെന്ന്. അച്ഛനങ്ങനെ പറഞ്ഞാൽ എന്തുചെയ്യുമെന്ന് സ്വന്തം ഇഷ്ടാനിഷ്ടങ്ങളെ നിഗ്രഹിച്ചുകൊണ്ടുപറയുന്നത് അവളും കേട്ടിട്ടുണ്ട്.

അത്തരം പ്രകൃതമുള്ള ആൾ പിന്നെ ഇടയ്ക്കു വല്ലപ്പോഴും എന്തിനിങ്ങനെ അസ്സഹിഷ്ണുവാകുന്നു?

ഇപ്പോൾ അതൊന്നും ചോദിക്കാൻ നില്ക്കാതിരിക്കുകയാണ് നല്ലത്. അവൾ കടലാസും എടുത്തുകൊണ്ട് അക്കൗണ്ടന്റിന്റെ അടുത്തേക്കു പോയി.

അക്കൗണ്ടന്റ് ആ കടലാസ് ആകെയൊന്ന് ഓടിച്ചുനോക്കിയതിനു ശേഷം ഒഴിഞ്ഞുമാറി.

"അവിടെ ഇരിക്കട്ടെ. ധൃതി കൂട്ടണ്ടാ. ഈ ചെകിടിപ്പൊക്കെ മാറീട്ട് അദ്ദേഹംതന്നെ എന്താ വേണ്ടേന്നുവച്ചാൽ ചെയ്തോളും. നമ്മളിനി എന്തെങ്കിലും ചെയ്തിട്ട് അതു കുറഞ്ഞുപോയെന്നോ കൂടിപ്പോയെന്നോ വേണ്ടാ. ഇവരുടെയൊക്കെ മനസ്സ് തിരിയണതെപ്പോഴാണെന്ന് ആർക്ക

റിയാം."

"ഇവരുടെയൊക്കേന്നു വച്ചാൽ?"

"ഇവരുടെയൊക്കെന്നുവച്ചാൽ, ഇതിന്റെ ഉടമസ്ഥന്റെ! അവർക്കു വേണ്ടി നമ്മൾ തീരുമാനമെടുക്കുമ്പോൾ എവിടെയെങ്കിലും പിശകും. അതാ അനുഭവം."

അവൾ തിരിയെ പോന്നു.

ഉച്ചയ്ക്കു മുമ്പേ കൃഷ്ണമോഹൻ വീട്ടിലേക്കു മടങ്ങിപ്പോയി. പിന്നെ അവിടെ പണിയൊന്നുമില്ല. "എന്നാൽ ഞാനും സ്വല്പം നേരത്തേ പൊയ്ക്കോട്ടെ" എന്ന് ഗീത ചോദിച്ചപ്പോൾ അക്കൗണ്ടന്റ് ഭൈരവൻപിള്ള സമ്മതിച്ചു.

"അതിനെന്താ കുട്ടീ? പൊയ്ക്കോ! വെറുതെ എന്തിനാ ഇവിടെ കുത്തിയിരുന്ന് ഉറക്കം തൂങ്ങുന്നെ? എന്തായാലും ഇവിടെയിന്ന് ഒരെടപാടും നടപ്പില്ല. നടന്നാലും നടന്നില്ലെങ്കിലും ഞാനിതു പൂട്ടുംവരെ ഇവിടെ ഇരുന്നേ ഒക്കൂ. അതുകൊണ്ട് കുട്ടി പൊയ്ക്കോ."

ഉച്ചയ്ക്ക് അവൾ അവിടന്നിറങ്ങി. ബസ്സ്റ്റോപ്പിൽ ബസ് കാത്തു നില്ക്കുമ്പോഴാണ് ബാലുവിന്റെ കാര്യമോർത്തത്. അദ്ദേഹത്തിന്റെ വാടകവീട്ടിൽ അതിഥിയായി ചെല്ലണമെന്ന് വളരെ കർശനമായി പറഞ്ഞിരുന്നതാണല്ലോ അദ്ദേഹം.

ശ്മശാനത്തിനടുത്തുള്ള പഴയ മാളികവീടിന്റെ കോണിപ്പടികൾ കയറിച്ചെല്ലുമ്പോൾ അവിടെ ആരുമില്ല. അതു പൂട്ടിക്കിടക്കുന്നു. ഈ വെയിലത്ത് വെറുതെ ഇവിടെവരെ വന്നല്ലോ എന്നോർത്തുകൊണ്ട് പൂട്ടിക്കിടക്കുന്ന മുറിയുടെ മുമ്പിൽ അവൾ നിന്നു.

അവിടെനിന്നു നോക്കിയാൽ അപ്പുറത്ത് ഉയർന്ന മതിൽക്കെട്ടിനുള്ളിലെ ശ്മശാനം കാണാം. ഒടുക്കം ബാലുവിനു പാർക്കാൻ ഒരു വീട് കിട്ടിയത് ഇവിടെയാണല്ലോ എന്ന് അവൾ തമാശയോടെ ഓർത്തു.

അവൾ ശ്മശാനത്തിലേക്കു നോക്കിനില്ക്കുമ്പോൾ കോണിപ്പടികളിൽ ആരോ മുകളിലേക്കു കയറിവരുന്നതിന്റെ ഒച്ച കേട്ടു. ആരാണാവോ? ബാലുവോ, അതോ മറ്റാരെങ്കിലുമോ?

അതു ബാലുവായിരുന്നു. വളരെ ദൂരം നടന്നതിന്റെ ക്ഷീണമുണ്ട് ബാലുവിന്റെ മുഖത്ത്. മുഷിഞ്ഞ ഷർട്ടിൽ അവിടവിടെ വിയർപ്പിന്റെ നനവ് പടർന്ന പാടുകൾ കാണാം.

ഗീതയെ കണ്ട് ബാലു അത്ഭുതപ്പെട്ടു:

"ഇതാര്, ഗീതയോ? ഇന്നെന്താ ഇങ്ങനെ തോന്നിയെ?"

അവൾ പറഞ്ഞു:

"ഞാൻ പ്രോമിസ് ചെയ്തിരുന്നല്ലോ ഒരു ദിവസം വരുമെന്ന്."

"ഓ, പ്രോമിസ്! ഏ പ്രോമിസ് ഈസ് ഏ പ്രോമിസ്! ഗീത വാക്കു പാലിച്ചു. ഗ്രാൻഡ്!"

"പക്ഷേ, ഞാനിവിടെ വന്നപ്പോൾ എന്നെ ക്ഷണിച്ച ആളില്ല. എവിടെ പോയി?"

ചുമലിൽ തൂക്കിയിട്ടിരുന്ന സഞ്ചിയിൽനിന്ന് താക്കോൽ തപ്പിയെടുക്കുന്നതിനിടയിൽ ബാലു പറഞ്ഞു:

"ദൈവത്തിന്റെ കാര്യം പറഞ്ഞപോലെയാണ് എന്റെ കഥ. എല്ലായിടത്തുമുണ്ട്, എന്നാൽ ഒരിടത്തുമില്ല."

ബാലു മുറി തുറന്നു.

"വാ, സ്വാഗതം!"

പൊട്ടിപ്പൊളിഞ്ഞ ചുമരുകളും കേടുവന്ന മച്ചും ചെറിയ ജനലുകളുമുള്ള മുറിയിൽ പുസ്തകങ്ങളും പത്രങ്ങളും ചിതറിക്കിടക്കുന്നു. അടുക്കും ചിട്ടയുമില്ലാതെ.

പലകക്കട്ടിൽ ചൂണ്ടിക്കാട്ടി ബാലു പറഞ്ഞു:

"ഇരിക്ക്. ഇതാണ് എന്റെ കൊട്ടാരത്തിനുള്ളിൽ ആകെയുള്ള ഒരു സിംഹാസനം, ഇരിക്കാനും കിടക്കാനും!"

അടഞ്ഞുകിടന്ന ജനാലകൾ തുറന്നിട്ട് ബാലു ജനലഴികൾക്കിടയിലൂടെ പുറത്തേക്കു ചൂണ്ടിക്കാട്ടി.

"നോക്ക്, ഇവിടെ നിന്നാൽ ചിതകളെരിയുന്നതു കാണാം. ചിലപ്പോൾ ആറും ഏഴും ശവദാഹങ്ങളുണ്ടാകും. ഒരുദിവസം മിനക്കെട്ടിരുന്ന് ഏഴെണ്ണംവരെ ഞാനെണ്ണി."

ഗീത ചോദിച്ചു:

"നഗരം മുഴുവൻ അന്വേഷിച്ചു നടന്നിട്ട് ഈ സ്ഥലേ കിട്ടിയുള്ളോ വാടകയ്ക്ക്?"

"ഉം, എന്താ കുഴപ്പം? എന്റെ വിദഗ്ദ്ധാഭിപ്രായത്തിൽ ഐഡിയൽ പ്ലേസ്. മനുഷ്യൻ എത്ര നിസ്സാരനാണെന്നറിയാൻ ശ്മശാനത്തിനരികിൽ താമസിക്കണം. എന്റെ ഒരു കണ്ടുപിടുത്തമാണത്. ഒരു മഹദ്വാക്യം എന്നു കൂട്ടിക്കോളു!"

"അതെ, അതെ! ഭാവിയിൽ ബാലുവിനെ ലോകം അറിയുന്നത് ഈ മഹദ്വാക്യം കൊണ്ടായിരിക്കും!"

"ലോകത്തിന് വിവേകമുണ്ടെങ്കിൽ അങ്ങനെ സംഭവിക്കാം. ഗീതയ്ക്കറിയാമോ? ഞാൻ ഞാൻ എന്നൊക്കെ പറയുന്ന വലിയ മനുഷ്യൻ, പണ്ട് അച്ഛൻ പറയുന്നതു കേട്ടിട്ടുണ്ട്, വെറും ഒരു നീർപ്പോള! അതിനച്ഛൻ ഒരു ശ്ലോകം ചൊല്ലുമായിരുന്നു. ഓ, എന്താ അത്? ങാ, അംഭസിലുള്ളോരു പോളയ്ക്കു തുല്യം!"

"ഞാൻ വന്നത് ബാലുവിന്റെ വിശേഷങ്ങളറിയാനാ."

"ബോറടിച്ചു തുടങ്ങി അല്ലേ? സാരമില്ല. ഞാനങ്ങനെ കണ്ണിൽക്കണ്ടവരോടൊക്കെ സംസാരിക്കാറില്ല. ഗീതയ്ക്കു വിശ്വസിക്കാൻ കഴിയുമോ, ചിലപ്പോൾ ഒരാഴ്ചയൊക്കെ ഞാൻ ഒറ്റ മനുഷ്യനോടുപോലും സംസാ

രിക്കാതെ കഴിച്ചുകൂട്ടും."

"അത്രയ്ക്കടുപ്പമാണ് മനുഷ്യരോട്!"

"കറക്റ്റ്! മനുഷ്യനോട് അധികം അടുത്താൽ അവനെ വെറുത്തു പോകും."

"എന്നിട്ടും ബാലു വിശേഷങ്ങൾ പറയുന്നില്ല."

"അതിനു പറയാൻ എന്തെങ്കിലുമുണ്ടായിട്ടു വേണ്ടേ? അല്ലെങ്കിൽ, നമ്മൾ അവസാനം കണ്ടുപിരിഞ്ഞതിനുശേഷമുള്ള സംഭവവികാസങ്ങൾ ചുരുക്കിപ്പറയാം: ഒരു ശരാശരി ഇന്ത്യൻ യുവാവിന്റെ മോഹഭംഗങ്ങളൊക്കെയുള്ള ബാലു അഥവാ ബാലചന്ദ്രൻ എന്ന ഏകാകിയായ യുവാവ് അവസാനം ഒരു പാരലൽ കോളേജിൽ ഭാഷയും സാഹിത്യവും പഠിപ്പിക്കുന്ന മഹത്തായ ഒരു ലാവണത്തിൽ എത്തിച്ചേർന്നിരിക്കുന്നു!"

"ഇവിടെ താമസിക്കുമ്പോൾ ഭക്ഷണമൊക്കെ എങ്ങനെ?"

"ഭക്ഷണത്തിന്റെ കാര്യത്തിൽ എനിക്കു നിഷ്ഠകളൊന്നുമില്ല. വിശക്കുമ്പോൾ എന്തെങ്കിലും വാങ്ങിത്തിന്നും. ഒരു ചായ കിട്ടിയാൽ ഒരു നേരത്തെ ഭക്ഷണം സുഭിക്ഷം! മുട്ടിയപക്ഷം ഒരു ചായയുണ്ടാക്കാനുള്ള സന്നാഹങ്ങളൊക്കെ ഇവിടെയുണ്ട്. സ്റ്റൗവ്, പാത്രം, തേയില, പഞ്ചസാര. ഇരിക്ക്, ഗീതയ്ക്ക് ഒരു ചായയുണ്ടാക്കിത്തരാൻ ഞാൻ തീരുമാനിച്ചിരിക്കുന്നു"

"നന്ദി, വേണ്ട. എന്നെ സല്ക്കരിക്കണ്ടാ."

"ആദ്യമായി എന്റെ വീട്ടിൽവന്നിട്ട് ഒരു ചായയെങ്കിലും ഉണ്ടാക്കിത്തന്നില്ലെങ്കിൽ എന്തു മോശമാണ്."

"ഒരു മോശവുമില്ല. ഞാൻ വന്നത് ചായ കുടിക്കാനല്ല, ഒന്നു കാണാനാണ്."

"അത് അവിടത്തെ മഹത്ത്വം! എന്നാലും, ഒരു ചായയുണ്ടാക്കിത്തരണ്ട മര്യാദ എനിക്കുണ്ട്."

ബാലു കുനിഞ്ഞിരുന്ന് കട്ടിലിന്റെ അടിയിൽവച്ചിരുന്ന സ്റ്റൗവും പാത്രവും നീക്കിവച്ച് ചായയുണ്ടാക്കാൻ തുടങ്ങിയപ്പോൾ ഗീത അടുത്തേക്കു ചെന്നു.

"ഇങ്ങോട്ടു മാറ്. ഞാൻ ചായയുണ്ടാക്കാം."

ബാലു പറഞ്ഞു:

"അതു മോശം! അതിഥിയെക്കൊണ്ടു ചായയുണ്ടാക്കിക്കുടിക്കുന്ന ആതിഥേയൻ എന്തു ശപ്പൻ! അത് ആർഷധർമ്മത്തിനു യോജിച്ചതാണോ?"

"പെണ്ണിരിക്കുമ്പോൾ ആണ് ചായയുണ്ടാക്കുന്നതാണോ ആർഷധർമ്മം?"

"സുല്ല്! ഞാൻ കീഴടങ്ങി! ഇതാ, ആയുധങ്ങൾ!"

ബാലു സ്റ്റൗവും അലൂമിനിയപ്പാത്രവും ഗീതയുടെ മുമ്പിലേക്കു

നീക്കിവച്ചു.

ഗീത ചായയുണ്ടാക്കാൻ തുടങ്ങിയപ്പോൾ അകലെനിന്ന് ഒരു ജാഥ വരുന്നതിന്റെ ആരവം കേട്ടു.

ഗീത ചോദിച്ചു:

"എന്താ അത്?"

ബാലു പറഞ്ഞു:

"രാജ്യം ഭരിക്കുന്ന പാർട്ടിയുടെ പടുകൂറ്റൻ പ്രകടനം കടന്നുവരുന്നു! ഞങ്ങടെയോമന നേതാവേ, ധീരതയോടെ ഭരിച്ചോളാൻ! എന്നുവച്ചാൽ എന്തു കൊള്ളരുതായ്മയും കാണിച്ചോ എന്ന്! ലക്ഷം ലക്ഷം പിന്നാലെ..."

"അതിപ്പോൾ ഏതു പാർട്ടിക്കാരായാലും അങ്ങനെയല്ലേ? ആർക്കാരോടാ വ്യത്യാസം?"

"സന്തോഷം! സത്യം മനസ്സിലാക്കുന്ന ഒരാളെയെങ്കിലും കണ്ടല്ലോ! ദൈവത്തിനു സ്തുതി!"

"ബാലുവിന് രാഷ്ട്രീയമൊന്നുമില്ലേ?"

"ഉണ്ടായിരുന്നു. ഒൻസ്പ്പോണെ ടൈം! കോളേജിലൊക്കെ പഠിക്കുന്ന കാലത്ത്. അന്ന് സാമാന്യം പേരുള്ള ഒരു വിപ്ലവകാരിയായിരുന്നു."

"ഇപ്പഴോ....?"

"ഇപ്പോൾ എനിക്ക് എന്നെക്കുറിച്ച് സ്വല്പം ബഹുമാനമുണ്ട്. അതുകൊണ്ട് നേതാക്കന്മാരുടെ വിഡ്ഢിത്തങ്ങൾ മാത്രംകേട്ട് ജീവിക്കാൻ പ്രയാസം. കൊള്ളരുതായ്മ ആരു കാണിച്ചാലും അതിൽ പ്രതിഷേധിക്കാനുള്ള ഒരു മനസ്സ് വേണം. എനിക്കതാ പ്രധാനം."

"അപ്പോൾ ഒരു ഇൻഡിപെൻഡന്റ്, അല്ലേ?"

"എന്റെ എളിമകൊണ്ട് ഞാനങ്ങനെ വിചാരിക്കുന്നു."

"അല്ലാതെ രാഷ്ട്രീയക്കാരോട് എതിർപ്പൊന്നുമില്ലല്ലോ?"

"ഇല്ല. ഈ ശുംഭൻ നേതാക്കന്മാരെ സഹിക്കാനുള്ള കഴിവുകേടാണ് എന്റെ മുഖ്യപ്രശ്നം. ങാ, കള! നമ്മളെന്തിനാ ഈ ചള്ള് വർത്തമാനം പറഞ്ഞ് നമ്മുടെ സമയം പാഴാക്കുന്നെ?"

"എനിക്കു താല്പര്യമുണ്ടായിട്ടല്ല. ബാലൂന്റെ മനസ്സറിയാൻ ചോദിച്ചതാ."

"നേതാക്കന്മാരുടെ കൊള്ളരുതായ്മകൾ കണ്ടു മടുത്തിട്ടാ ഞാൻ പാർട്ടി വിട്ടത്. ആദർശം വേറെ, പ്രവൃത്തി വേറെ. അധികാരത്തിനുവേണ്ടി ഏതു ചെകുത്താനോടും കൂട്ടുകൂടും! അശുദ്ധമാകാത്ത ഒരു കൈയോ മനസ്സോ ഉണ്ടോ നമ്മുടെ രാജ്യത്ത്? അതായതു, ഈ കാലഘട്ടത്തിൽ."

"ആ പഴയ രാഷ്ട്രീയക്കാരന്റെ ചുവ കുറച്ചൊക്കെ ഉണ്ട് ഇപ്പോഴും. കുറഞ്ഞപക്ഷം വാചകമടിയിലെങ്കിലും."

"ഗീതയ്ക്കങ്ങനെ തോന്നിയോ? എന്നാൽ ഞാൻ നിർത്തി."

ജാഥ കടന്നുപോയി. സ്റ്റൗവിൽ ചായ തിളച്ചപ്പോഴേക്കും ബാലു ഒരു

കുഴപ്പം കണ്ടുപിടിച്ചു.

"ക്ഷമിക്കണം. ഒരു ചെറിയ പ്രതിസന്ധി?"

എന്താ?"

"ഒരു ഗ്ലാസേ ഉള്ളൂ."

"അതിനെന്താ കുഴപ്പം?"

"ഒരു ഗ്ലാസിൽ എങ്ങനെ രണ്ടുപേർ ചായ കുടിക്കും?"

"അത്രേയുള്ളോ? അതോർത്തു വിഷമിക്കണ്ടാ. ഒരാൾ കുടിച്ചുകഴിഞ്ഞിട്ട് മറ്റെയാൾ കുടിക്കും. പഞ്ചസാരയെവിടെ?"

"കാണുമെന്ന് ഉറപ്പില്ല." കട്ടിലിന്നടിയിലിരുന്ന പഞ്ചസാരപ്പാട്ട എടുത്തുനോക്കി ബാലു പറഞ്ഞു: "ഭാഗ്യം! കുറച്ചുണ്ട്. ഇനി ഒരു കാര്യം. ചായയുണ്ടാക്കി ആദ്യം ഗീത കുടിക്കണം. അതു കഴിഞ്ഞു ഞാൻ."

"അതെന്താ?"

"ആദ്യം അതിഥിക്ക്. അതിഥിദേവോ ഭവഃ എന്നാണ് പ്രമാണം."

"പ്രമാണമൊക്കെ ഇരിക്കട്ടെ. ഇപ്പോൾ സാറ് ചായ കുടി."

ഒരു നിമിഷം ഗീതയുടെ നേരെ നോക്കിനിന്നതിനുശേഷം അയാൾ അവളുടെ ആജ്ഞയ്ക്കു കീഴടങ്ങി. ഒന്നുമൊത്തി ചായയുടെ രുചി ആസ്വദിച്ചുകൊണ്ട് ബാലു പറഞ്ഞു:

"ഇതാണ് കൈപ്പുണ്യമെന്നു പറയുന്നത്. ഈശ്വരനു നന്ദി! ഇങ്ങനെ ഒരവസരമുണ്ടാക്കിത്തന്നതിന്!"

ഇരുപത്തിരണ്ട്

നഗരത്തിൽനിന്നു ദൂരെ ഒരു തടാകത്തിന്റെ കരയിലെ തെളിമ യാർന്ന പകൽ. തടാകത്തിന്റെ നിശ്ചലമായ നീലജലപ്പരപ്പിൽ മരങ്ങളു ടെയും കാടുകളുടെയും ആകാശത്തിന്റെയും നിഴൽ. തടാകത്തിന്റെ കര യിലെ മരങ്ങളിൽ വേനൽക്കാലങ്ങളിൽ വന്നെത്താറുള്ള ദേശാടനപ്പക്ഷി കളുടെ കരച്ചിലുകളും ചിറകടിയൊച്ചകളും അവർ കേട്ടു.

തടാകത്തിന്റെ കരയിൽ വെളുത്ത പൂക്കളുണ്ടാകുന്ന പേരറിയാത്ത മരത്തിന്റെ ചുവട്ടിൽ അവർ നിന്നു.

"ഞാൻ കാണിക്കുന്ന ദുഃസ്വാതന്ത്ര്യത്തിന് എന്നോട് ക്ഷമിക്കണം."

കൃഷ്ണമോഹൻ പറഞ്ഞു: "സ്വല്പം സമാധാനത്തിനുവേണ്ടിയാണ് ഞാൻ ഗീതയെ കൂട്ടിക്കൊണ്ടു പോന്നത്."

ഹൃദയത്തിന്റെ പിടച്ചിൽ ഒതുക്കിക്കൊണ്ട് അവൾ പറഞ്ഞു:

"അതിന് ഞാനെന്തെങ്കിലും പറഞ്ഞോ ഇഷ്ടക്കേടായിട്ട്."

"ഇല്ല. അതാണ് എന്നെ കൂടുതൽ വിഷമിപ്പിക്കുന്നത്. എന്റെ ദുഃഖ ങ്ങൾ മനസ്സിലാക്കുന്നു. ഞാൻ വിളിക്കുമ്പോൾ എന്റെകൂടെ വരുന്നു. എന്നോടു കാണിക്കുന്ന ഈ സ്നേഹത്തിന്."

"ഇതൊരു വലിയ ത്യാഗമായിട്ടല്ല ഞാൻ കണക്കാക്കുന്നത്."

"എനിക്കറിയാം, ഒരിക്കൽ പൊട്ടിപ്പോയ എന്റെ ഹൃദയത്തിന്റെ മുറി വുകളുണക്കാനാണ് ഗീത ശ്രമിക്കുന്നത്."

"എന്തിനാ ഇങ്ങനെ വിഷമിക്കുന്നത്? കുറെയൊക്കെ ധൈര്യം വേണ്ടേ മനസ്സിന്?"

"സ്നേഹം ശിക്ഷയായിത്തീരുന്നതിനെക്കുറിച്ചാണ് ഞാനോർക്കുന്നത്. വേറാരെക്കുറിച്ചുമല്ല ഞാൻ പറയുന്നത്, എന്റെ അച്ഛനമ്മമാരെക്കു

റിച്ചാണ്. എന്റെ ഇഷ്ടാനിഷ്ടങ്ങൾക്കൊത്തു ജീവിക്കാൻ അവർ സമ്മതിക്കുന്നില്ല. അവരുടെ ആഗ്രഹങ്ങൾക്കു വഴങ്ങാൻ എനിക്കും കഴിയുന്നില്ല.

“അതിനിപ്പോൾ എന്താണൊരു പോംവഴി?”

“ഒരു പോംവഴിയുമില്ല. എപ്പോഴും തോല്ക്കുന്നത് ഞാനാണ്.”

“അതു തനിക്കുംകൂടി സമ്മതമായിട്ടല്ലേ?”

“എന്നുവച്ചാൽ അവരുടെ സങ്കടത്തിനുമുമ്പിൽ ഞാനെന്തുചെയ്യും? ഹൃദ്രോഗിയായ അച്ഛൻ. ഞാനെന്തെങ്കിലും ഇഷ്ടക്കേടായിട്ടൊരു വാക്ക് പറഞ്ഞാൽ പിന്നെ സങ്കടംകൊണ്ടു പൂജാമുറിയിൽനിന്നിറങ്ങാത്ത അമ്മ. എന്റെ ഇഷ്ടാനിഷ്ടങ്ങൾ ഇടറിപ്പോകുന്നു.”

“എന്നാൽ പിന്നെ മകന്റെ സന്തോഷമാണ് തങ്ങളുടെ സന്തോഷമെന്നു വയ്ക്കാത്തതെന്താ അച്ഛനുമമ്മേം?”

അവൾ മനസ്സിൽ ഒന്നും വച്ചുകൊണ്ടു ചോദിച്ചതല്ല. അന്നേരം തോന്നിയതു പറഞ്ഞു. പക്ഷേ, അതു കൃഷ്ണമോഹന്റെ മനസ്സിനെ ഇളക്കിമറിച്ചെന്നു തോന്നുന്നു. അയാളുടെ മുഖം വിളറി. ഏതോ സ്മൃതിമുനകളിൽ നില്ക്കുംപോലെയായിരുന്നു അപ്പോൾ അയാളുടെ അവസ്ഥ.

പിന്നെ അയാൾ പറഞ്ഞു:

“ഒരിക്കൽ ഇതുതന്നെ ആലീസും ചോദിച്ചു. അതും ഇവിടെ വച്ച്!”

അപ്പോൾ ഞെട്ടിയത് അവളാണ്. അതിന്റെ നിശ്ചലതയിൽ അവൾ അയാളെ നോക്കിനിന്നു.

കറുത്തു വിടർന്ന ആ കണ്ണുകളുടെ ആഴങ്ങളിലേക്കു നോക്കി അയാളും നിന്നു. ആ കണ്ണുകളുടെ ആഴങ്ങളിൽ അയാൾ നിശ്ശബ്ദമായ സ്നേഹത്തിന്റെയും നിശ്ശബ്ദമായ വിഷാദത്തിന്റെയും ഏകാന്തമായ ജ്വലനം കണ്ടു.

ഘനസാന്ദ്രമായ മൗനത്തിന്റെ ഒരിടവേള. ഏതോ ഒരു സ്വപ്നതീരത്തു നില്ക്കുന്നതുപോലെ തോന്നി അയാൾക്ക്. അയാൾ അവളുടെ ചുമലിൽ കൈവച്ചു. അവളെ തന്നോടു വലിച്ചടുപ്പിച്ചു. പിന്നെ തീവ്രമായ മോഹാവേശത്തോടെ കെട്ടിപ്പുണർന്നു. അവളുടെ മടിയിൽ മുഖം ചേർത്ത് ആത്മീയമായ ഒരു വിസ്മൃതിയിൽ ദുഃഖങ്ങൾ ഒളിപ്പിച്ചു.

തടാകത്തിന്റെ കരയിലെ മരക്കൊമ്പുകളിൽ വേനൽക്കുളിരന്വേഷിച്ചുവന്ന ദേശാടനപ്പക്ഷികൾ കൊത്തിച്ചിനക്കുകയും ചിറകടിക്കുകയും ചെയ്തു.

ഘനീഭവിച്ച ഒരു സ്വപ്നം പോലെ തടാകം.

അവിടന്നു തിരിച്ചുപോരുമ്പോൾ കാറിലിരുന്ന് ഗീത ആലോചിച്ചു:

ആ തടാകത്തിന്റെ കരയിൽ ഇങ്ങനെ ഒരു പകൽ ആലീസിന്റെ സ്വപ്നങ്ങൾക്കു സാക്ഷി നിന്നിട്ടുണ്ടോ?

അവൾ അങ്ങനെ ആലോചിക്കുന്നതിനിടയിൽ കൃഷ്ണമോഹൻ പറഞ്ഞു:

"ഇന്നലെ ഞാൻ വീണ്ടും ആലീസിന്റെ ശവകുടീരത്തിനരികിൽ പോയിരുന്നു. എന്തിനാണെന്നറിയാമോ? ഞാനവളെ ഗീതയിൽ കാണുന്നുവെന്നു പറയാൻ."

വല്ലാത്ത ഒരു ഭാവത്തോടെ അവൾ അയാളുടെ മുഖത്തേക്കു നോക്കി. ഓർമ്മകളുടെ നിലാവുപോലെ ഒരു പ്രകാശം അയാളുടെ മുഖത്ത് അവൾ കണ്ടു. അതൊരു പുഞ്ചിരിയായിട്ടല്ല അവൾക്കു തോന്നിയത്. പിന്നെ എന്താണ്?

ഒടുവിൽ ശവകുടീരത്തിനുമേൽ വിടരുന്ന ഒരു പൂവിന്റെ ഓർമ്മ അത് അവളിൽ ഉണ്ടാക്കി.

ഗീത വീട്ടിൽ ചെല്ലുമ്പോൾ ബാലുവുണ്ട് അമ്മയോടു വർത്തമാനം പറഞ്ഞുകൊണ്ടിരിക്കുന്നു. അവൾക്ക് ആശ്ചര്യം തോന്നി.

"എങ്ങനെ വീട് കണ്ടുപിടിച്ചു?"

ബാലു നിസ്സാരഭാവത്തിൽ പറഞ്ഞു:

"അതാണോ വലിയ കാര്യം? ഞാൻ മുമ്പൊരിക്കൽ പറഞ്ഞത് ഓർമ്മയില്ലേ? ഇവിടെ ഞാൻ പരദേശിയൊന്നുമല്ല. ഇവിടത്തെ പുഴേം അതിന്റെ കരയിലെ സ്കൂളും സകൂൾ പറമ്പിലെ മരങ്ങളും അതിനപ്പുറത്തെ ക്ഷേത്രവുമൊക്കെ എത്ര അകലെയായിരിക്കുമ്പോഴും എന്റെ മനസ്സിലുണ്ടായിരുന്നു. എന്റെ കുട്ടിക്കാലം ഇവിടെ ചിതറിക്കിടക്കുന്നു."

"ഞാൻ കണ്ടിട്ടറിഞ്ഞില്ലെന്നേയുള്ളു." അമ്മുക്കുട്ടിയമ്മ പറഞ്ഞു:

"പറഞ്ഞുവന്നപ്പോൾ ഓർക്കുകയും ചെയ്തു. കുട്ടിക്കാലത്തു കണ്ടതല്ലേ? ബാലചന്ദ്രന്റെ അച്ഛനും ഗീതേടെ അച്ഛനും വലിയ കൂട്ടുകാരായിരുന്നു."

"അതച്ഛൻ പറഞ്ഞ് ഞാനും കേട്ടിട്ടുണ്ട്." ബാലചന്ദ്രൻ പറഞ്ഞു: "പുഴവക്കത്തെ സ്കൂളിൽ പഠിക്കുമ്പോൾ എനിക്കു വല്ലാത്ത പേടിയായിരുന്നു സാറന്മാരെ. വിശേഷിച്ച് കേശവനുണ്ണിസാറിനെ. ആ അടിയുടെ ചൂട് ഇപ്പോഴും മറന്നിട്ടില്ല. പഠിത്തമൊക്കെ കഴിഞ്ഞ് പുറം ലോകത്തിറങ്ങി ജീവിക്കാൻ തുടങ്ങിയപ്പോഴാണ് കേശവനുണ്ണി സാറിന്റെ മഹത്ത്വം കുറേശ്ശെ അറിയാൻ തുടങ്ങിയത്. ഇപ്പോൾ വായിക്കാൻ പുസ്തകം കൈയിലെടുക്കുമ്പോൾ മനസ്സിലാദ്യം വരുന്നത് കേശവനുണ്ണിസാറിന്റെ ഓർമ്മയാണ്."

"ചിലരൊക്കെ ഇപ്പോഴും വരും ഇവിടെ." ഗീതയുടെ അമ്മ പറഞ്ഞു:

"കേശവനുണ്ണിസാറ് പഠിപ്പിച്ചതാണെന്നും പറഞ്ഞ്. അപ്പോൾ സന്തോഷംകൊണ്ട് കണ്ണു നിറയും."

"സാറിനു കുട്ടികളോടുള്ള ബന്ധം അത്രയേറെ ആയിരുന്നു." ബാലചന്ദ്രൻ പറഞ്ഞു: "കേശവനുണ്ണിസാറ് പഠിപ്പിച്ച എല്ലാവരും നല്ലനിലയി

ലെത്തി. ഞാനൊരാൾ ഒഴിച്ച്."

"അതിനു ബാലചന്ദ്രനെന്തുപറ്റിയെന്നാ പറയുന്നെ?"

അമ്മുക്കുട്ടിയമ്മ ചോദിച്ചു:

"നല്ല നിലയിൽ പഠിച്ചു ജയിച്ചില്ലേ? നല്ല ഉദ്യോഗവും കിട്ടിയതല്ലേ? അതു വേണ്ടെന്നുവച്ചു പോന്നത് ആരുടെ കുറ്റം?"

ബാലു പറഞ്ഞു:

"എന്റെ യോഗം! അല്ലാതെന്തു പറയാനാ? പക്ഷേ, എനിക്കതിൽ ഇച്ഛാഭംഗമൊന്നുമില്ല. വലിയ ഉദ്യോഗവും മാന്യതയും പ്രസിദ്ധിയുമൊന്നുമില്ലാതെ ജീവിക്കുന്നതിലുമുണ്ട് ഒരു സുഖം!"

അതുവരെ അമ്മയുടെയും ബാലുവിന്റെയും വർത്തമാനം കേട്ടുകൊണ്ടു നില്ക്കുകയായിരുന്നു ഗീത. പെട്ടെന്നോർത്തതുപോലെ അവൾ പറഞ്ഞു:

"നിങ്ങൾ വർത്തമാനം പറഞ്ഞിരിക്ക്. ഞാൻ ചായ ഉണ്ടാക്കിക്കൊണ്ടു വരാം."

"ഗീത കഷ്ടപ്പെടണ്ടാ." ബാലു പറഞ്ഞു: "എനിക്കമ്മെ ചായ തന്നു. ഇനി വരുമ്പോൾ ഗീത ഊണ് തന്നാൽ മതി."

ഗീത പറഞ്ഞു:

"അത് ഇനി വരുമ്പോഴാക്കണ്ടാ. ചോറുണ്ടിട്ടു പോയാൽ മതി."

"അതു പോരാ." ബാലു പറഞ്ഞു: "എനിക്കല്പം തിടുക്കമുണ്ട്. വിഷമിക്കണ്ടാ. ഞാൻ ഇനിയും വരും."

"ആവോ, എത്ര നാൾകൊണ്ട് പറഞ്ഞതാ വരാമെന്ന്. എന്നിട്ട്."

"എന്നിട്ടെന്താ ഞാൻ വന്നില്ലേ?" ബാലു പറഞ്ഞു: "വാക്ക് പാലിക്കാത്ത നീചനൊന്നുമല്ല ഞാൻ. സ്വല്പം വൈകിപ്പോയി. അതെന്താണെന്നുവച്ചാൽ എന്റെ അവസ്ഥയും മനസ്സിലാക്കണം. എവിടെയെങ്കിലും ഒന്നുറച്ചു നില്ക്കാൻ വേണ്ടിയുള്ള ഓട്ടമായിരുന്നു ഇതുവരെ."

പിന്നെ വരാമെന്നു പറഞ്ഞ് ബാലു പോയി.

പിന്നെ വളരെക്കഴിഞ്ഞാണ് ബാലു അവിടെ മറന്നുവച്ചിട്ടുപോയ പുസ്തകം അവൾ കണ്ടത്. അവൾ ബാലുവിന്റെ കാര്യമോർത്തു ചിരിച്ചു. ഓർമ്മപ്പിശകിന്റെ കാര്യത്തിൽ താനൊരു മഹാനാണെന്ന് ബാലു ഒരിക്കൽ പറഞ്ഞു.

നഗരത്തിലെ ബുക്ക് സ്റ്റാളിൽനിന്നു വാങ്ങിയ പുതിയ പുസ്തകമാണ്. ബില്ലുപോലും അതിന്റെ ഉള്ളിൽ ഇരിക്കുന്നു. ഇനി അവിടെ ചെന്ന് സഞ്ചിയിൽ നോക്കുമ്പോഴാണ് പുസ്തകമില്ലെന്നറിയുന്നത്. അത് മറന്നുവച്ചത് എവിടെയാണെന്നുപോലും ചിലപ്പോൾ ഓർമ്മയുണ്ടാവില്ല.

വായിക്കാൻ ഒരു പുസ്തകവും കുടിക്കാൻ ഒരു കട്ടൻചായയുമുണ്ടെങ്കിൽ ലോകത്തിലെ ഏറ്റവും സന്തുഷ്ടൻ ഞാനാകുന്നുവെന്ന് ഒരിക്കൽ ബാലു പറഞ്ഞു. അന്നാണ് കൂടെക്കൂടെയുണ്ടാകുന്ന തലവേദനയെക്കു

റിച്ചും പറഞ്ഞത്. ഡോക്ടറെ കാണുകയോ മരുന്നു കഴിക്കുകയോ ചെയ്യില്ല. തലവേദനയുടെ കാരണമൊക്കെ പുള്ളിക്കറിയാം. നിരന്തരമായ വായനകൊണ്ടാണ്. എന്നാൽപ്പിന്നെ വായിക്കാതിരുന്നുകൂടേ എന്ന് അവൾ ചോദിച്ചു. അതുകേട്ട് ബാലു ചിരിച്ചു. പരിഹസിക്കുന്ന ഒരു ചിരിയായിരുന്നു അത്. എന്നിട്ട് തെല്ലഭിമാനത്തോടെ പറഞ്ഞു:

"വായിക്കുമ്പോഴാണ് ഞാൻ എന്നെ അറിയുന്നത്."

പിറ്റേദിവസം ഗീത ആ പുസ്തകവുംകൊണ്ട് ശ്മശാനത്തിനടുത്തുള്ള ബാലുവിന്റെ വാടകവീട്ടിൽ ചെന്നു. പലകക്കട്ടിലിൽ എന്തോ ഓർത്തുകൊണ്ട് കിടക്കുകയായിരുന്നു ബാലു. വാതില്ക്കൽ ആരോ വന്നതറിഞ്ഞ് ബാലു മുഖംതിരിച്ചു നോക്കി.

"ഗീതയോ!" ഓർക്കാപ്പുറത്തു കണ്ടതിന്റെ സന്തോഷത്തോടെ ബാലു കട്ടിലിൽനിന്ന് എഴുന്നേറ്റു; "കോണിപ്പടികളിൽ കാലൊച്ച കേട്ടപ്പോൾ ഞാനോർത്തു വേറെ ആരെങ്കിലുമായിരിക്കുമെന്ന്."

ബാലു ആ നേരത്ത് അവിടെ കാണുമോ എന്ന് സംശയമുണ്ടായിരുന്നു ഗീതയ്ക്ക്.

കൈയിൽ ഒതുക്കിപ്പിടിച്ചിരുന്ന പുസ്തകം ബാലുവിന്റെ നേരെ നീട്ടിക്കൊണ്ട് ഗീത പറഞ്ഞു:

"ഇതിന്നലെ വീട്ടിൽവച്ചു മറന്നു. അല്ലേ?"

"താങ്ക് ഗോഡ്" ബാലു പറഞ്ഞു: "ഇതെവിടെയാണ് മറന്നുവച്ചതെന്നറിയാതെ ഞാനിന്നലെ മുഴുവൻ വിഷമിച്ചു. ഞാനോർത്തു ഇതു വല്ല ചായക്കടയിലും വച്ചു നഷ്ടപ്പെട്ടുകാണുമെന്ന്. ഏതായാലും കൊണ്ടുത്തരാൻ തോന്നിയ സന്മനസ്സിനു നന്ദി."

അവൾ ചോദിച്ചു:

"ഇന്നെന്താ എങ്ങും പോകാഞ്ഞെ?"

ബാലു പറഞ്ഞു:

"ഇന്നൊരു ദിവസം ലീവെടുത്ത് ചുമ്മാ ഇവിടെ കിടക്കണമെന്നു തോന്നി. ഒരുദിവസത്തെ സമ്പൂർണ്ണ വിശ്രമം!"

'അതിനിടയ്ക്കു ഞാൻ വന്നു ശല്യത്തിന്. അല്ലേ?"

"അയ്യോ, അങ്ങനെയൊന്നും പറയല്ലേ! ഇതൊരു ഭാഗ്യായിട്ടാ ഞാൻ കണക്കാക്കുന്നെ."

"ആട്ടെ, വീട് വിറ്റേച്ചുപോയ ചേച്ചി എവിടെയാണെന്നറിഞ്ഞോ? അന്വേഷിച്ചോ?"

"ഇല്ല. എവിടെന്നന്വേഷിക്കാൻ! എന്തെങ്കിലും ഒരടയാളം കിട്ടിയിട്ടു വേണ്ടേ? ആ ആഗ്രഹം ഞാൻ ഉപേക്ഷിച്ചു."

"പിന്നെ ഒറ്റയ്ക്കിവിടെ കൂടാനാണോ?"

"അല്ലാതെ ഞാനെന്തു ചെയ്യും?"

"എത്രകാലം?"

"എനിക്കറിയില്ല. *ബൈബിളി*ലെ ഇയ്യോബിന്റെ വാക്യങ്ങൾ ഓർമ്മ വരുന്നു: സ്ത്രീ പ്രസവിച്ച മനുഷ്യൻ അല്പായുസുള്ളവനും കഷ്ട സമ്പൂർണ്ണനുമാകുന്നു. അവൻ പൂപോലെ വിടർന്ന് കൊഴിഞ്ഞു പോകുന്നു. നിഴൽപോലെ ഓടിപ്പോകുന്നു. ഇത്രയും ഇയ്യോബിന്റെ. ഇനി വരുന്നത് എന്റെ മഹദ് വാക്യങ്ങളാണ്. ഒരു ശ്മശാനത്തിന്റെ അരികിൽ താമസിക്കുമ്പോൾ എനിക്കതു കൂടുതൽ മനസ്സിലാകുന്നു. മനുഷ്യനും അവന്റെ കുഴിമാടത്തിനുമിടയ്ക്കു അധികം അകലമില്ല."

ഗീതയ്ക്കു ചിരിവന്നു.

"ഇന്ന് വലിയ വേദാന്തിയുടെ സ്റ്റൈലിലാണല്ലോ."

"ഞാനോ?" ഒരു ബീഡി കത്തിച്ചുകൊണ്ട് ബാലു പറഞ്ഞു: "എന്റെ ഉള്ളിൽ വിപ്ലവകാരിയും ഏകാകിയും ഭിക്ഷാംദേഹിയും വിഷാദിയുമൊക്കെയുണ്ടെന്നു ഞാൻ വിചാരിച്ചിരുന്നു. ഇപ്പോൾ തോന്നുന്നു അതൊക്കെ എന്റെ തെറ്റിദ്ധാരണ മാത്രമായിരുന്നെന്ന്! എന്റെ ഉള്ളിൽ ഒരാൾ മാത്രമേ ഉള്ളൂ. ഒരു കോമാളി."

"സ്വയം വിലയിടിച്ചു കാണുന്നതിൽ വലിയ മഹത്ത്വമുണ്ടെന്നാണോ വിചാരം?"

"എന്റെ പൊന്നേ, ഞാനങ്ങനെയൊന്നും ഓർത്തു പറഞ്ഞതല്ല, ചുമ്മാ ഒരു സ്റ്റൈലിന്. അതിനിത്രേം വലിയൊരാക്രമണം! ഹൊ, ഞാൻ ക്ഷീണിച്ചുപോയി."

"ഞാൻ വെറുതെ ഒരു തമാശ പറഞ്ഞതാണ്. തെറ്റിദ്ധരിക്കണ്ടാ. പോട്ടെ?"

"എന്താ ഇത്ര ധൃതി? വെയിലാറിയിട്ടാണെങ്കിൽ ഞാൻ കൂടി വന്നേനെ?"

"വേണ്ടാ. സമ്പൂർണ്ണ വിശ്രമത്തിനു ലീവെടുത്തതല്ലേ? അതിനു ഭംഗം വരുത്തണ്ടാ."

ഗീത പുറത്തേക്കു നടന്നു. ബാലു പുറകെ ചെന്ന് കോണിപ്പടിയുടെ ആരംഭത്തിൽവച്ച് അവളോടു പറഞ്ഞു:

"ഗീത ഒന്നു നിന്നേ."

താഴോട്ടിറങ്ങുന്ന കോണിപ്പടികളിൽ അവൾ നിന്നു.

അപ്പോൾ ബാലു ചോദിച്ചു:

"എവിടംവരെയെത്തി തന്റെ സ്നേഹം?"

മനസ്സിനകത്തെ നടുക്കത്തിന്റെ അദൃശ്യമായ പാടുകൾ അവളുടെ മുഖത്തുകണ്ടു.

"ഞാനിതെങ്ങനെ അറിഞ്ഞെന്നായിരിക്കും." ബാലു പറഞ്ഞു: "സ്നേഹബന്ധങ്ങൾ കണ്ടുപിടിക്കാൻ എനിക്കൊരു ദിവ്യദൃഷ്ടിയുണ്ട്."

അവളുടെ മുഖത്ത് നാണം പടർന്നു.

അപ്പോൾ സ്നേഹവും തമാശയും കലർത്തി ബാലു പറഞ്ഞു:

“ഒരു വിമർശനമേ ഉള്ളൂ എനിക്ക്. നിന്റെ സ്നേഹം ആവർത്തനവിരസമായ ഒരു കഥപോലെ തോന്നിപ്പിക്കും. സാരമില്ല. നിനക്കതു വിശുദ്ധവുമാണല്ലോ. അതുകൊണ്ട് ഞാനതിന്റെ സാക്ഷാൽക്കാരത്തിനു പ്രാർത്ഥിക്കാം ദൈവത്തോട്.”

ബാലു വെറുതെ ഒരു തമാശിനുവേണ്ടി പറഞ്ഞതായിരുന്നു. എങ്കിലും പെട്ടെന്ന് അവളുടെ മുഖം മങ്ങി.

‘ഞാൻ ചുമ്മാ പറഞ്ഞതാണ്, നീ വിഷമിക്കണ്ടെ’ന്നു പറയാൻ ബാലു ഓർത്തതാണ്. അവളതു കേൾക്കാൻ നിന്നില്ല.

കോണിപ്പടികളിറങ്ങി താഴെ റോഡിലൂടെ അവൾ നടന്നകലുന്നത് വാടകവീടിന്റെ വരാന്തയിൽ അയാൾ നോക്കിനിന്നു.

ഇരുപത്തിമൂന്ന്

വൈകുന്നേരം ഗീത ചെല്ലുന്നതും കാത്തിരിക്കുകയായിരുന്നു അമ്മുക്കുട്ടിയമ്മ. തകരംകൊണ്ടുള്ള ഗേറ്റ് തള്ളിത്തുറന്ന് അകത്തേക്കു ചെല്ലുമ്പോഴേക്കും അമ്മ ഓടിയിറങ്ങി വന്നു. അമ്മയുടെ മുഖത്തെ സന്തോഷംകണ്ടപ്പോൾ ഗീതയ്ക്ക് ആശ്ചര്യം തോന്നി. അമ്മയുടെ മുഖം ഇങ്ങനെ തെളിഞ്ഞുകണ്ട ഓർമ്മയില്ല അവൾക്ക്. തെളിച്ചം മാത്രമല്ല. ഒളിക്കാൻ ശ്രമിച്ചിട്ടും മനസ്സിൽനിന്നും പുറത്തേക്കു തുളുമ്പുന്ന ഒരു പുഞ്ചിരിയുമുണ്ട് അമ്മയുടെ മുഖത്ത്.

അവൾ വിസ്മയിച്ചുനില്ക്കെ അമ്മുക്കുട്ടിയമ്മ പറഞ്ഞു:

"വസന്തയുടെ എഴുത്തു വന്നിട്ടുണ്ട്."

അതിൽ ഇത്ര സന്തോഷിക്കാനെന്തിരിക്കുന്നു എന്ന് ഗീതയ്ക്കു മനസ്സിലായില്ല. ഇതിനുമുമ്പും വസന്തചേച്ചിയുടെ എഴുത്തു വരാറുണ്ട്. അന്നൊന്നും അമ്മ ഇങ്ങനെ സന്തോഷിച്ചു കണ്ടിട്ടില്ല.

എഴുത്തുനീട്ടിക്കൊണ്ട് അമ്മ പറഞ്ഞു:

"നീ വായിച്ചുനോക്ക്."

കത്തു വായിച്ചുനോക്കിയപ്പോഴാണ് അമ്മയുടെ സന്തോഷത്തിന്റെ രഹസ്യം ഗീതയ്ക്ക് പിടികിട്ടിയത്. വസന്തചേച്ചി ഗർഭിണിയാണ്.

വസന്ത എഴുതിയിരിക്കുന്നു.

'പ്രസവം ഇവിടെത്തന്നെ വേണമെന്നാണ് സുരേട്ടന്. ഇവിടെയാകുമ്പോൾ അതിനുപറ്റിയ ആശുപത്രിയും മറ്റ് സൗകര്യങ്ങളുമുണ്ട്. പിന്നെ ശേഷിക്കുന്നത് ഒരു ചെറിയ കാര്യമാണ്. ആശുപത്രിയിൽനിന്ന് വീട്ടിലേക്കു വന്നുകഴിയുമ്പോൾ ശുശ്രൂഷിക്കാൻ ഒരാൾ വേണം. അതു വെറുതെ ആരെങ്കിലുമായാൽ പോരാ. പരിചയമുള്ള ആളാവണം.

അങ്ങനെ ഒരാളെ കിട്ടാൻ ഇവിടെ പ്രയാസമാണ്. അതുകൊണ്ടു അമ്മതന്നെ വരികയായിരുന്നെങ്കിൽ നന്നായിരുന്നു. സുരേട്ടനും അതാണിഷ്ടം. അമ്മ അവിടന്നു പോരുമ്പോൾ ഗീതയുടെ കാര്യമാണ് പ്രശ്നമാകുന്നത്. അവൾക്കും അമ്മയ്ക്കും സമ്മതമാണെങ്കിൽ ഒരു മാർഗ്ഗമുണ്ട്. ഒരു മൂന്നുമാസത്തേക്ക് ഗീതയ്ക്ക് ഏതെങ്കിലും ഹോസ്റ്റലിൽ തങ്ങാം. ഇപ്പോൾ അങ്ങനെയും പെൺകുട്ടികൾ കഴിയുന്നുണ്ടല്ലോ. ഉദ്യോഗം കിട്ടുന്നത് അകലെയാണെങ്കിൽ അങ്ങനെയല്ലേ ചെയ്യാറ്? ഗീതയ്ക്കതുകൊണ്ട് വിഷമമില്ലെങ്കിൽ വീട് പൂട്ടിയിട്ടേച്ച് അമ്മയ്ക്കിങ്ങോട്ടു പോരാം.

ഗീതയ്ക്കു ചിരി വന്നു. വസന്തചേച്ചിക്ക് ബുദ്ധിയുണ്ട്. അതുകൊണ്ട് പ്രശ്നങ്ങളും പോംവഴികളും നിർദ്ദേശിക്കുന്നു.

ഞാനിതൊക്കെ പറഞ്ഞെങ്കിലും അമ്മയ്ക്കും ഗീതയ്ക്കും സമ്മതമാണെങ്കിൽ മതി എന്നും എഴുതിയിട്ടുണ്ട്. അമ്മ ഒന്നൊന്നരമാസം മുമ്പേ വരുന്നത് കൂടുതൽ നന്നായിരിക്കും. ഇങ്ങനെയുള്ള സമയത്ത് അമ്മ അരികിലുണ്ടാകുന്നത് നല്ലതാണല്ലോ.

അമ്മയുടെ നില കണ്ടപ്പോൾ ഇപ്പോൾത്തന്നെ ചേച്ചിയുടെ അടുത്തെത്തിയാൽ കൊള്ളാമെന്നുണ്ടെന്ന് ഗീതയ്ക്കു തോന്നി.

“ഞാനെന്തു ചെയ്യും? എനിക്കങ്ങനെ ഇറങ്ങിപ്പോകാനൊക്കോ ഇവിടന്ന്. എങ്ങനെയാ വീട് പൂട്ടിയിട്ടേച്ച്! അതു മാത്രമാണോ? ഒരുത്തിയെ ഹോസ്റ്റലിലാക്കിയേച്ചുവേണ്ടേ ഒരുത്തിയുടെ അടുത്തേക്കു പോകാൻ. ഓർത്താൽ ഒരു സമാധാനവുമില്ല.”

“അമ്മയ്ക്കൊരു സമാധാനക്കേടും വേണ്ടാ.” ഗീത പറഞ്ഞു: “വീട് പൂട്ടിയിട്ടെന്നോർത്തെന്താ കുഴപ്പം? കള്ളന്മാര് കുത്തിവാരിക്കൊണ്ടു പോകുമെന്നു പേടിക്കാൻ ഇതിനകത്ത് നിധിയൊന്നും ഇരിപ്പില്ലല്ലോ? പിന്നെ എന്റെ കാര്യല്ലേ? അതു സാരമില്ല. ഞാനേതെങ്കിലും ഹോസ്റ്റലിൽ.”

“കാര്യമൊക്കെ ശരിയാ.” അമ്മ പറഞ്ഞു; “എന്നാലും എനിക്കങ്ങോട്ടു മനസ്സ് വരുന്നില്ല. എന്നാൽ, അവള്ടെ കാര്യമോർക്കുമ്പോൾ അതിനേക്കാൾ സമാധാനക്കേട്. ഇതു കടിഞ്ഞൂലല്ലേ? അന്യദേശത്ത് ആരാ ഉള്ളത് ഒരു സഹായത്തിന്?”

“അതല്ലേ പറഞ്ഞത് അമ്മയോട്, പൊയ്ക്കോളാൻ! എന്റെ കാര്യമോർത്ത് അമ്മ വിഷമിക്കണ്ട.”

“നീ ഹോസ്റ്റലിൽ നില്ക്കുന്നൂന്നു വയ്ക്കാം. എന്നാൽ ഈ വീടോ? ഇതു പൂട്ടിയിടാന്ന് വച്ചാൽ...”

“എന്നാൽ ഒരു കാര്യം ചെയ്യ്. അമ്മ അതു പൊതിഞ്ഞുകെട്ടി കൈയിൽ വച്ചോ. അല്ല പിന്നെ.”

“നിനക്കങ്ങനെയൊക്കെ പറയാം. വീടു പൂട്ടിയിടാൻ എനിക്കെങ്ങനെ മനസ്സുവരും?”

"എന്നാൽ പോവണ്ടാ."

"അപ്പോൾ അവൾക്കിഷ്ടാവ്വോ?"

"അമ്മ വിഷമിക്കാതെ. ഇനീം സമയമുണ്ടല്ലോ. സാവകാശം ആലോചിച്ച് എന്താ വേണ്ടേന്നു വച്ചാൽ ചെയ്യാം. അല്ലാതെ ഇങ്ങനെ കിടന്ന് തല്ലിപ്പിടച്ചിട്ടെന്താ കാര്യം?"

അമ്മയ്ക്കെന്നിട്ടും സമാധാനിക്കാൻ കഴിയുന്നില്ല. എപ്പോഴും അതുതന്നെ വിചാരം. വരുന്നവരോടും പോകുന്നവരോടുമൊക്കെ അതു പറയും.

കുറച്ചുദിവസം കഴിഞ്ഞപ്പോൾ അമ്മ മറ്റൊരു പ്രശ്നവുംകൂടി കണ്ടുപിടിച്ചു;

അത്രയും ദൂരം എങ്ങനെ പോകും ട്രെയിനിൽ തനിയെ?

പഴയ വീട്ടിൽ വാടകയ്ക്കു താമസിക്കുന്ന മ്യൂസിക് ടീച്ചർ ധൈര്യം കൊടുത്തു.

"അതൊന്നും സാരമില്ലെന്നേ. ലേഡീസ് കമ്പാർട്ടുമെന്റിൽ ഒന്നും പേടിക്കാനില്ല. പിന്നെ അവിടെ ചെല്ലുമ്പോഴല്ലേ? അപ്പോൾ വസന്തയും സുരേന്ദ്രനും റെയിൽവേ സ്റ്റേഷനിൽ കാത്തുനില്ക്കും."

മ്യൂസിക് ടീച്ചർ ആറേഴു വർഷം മുമ്പ് ഡൽഹിക്കപ്പുറത്തെങ്ങോ ജോലിയുള്ള മകളുടെ അടുത്തു പോയതിന്റെ ചരിത്രം വർണ്ണിച്ചു കേൾപ്പിച്ചപ്പോൾ അമ്മയ്ക്ക് ആത്മധൈര്യം കിട്ടി.

ഇടയ്ക്കൊരു ദിവസം അമ്മുക്കുട്ടിയമ്മ ഗീതയോടു ചോദിച്ചു:

"നീ ഹോസ്റ്റലിലെങ്ങാനും അന്വേഷിച്ചോ?"

ഗീത ചോദിച്ചു:

"എന്തന്വേഷിക്കാൻ?"

"അല്ല, ഏതെങ്കിലും ഒരു ഹോസ്റ്റലിൽ നേരത്തേ പറഞ്ഞു വയ്ക്കണ്ടേ?"

"ഓ, എന്റെ കാര്യമല്ലേ? അമ്മ അതൊന്നും ഓർത്തു വിഷമിക്കണ്ടാ. ഒരു ഹോസ്റ്റലിലല്ലെങ്കിൽ മറ്റൊരു ഹോസ്റ്റലിൽ. നഗരത്തിൽ ഹോസ്റ്റലിനു പഞ്ഞമില്ല."

ഏതാണ്ടൊരു സമാധാനം കിട്ടിയതുപോലെയായി അമ്മയ്ക്ക്.

മുമ്പൊക്കെ ഗീതയെക്കൊണ്ടാണ് അമ്മുക്കുട്ടിയമ്മ വസന്തയ്ക്കു കത്തെഴുതിപ്പിക്കാറ്. ഇപ്രാവശ്യം അമ്മുക്കുട്ടിയമ്മതന്നെ എഴുതി:

ദേഹം നല്ലോണം സൂക്ഷിക്കണം. ഇടയ്ക്കിടയ്ക്കു ഡോക്ടറെ കാണണം. എന്തെങ്കിലും വിഷമം തോന്നുന്നുണ്ടെങ്കിൽ ഉടനെ എഴുത്തയയ്ക്കണം. നിന്റെ കാര്യമോർത്തിട്ട് എനിക്കൊരു സമാധാനവുമില്ല. അതിൽപ്പിന്നെ വസന്തയുടെ കത്തു വരാൻ വൈകുമ്പോഴുള്ള വെപ്രാളായിരുന്നു അമ്മുക്കുട്ടിയമ്മയ്ക്ക്.

ഒരുദിവസം അമ്മുക്കുട്ടിയമ്മ പോസ്റ്റുമാനെ കാത്തുനില്ക്കു

മ്പോഴാണ് ബാലു വന്നത്.

കണ്ട ഉടനെ ബാലു ചോദിച്ചു:

"അമ്മ ആരെയോ കാത്തുനില്ക്കും പോലെ?"

അമ്മുക്കുട്ടിയമ്മ പറഞ്ഞു:

"ആ പോസ്റ്റ്മാനെ കാത്താ. വസന്തേടെ എഴുത്തുണ്ടോന്നറിയാൻ."

ബാലു ഒന്നുമോർക്കാതെ സ്വതേയുള്ള നിഷ്കളങ്കതയോടെ ചോദിച്ചു;

"അതിനെന്തിനാ കാത്തുനില്ക്കുന്നെ? എഴുത്തുണ്ടെങ്കിൽ അയാൾ വിളിച്ചു തരൂല്ലേ?"

ഇഷ്ടക്കേടൊന്നും കാണിച്ചില്ലെങ്കിലും അമ്മയ്ക്കതിഷ്ടമായില്ലെന്നു ഗീതയ്ക്കു മനസ്സിലായി, അവൾ വാതില്ക്കൽനിന്ന് ബാലുവിനെ സ്വീകരിച്ചു.

"എവിടന്നാ ഈ നട്ടുച്ചയ്ക്ക്?"

ബാലു പറഞ്ഞു:

"ഒന്നും പറയണ്ടാ! ഒരു ദുഷ്ടൻ എനിക്കൊരു പുസ്തകം തരാമെന്നു പറഞ്ഞിരുന്നു വായിക്കാൻ. അവന്റെ ലോഡ്ജിൽ ചെന്നപ്പോൾ അവന്റെ റൂം പൂട്ടിക്കിടക്കുന്നു. എന്തുചെയ്യും?"

"പറഞ്ഞുപറ്റിച്ചു അല്ലേ?"

"അയാളുടെ കുറ്റമല്ല. എന്നോടു ചെല്ലാൻ പറഞ്ഞത് ഞായറാഴ്ച യാണ്. അവിടെ ചെന്നപ്പഴല്ലേ അറിയുന്നത് ഇന്ന് ഞായറാഴ്ചയല്ലെന്ന്."

"ബാലൂന് ദിവസങ്ങളെക്കുറിച്ചുപോലും ഓർമ്മയില്ല."

"എന്തു പറയാൻ? ഓർമ്മപ്പിശക്! ഇക്കണക്കിനുപോയാൽ ഞാനെന്നെ എവിടെയെങ്കിലുംവച്ച് മറന്നുപോകുമെന്നാ എനിക്കു തോന്നു ന്നത്. പക്ഷേ, ഇറങ്ങിത്തിരിച്ചതുകൊണ്ട് ദോഷം വന്നില്ല. മറ്റൊരു സ്നേ ഹിതൻ കണ്ട് നല്ലൊരു ഊണ് വാങ്ങിത്തന്നു. അവനു സ്തുതിയായിരി ക്കട്ടെ!"

"അപ്പോൾ ഇവിടന്ന് ഊണു വേണ്ടെന്നു സാരം."

"അതെനിക്കെന്നായാലും ഉള്ളതല്ലേ? അല്ല, ഗീതയിന്നു ജോലിക്കു പോയില്ലേ?

"ലീവെടുത്തു, വെറുതെ."

"അതു നന്നായി. കാണാനൊത്തല്ലോ. സത്യത്തിൽ ഈ നേരത്തു ഗീത ഇവിടെ ഉണ്ടാവുമെന്നു ഞാനോർത്തില്ല. പോട്ടെ?"

"ഇനി എങ്ങോട്ടാ?"

"അങ്ങനെയൊന്നുമില്ല. അലച്ചിലാണല്ലോ വിധി. ഈയിടെ എനി ക്കൊരു കാര്യം മനസ്സിലായി. ഏകാന്തമായ ജീവിതം ക്രൂരമായ ഒരനുഭ വമാണ്."

"അതെന്താ ഇപ്പോൾ അങ്ങനെ തോന്നാൻ?"

"അനുഭവിക്കുന്നവർക്കേ അതറിയൂ. ഏകാകിയായിത്തീരുന്നതിന്റെ

സുഖത്തെക്കുറിച്ചൊക്കെ മഹാന്മാരുടെ വചനങ്ങൾ കേട്ടിട്ടുണ്ട്. യഥാർത്ഥത്തിൽ അവർ ഏകാകികളായിരുന്നോ എന്നാ എന്റെ സംശയം. എന്റെ പൊന്നേ! അസഹ്യമാണത്."

അപ്പോൾ കുറെനാൾകൊണ്ട് മനസ്സിൽ കരുതിവച്ചിരുന്ന ഒരു ചോദ്യം ഗീത ചോദിച്ചു:

"ഏകാകിയാണെന്നും പറഞ്ഞു നടക്കുന്നതാരുടെ കുറ്റം? ഇഷ്ടപ്പെട്ട ഒരാളെ സ്നേഹിക്കാനും ഒന്നിച്ചു ജീവിക്കാനും...."

അവൾ പറഞ്ഞുനിർത്തുംമുമ്പേ അയാൾ ചോദിച്ചു:

"എന്നെ ആര് സ്നേഹിക്കാനാ?"

ആ ചോദ്യം കേട്ടപ്പോൾ അവൾക്ക് ചിരിവന്നു:

"പത്രത്തിൽ ഒരു പരസ്യം കൊടുക്ക്, സ്നേഹിക്കാൻ ഒരു പെണ്ണിനെ ആവശ്യമുണ്ടെന്ന്."

ബാലുവിനു ചിരിവന്നു.

"എനിക്കും തോന്നുന്നുണ്ട്, അങ്ങനെ എന്തെങ്കിലും ഒരാകമം ചെയ്യേണ്ടി വരുമെന്ന്."

യാത്ര പറഞ്ഞിറങ്ങാൻ നേരത്ത് മുറ്റത്തു തിരിഞ്ഞുനിന്ന് ബാലു പറഞ്ഞു:

"സംഗതിയൊക്കെ ശരിതന്നെ! പക്ഷേ, ആരും സ്നേഹിക്കാനില്ലെന്നോർത്ത് ഞാൻ ആത്മഹത്യ ചെയ്യാനൊന്നും പോകുന്നില്ല. ഈ മഹാപ്രപഞ്ചത്തെ സ്നേഹിച്ചങ്ങു ജീവിക്കാൻ എനിക്കാരുടേം അനുവാദം വേണ്ടല്ലോ."

"ഉം, ഒരു മഹദ്വാക്യംകൂടി പറയാൻപോകുന്ന ലക്ഷണമുണ്ട്."

"ഒന്നു ചുമ്മാതിരി മോളേ. അങ്ങനെയൊന്നും എന്നെ തോല്പിക്കാൻ നോക്കണ്ടാ. ഞാനെന്നെ സ്നേഹിച്ചങ്ങു ജീവിക്കും."

കാര്യം തമാശയായിട്ടാണ് പറഞ്ഞതെങ്കിലും അതിൽ ഹൃദയത്തിൽനിന്നു വരുന്ന നിശ്ശബ്ദമായ ഒരു വ്യസനത്തിന്റെ മുഴക്കമുണ്ടെന്ന് ഗീതയ്ക്കു തോന്നി.

അതുകൊണ്ട് അവൾ വെറുതെ ബാലുവിന്റെ പിന്നാലെ തകരംകൊണ്ടുള്ള ഗേറ്റിനരികിലോളം ചെന്നു.

അവിടെ തിരിഞ്ഞുനിന്ന് ഒരു തരം വിളറിയ ചിരിയോടെ ബാലു പറഞ്ഞു:

"ഒടുവിൽ എല്ലാവരും ഏകാകികളായിത്തീരുന്നു. ശ്മശാനത്തിന്നരികിൽ ജീവിക്കുന്ന ഞാൻ അതു ദിവസവും കാണുന്നു. ഒടുവിൽ എല്ലാവരും പിരിഞ്ഞുപോകുന്ന ഒരു നിമിഷം വരും. പിന്നെ ഈ മുക്കാൽ നാഴിക നേരത്തെ ഏകാന്തതയോർത്തു ദുഃഖിക്കുന്നതെന്തിന്."

ബാലു പോയി.

പിന്നെ ഒരു ദിവസം വഴിയിൽവച്ച് ശോഭയെ കണ്ടു. അവൾ ആശുപ

ത്രിയിൽ പോയിട്ട് വരികയായിരുന്നു. അവളുടെ അമ്മയ്ക്ക് സുഖമില്ല. നാലഞ്ചു ദിവസമായി ചേട്ടനെ കണ്ടിട്ട്. അവൾ കുറെക്കൂടി ക്ഷീണിച്ചിരിക്കുന്നു.

അവൾ പറഞ്ഞു:

"ഞാനങ്ങോട്ടു വരണംന്നോർത്തിരിക്കുകയായിരുന്നു. നിന്നെക്കാണാൻ."

ഗീത ചോദിച്ചു;

"എന്താ വിശേഷം?"

"എനിക്കൊരു സമാധാനവുമില്ല ഗീതേ. എന്തു ചെയ്യണമെന്ന് എനിക്കറിഞ്ഞുകൂടാ."

"നീ കാര്യമെന്താണെന്നു പറ."

"സതീശൻ ഇടയ്ക്കിടെ വീട്ടിൽവരുന്നതു കണ്ടപ്പോൾ അഗ്രഹാരത്തിലുള്ളോർക്ക് ഉറക്കം വരാതെയായിരിക്കുന്നു! ഒരന്യജാതിക്കാരൻ എന്തിനാണ് കൂടെക്കൂടെ കാശിഅയ്യരുടെ വീട്ടിൽ വരുന്നതെന്ന്! ആരെ കാണാൻ? ഇപ്പോൾ അഗ്രഹാരത്തിൽ അടിക്കണ കാറ്റ് അതാണ്."

"അതിന് നീയെന്തിനാ സങ്കടപ്പെടുന്നെ? അമ്മ വഴക്കു പറഞ്ഞോ?"

"ഇല്ല. എന്റെ സഹോദരൻ. അണ്ണായ്ക്കാണ് കൂടുതൽ എതിർപ്പ്."

"എനിക്കിതു വിശ്വസിക്കാൻ കഴിയുന്നില്ലല്ലോ. വല്യ വിപ്ലവകാരിയായ ഒരാൾ......"

"അതെ, അതെ! വിപ്ലവകാരി! അന്യജാതിക്കാരനൊരുത്തൻ എന്തിനാടീ നിന്നെ കാണാൻ വരുന്നേന്ന് ചോദിച്ച്..."

സങ്കടംകൊണ്ട് ശോഭയുടെ തൊണ്ട ഇടറി. ഗീതയ്ക്ക് അത്ഭുതം തോന്നി. മനുഷ്യർക്കിടയിലുള്ള അസമത്വങ്ങൾ നീക്കാൻ നടക്കുന്ന വിപ്ലവകാരിക്ക് സഹോദരി ഒരന്യജാതിക്കാരനെ സ്നേഹിക്കുന്നതു സഹിക്കുന്നില്ല. പിന്നെ എന്തു വിപ്ലവമാണ് അയാൾ പറയുന്നത്?

ഗീത ചോദിച്ചു:

"എന്നിട്ടമ്മ എന്തുപറഞ്ഞു?"

കണ്ണീർ തുടച്ചുകൊണ്ട് ശോഭ പറഞ്ഞു:

"നിന്റെ ഇഷ്ടംപോലെ ചെയ്തോളാൻ. നിനക്കവന്റെ സ്നേഹത്തിൽ അത്ര വിശ്വാസമുണ്ടെങ്കിൽ അവന്റെ കൂടെ പൊയ്ക്കോളാൻ."

അതും വിശ്വസിക്കാൻ കഴിയാതെ ഗീത കുഴങ്ങി. അങ്ങേയറ്റം യാഥാസ്ഥിതികയായിരുന്ന ഒരു ബ്രാഹ്മണസ്ത്രീ മകൾ ഒരന്യജാതിക്കാരനെ സ്നേഹിക്കുന്നത് സഹിക്കാൻ തയ്യാറായിരിക്കുന്നു.

ഒരുപക്ഷേ, മകളുടെ സങ്കടവും നിസ്സഹായതയും കണ്ടിട്ടാവും.

എങ്കിലെന്ത്?

മനസ്സിലാകാത്തതതല്ല. പൂണൂൽ പൊട്ടിച്ച് മനുഷ്യർക്കിടയിലുള്ള സകല അസമത്വങ്ങളും ഇല്ലാതെയാക്കാൻ നടക്കുന്ന വിപ്ലവകാരിയായ

സഹോദരൻ എങ്ങനെ ഇത്ര യാഥാസ്ഥിതികനാകാൻ കഴിയുന്നു?

ഗീത ചോദിച്ചു:

"എന്നിട്ട് നീയെന്തു തീരുമാനിച്ചു?"

ശോഭ അതുവരെ കാണിച്ചിട്ടില്ലാത്ത തന്റേടത്തോടെ പറഞ്ഞു:

"സതീശൻ വിളിക്കുമ്പോൾ ഞാൻ ഇറങ്ങിച്ചെല്ലും."

ഇപ്പോൾ അഗ്രഹാരത്തിൽ കാറ്റ് അടിക്കുന്നുണ്ട്. ഇനി അവിടെ അടിക്കാനിരിക്കുന്ന കൊടുങ്കാറ്റും കൊണ്ടാണ് ശോഭ നടക്കുന്നത്.

ഇരുപത്തിനാല്

പുഴവക്കത്തൂടെ അവൾ നടക്കുമ്പോൾ വേടുകൾ തൂങ്ങിയ കിഴവൻ ആലിന്റെ മുകളിൽ ആകാശത്ത് ഒരു കഴുകൻ പറക്കുന്നു. ചിറകുകളനക്കാതെ ഭൂമിയിൽ ഇരയെ തിരയുന്ന കണ്ണുകളുമായി ആലിന്റെ മുകളിലൂടെ പറക്കുന്ന തവിട്ടു നിറമുള്ള കഴുകന്റെ നിഴൽ അവളുടെ മേൽവീണു. ഇടവഴിയിലേക്കു തിരിയാൻ നേരത്ത് അതിന്റെ വല്ലാത്ത കരച്ചിലും അവൾ കേട്ടു.

ബസ്സ്റ്റാന്റിൽ ചെന്നു കാത്തുനിന്നിട്ട് ബസ് വരുന്നില്ല. ആകാശത്ത് കാറും കറുപ്പുമുണ്ട്. മഴക്കാലമായിട്ടില്ല. പിന്നെ എന്തുകൊണ്ട് ആകാശം ഇരുണ്ടു കിടക്കുന്നു?

കാത്തുനിന്നു മടുത്തപ്പോൾ വന്ന ഒരു ബസ് നിർത്താതെ പോയി. എന്തു കഷ്ടമാണിത്? നമ്മുടെ നാട്ടിൽ ബസിനു കാത്തുനിന്നാണ് മനുഷ്യനു വാർദ്ധക്യം ബാധിക്കുന്നത്.

കുറെ കഴിഞ്ഞ് മറ്റൊരു ബസ് വന്നു. ഭാഗ്യം. അതു നിർത്തി. പക്ഷേ, അതിൽ കടന്നുകൂടാനായിരുന്നു പ്രയാസം. ഒരു പൂരത്തിനുള്ള പുരുഷാരമുണ്ടായിയിരുന്നു അതിന്റെയുള്ളിൽ. എങ്ങനെയോ അവൾ അതിൽ കയറിക്കൂടി ഒതുങ്ങിനിന്നു.

ഓവർബ്രിഡ്ജിനടുത്തു ബസിറങ്ങുമ്പോൾ അവൾ വാച്ചിൽനോക്കി. വൈകി. മണി പത്തര കഴിഞ്ഞിരിക്കുന്നു. ഓടിപ്പിടിച്ച് അശ്വതി റോസ് ഗാർഡൻസിലെത്തിയപ്പോൾ അവിടെ അക്കൗണ്ടന്റ് ഭൈരവൻപിള്ള മാത്രമേ ഉള്ളൂ. കിഴവൻ വാച്ചറെവിടെ?

അവൾ അകത്തേക്കു ചെന്നപ്പോൾ അക്കൗണ്ട് ബുക്കിന്റെ താളുകളിൽനിന്ന് ഭൈരവൻപിള്ള മുഖമുയർത്തി. ഭസ്മക്കുറിയണിഞ്ഞ

നെറ്റിയിൽ ഗണപതി ഹോമത്തിന്റെ കരികൊണ്ടുള്ള പൊട്ട്.

കട്ടിയുള്ള കണ്ണടച്ചില്ലിലൂടെ ഭൈരവൻപിള്ളയുടെ കണ്ണുകൾ മിഴിയുന്നതു ഗീത കണ്ടു. പതിവില്ലാത്ത ഒരു ചിരിയോടെ ഭൈരവൻപിള്ള അവളെ അടുത്തേക്കു വിളിച്ചു. എന്നിട്ട് സന്തോഷത്തോടെ ചോദിച്ചു:

"അറിഞ്ഞോ, കൃഷ്ണമോഹൻസാറിന്റെ വിവാഹം ഉറപ്പിച്ചു. ഇന്നലെ."

തന്റെ ഉള്ളിൽ എന്തോ പൊട്ടിത്തെറിക്കുന്നതുപോലെ ഗീതയ്ക്കു തോന്നി. കാല്ക്കീഴിൽ ഭൂമി പൊട്ടിപ്പിളരുന്നതുപോലെയും ആ വിള്ളലുകളിലൂടെ താൻ ഭൂമിയുടെ ആഴങ്ങളിലേക്കു താണു പോകുന്നതുപോലെയും അവൾക്കു തോന്നി.

അവളുടെ കണ്ണിൽ ഇരുട്ട് കയറി. ആ ഇരുട്ടിലൂടെ തപ്പിത്തടഞ്ഞ് വല്ലോണവും അവൾ അവളുടെ കസേരയിൽ ചെന്നു വീണു. മേശമേൽ കൈമുട്ടുകളൂന്നി കൈത്തലങ്ങളിൽ മുഖം ഒളിപ്പിച്ച് അവൾ അവളുടെ ഉള്ളിൽ ഒളിച്ചു.

അവളുടെ കാതിൽ സ്ഫോടനങ്ങളുടെയും തകർച്ചകളുടെയും ഭയാനകമായ ഒച്ചകൾ വന്നലച്ചു. അവളുടെ കാതിൽ കടലിന്റെ ഇരമ്പം മുഴങ്ങി. അവളുടെ മനസിൽ കൊടുങ്കാറ്റുകൾ ചിന്നം വിളിച്ചു. അവളുടെ അന്തർനേത്രങ്ങൾക്കുമുമ്പിൽ കൊടുങ്കാറ്റിൽ വന്മരങ്ങൾ കടപുഴകി വീണു. അവളുടെ ഹൃദയത്തിലൂടെ ഒരിടത്തും നിർത്താത്ത ഒരു തീവണ്ടി ഭയാനകമായ വേഗത്തിൽ ചൂളം വിളിച്ചുകൊണ്ട് പാഞ്ഞുപോയി.

ഒടുവിൽ എല്ലാ ഭ്രമസങ്കല്പങ്ങളിൽനിന്നും വേറിട്ട് ടൈപ്പ്റൈറ്റിങ് മെഷീനുമുമ്പിൽ മേശമേൽ തലവച്ച് അവൾ തളർന്നുകിടന്നു.

ഹൃദയം പിളർന്നുണ്ടായ ഒരു പൊട്ടിക്കരച്ചിൽ അവളിൽ ശബ്ദമില്ലാതെ നിറഞ്ഞു.

ദിവ്യമായ ഒരു ലഹരിയായി തന്റെ ഓരോ ജീവാണുവിലും ജ്വലിച്ചു നിന്ന സ്നേഹം...

അവൾ കമിഴ്ന്നുകിടന്നു വിങ്ങിപ്പൊട്ടി.

ഇത്രവലിയ ഒരു വഞ്ചന അവൾ പ്രതീക്ഷിച്ചിരുന്നില്ല. അത്രമേൽ മോഹിപ്പിച്ചിട്ട്, അത്രമേൽ സ്നേഹിപ്പിച്ചിട്ട്....

നിന്റെ സ്നേഹം എന്റെ ഏറ്റവും വലിയ ആശ്വാസമാണ്, അതില്ലെങ്കിൽ എന്റെ ജീവിതം എങ്ങനെയായേനെ.... എന്നൊക്കെ പറഞ്ഞ ആൾ...

തകർന്നുപോയ ഒരു സ്നേഹത്തിന്റെ ഓർമ്മ വലിയ വേദനയായി ഹൃദയത്തിൽ ചുമന്നുകൊണ്ടു നടക്കുന്ന ആൾ.

ഇടയ്ക്കിടയ്ക്ക് പള്ളിസിമിത്തേരിയിലെ ആലീസിന്റെ ശവകുടീരത്തിനരികിൽച്ചെന്ന് മുട്ടിന്മേൽനിന്ന് അവളുടെ ഓർമ്മകളിൽ ധ്യാനിക്കുന്ന ആൾ.

അയാൾ തന്നോടെന്താണ് ചെയ്തത്?

ആരോ അടുത്തുവരുന്ന കാലൊച്ച തിരിച്ചറിഞ്ഞ് ഒരു ഞെട്ടലോടെ അവൾ മുഖമുയർത്തി നോക്കുമ്പോൾ ഭൈരവൻപിള്ളയാണ്.

"ഇതൊക്കെ ഒന്നു ചെയ്തുതരൂ കുട്ടി. അത്യാവശ്യംവേണ്ട ചില കത്തുകളാണ്. കൃഷ്ണമോഹൻസാറ് ഉച്ചകഴിഞ്ഞേ വരൊള്ളു. അന്നേരത്തേക്ക് ഇതെല്ലാം റെഡിയാക്കി വയ്ക്കണം."

സങ്കടംകൊണ്ടു കലങ്ങിയ അവളുടെ കണ്ണുകൾകണ്ട് ഭൈരവൻ പിള്ള സംശയിച്ചു.

"എന്താ കുട്ടീ, വല്ലാതെ? സുഖമില്ലേ?"

ഒന്നുമില്ലെന്നു ഭാവിക്കാൻ അവൾ വളരെ ക്ലേശിച്ചു.

ഭൈരവൻപിള്ള പറഞ്ഞു:

"എന്തോ വല്ലായ്മയുള്ളതുപോലെ തോന്നി. അതുകൊണ്ടു ചോദിച്ചതാ."

അവൾ നിശ്ശബ്ദമായി മുഖം താഴ്ത്തി.

അകത്ത് കൃഷ്ണമോഹന്റെ മുറിയിൽ ഫോൺ നിർത്താതെ ബെല്ല ടിച്ചു. കൃഷ്ണമോഹൻ ഇല്ലാത്തപ്പോൾ ഫോൺ അറ്റന്റ് ചെയ്യാറുള്ളത് ഗീതയായിരുന്നു.

തുടരെത്തുടരെ ബെല്ലടിക്കുന്നതു കേട്ടിട്ടും ഗീത അനങ്ങാതിരിക്കു ന്നതു കണ്ടപ്പോൾ അങ്ങേ മുറിയിൽനിന്ന് ഭൈരവൻപിള്ള എഴുന്നേറ്റു ചെന്ന് ഫോണെടുത്തു. ഭൈരവൻപിള്ളയ്ക്കു ശുണ്ഠി വന്നു. റോങ് നമ്പ റാണ്.

ഉള്ള് കത്തുന്നതുപോലെ ഗീതയ്ക്കു തോന്നി. എന്നിട്ടും ടൈപ്പ്റൈറ്ററിന്റെ മൂടി എടുത്തുമാറ്റിയതിനുശേഷം അവൾ ടൈപ്പ് ചെയ്യാൻ തുടങ്ങി. കടലാസ് വച്ചതു ശരിയായില്ല. അതു ഒരു വശത്തേക്കു ചരിഞ്ഞിരുന്നു. ശരിയാക്കാൻ നോക്കിയപ്പോൾ അതു കീറിപ്പോയി. മറ്റൊരു കടലാസ് വച്ച് ടൈപ്പ് ചെയ്യാൻ തുടങ്ങിയപ്പോൾ ഒക്കെ തെറ്റുന്നു. തുടരെത്തുടരെ. കടലാസുകൾ വലിച്ചൂരിയെടുത്തു ചുരുട്ടിക്കൂട്ടി ചവറ്റുകൊട്ടയിലെറിഞ്ഞു.

പിന്നെ, വയ്യെന്നു തോന്നി അവൾ തലയ്ക്കു കൈയും കൊടുത്തിരുന്നു.

അപ്പോൾ ഏതോ ഒരഗാധഗർത്തത്തിന്റെ ആഴങ്ങളിലേക്ക് ഭയാനകമായ ഒരു നീർച്ചുഴിയിൽപെട്ട് കറങ്ങിത്താഴുന്നതുപോലെ അവൾക്കു തോന്നി.

കുടയും ബാഗുമെടുത്തുകൊണ്ട് ഭൈരവൻപിള്ളയുടെ അടുത്തുചെന്ന് കഴിയുന്നത്ര സ്വയം നിയന്ത്രിച്ചുകൊണ്ട് അവൾ പറഞ്ഞു:

"ഞാൻ പോവ്വാണ്. എനിക്കെന്തോ നല്ല സുഖമില്ല."

ഭൈരവൻപിള്ള നിർവ്വികാരമായ മുഖത്തോടെ അവളെ മിഴിച്ചുനോക്കി.

ബസിനൊന്നും കാത്തുനില്ക്കാതെ ആട്ടോറിക്ഷ പിടിച്ച് അവൾ ഗേറ്റിലെത്തി. തകരം കൊണ്ടുള്ള ഗേറ്റ് കടന്ന് അകത്തേക്ക് ചെന്നപ്പോൾ

അമ്മുക്കുട്ടിയമ്മ ചോദിച്ചു;

"നീയെന്താ ഈ നേരത്ത്?"

അവൾ പറഞ്ഞു:

"ഒന്നൂല്ല. ചെറിയ ഒരു തലവേദന."

അവൾ അകത്തുചെന്ന് കിടന്ന് വിങ്ങിപ്പൊട്ടിക്കരഞ്ഞു.

അടുത്ത രണ്ടു ദിവസവും സുഖമില്ലെന്നു പറഞ്ഞ് അവൾ വീട്ടിനുളിൽ കഴിഞ്ഞു. മൂന്നാം ദിവസം അക്കൗണ്ടന്റ് ഭൈരവൻപിള്ള അന്വേഷിച്ചു വന്നു.

"രണ്ടു മൂന്നു ദിവസമായി ഗീതയെ കാണുന്നില്ല. അതുകൊണ്ടന്വേഷിച്ചു വന്നതാ. കൃഷ്ണമോഹൻസാറ് പറഞ്ഞിട്ട്... അന്നു സുഖമില്ലെന്നു പറഞ്ഞു പോന്നിട്ട്....."

'എനിക്കു യാതൊരു അസുഖവുമില്ല, ഞാനിനി അങ്ങോട്ടു വരുന്നില്ല, എനിക്കയാളുടെ ഉദ്യോഗം വേണ്ടാ.' എന്നൊക്കെ പറയാൻ അവൾ ഓർത്തതാണ്. അത്ര ക്ഷോഭവും സങ്കടവുമുണ്ടായിരുന്നു അവൾക്ക്.

പിന്നീട് തോന്നി, അതു പറയേണ്ടത് ഈ പാവം ഭൈരവൻപിള്ളയോടല്ല. അത് അയാളുടെ മുഖത്തുനോക്കി പറയണം.

അവൾ പറഞ്ഞു:

"എനിക്കു സുഖമില്ലാഞ്ഞിട്ടാ വരാത്തത്."

ഭൈരവൻ പിള്ള ചോദിച്ചു:

"അപ്പോ ഇനി എന്നാ വരാൻ പറ്റാ? ഞാനെന്താ പറയേണ്ടത് അവിടെ ച്ചെന്ന്?"

അവൾ ഉദാസീനമായി പറഞ്ഞു:

"എനിക്കു സുഖമില്ലെന്നു പറഞ്ഞാൽ മതി."

ശരിയെന്നു പറഞ്ഞ് അക്കൗണ്ടന്റ് ഭൈരവൻ പിള്ള പോയി.

അവൾ വീണ്ടും അവളുടെ ദുഃഖങ്ങളിൽ മുങ്ങി അകത്തെ ഇരുട്ടിൽ കിടന്നു.

ഉച്ചയ്ക്കു വിയർത്തുകുളിച്ച് കമ്പി ശിപായി വന്നു. തകരം കൊണ്ടുള്ള ഗേറ്റിൽ അയാൾ ഇടിക്കുന്നതു കേട്ടാണ് അമ്മുക്കുട്ടിയമ്മ ഇറങ്ങിച്ചെന്നത്. കമ്പിയാണെന്നു കേട്ടപ്പോഴേ അവരുടെ ഉള്ളിൽ ആന്തലുണ്ടായി.

എന്റീശ്വരാ, എന്താന്നുണ്ടോ?

കമ്പിയിൽ ഇത്രയേ ഉണ്ടായിരുന്നുള്ളൂ. വസന്തയെ ഹോസ്പിറ്റലിൽ അഡ്മിറ്റ് ചെയ്തിരിക്കുന്നു. കഴിയുന്നതും വേഗം അമ്മ അവിടെ എത്തണം.

ആ നിമിഷം തൊട്ട് അമ്മുക്കുട്ടിയമ്മയ്ക്ക് ആധിയായി.

"എന്റെ ഈശ്വരാ, ഞാനിനി എന്തുചെയ്യും?"

ഗീത അമ്മയെ സമാധാനിപ്പിച്ചു:

അമ്മ വിഷമിക്കാതെ. എന്തായാലും ചേച്ചി ഹോസ്പിറ്റലിലല്ലേ?"
"എന്റെ വിഷമം എനിക്കല്ലേ അറിയൂ."

"അമ്മയുടെ വിഷമം ഞാൻ കാണുന്നുണ്ടല്ലോ. പക്ഷേ, ഇവിടെ കിടന്ന് വിഷമിച്ചിട്ടെന്താ? അമ്മയ്ക്കിപ്പോൾ ചേച്ചിയുടെ അടുത്തെത്തണം. അത്രയല്ലേ ഉള്ളു?"

"നീ പറയണതു കേട്ടാൽ നിസ്സാരം! ഞാനെങ്ങനെ പോകും ഇവിടന്ന്."

"അതോർത്ത് അമ്മ വിഷമിക്കണ്ടാ. ഞാനമ്മയെ നാളെ ട്രെയിൻ കയറ്റി അയച്ചാൽ പോരേ?"

"അപ്പോൾ നീയോ?"

"ഞാനതു നേരത്തേ പറഞ്ഞില്ലേ? എന്റെ കാര്യമോർത്തു അമ്മ വിഷമിക്കണ്ടാ. ഞാനേതെങ്കിലും ഹോസ്റ്റലിൽ."

"എന്റീശ്വരാ, എനിക്കൊരു സമാധാനവുമില്ലല്ലോ."

"അമ്മയ്ക്കെന്തിനാ സമാധാനക്കേട്?"

ഗീത അപ്പുറത്ത് ചെന്ന് മ്യൂസിക്ടീച്ചറുടെ മകനെ വിളിച്ച് ട്രെയിനിൽ ഒരു ടിക്കറ്റ് ബുക്ക് ചെയ്യാൻ ഏർപ്പാട് ചെയ്തു. യാത്രയ്ക്കൊരുങ്ങിക്കോളാൻ അമ്മയോടു പറഞ്ഞിട്ട് അവൾ പുറത്തേക്കിറങ്ങി.

അമ്മ ചോദിച്ചു.

"നീയെങ്ങോട്ടാ?"

നടക്കുന്നതിനിടയിൽ അവൾ പറഞ്ഞു.

"ഏതെങ്കിലും ഹോസ്റ്റലിലേക്ക്."

കഴിയുന്നതും വേഗം അവൾ മടങ്ങിവന്നു. അമ്മ അപ്പോഴും ആധിയും സങ്കടവുമായി വീടിനകത്ത് തലയ്ക്കു കൈയും കൊടുത്തിരിക്കുകയായിരുന്നു.

അവൾ അമ്മയുടെ തുണികളും മറ്റും ഒരു ബാഗിൽ അടുക്കിവച്ചു.

അപ്പോൾ അമ്മ ചോദിച്ചു:

"നീ പോയിട്ടെന്തായി?"

തുണികൾ അടുക്കിവച്ച് ബാഗ് അടയ്ക്കുന്നതിനിടയിൽ അവൾ പറഞ്ഞു:

"നാളെ രാവിലെ അമ്മയെ ട്രെയിനിൽ അയച്ചതിനുശേഷം ഞാൻ വീട് പൂട്ടിക്കൊണ്ട് ഹോസ്റ്റലിലേക്കു പോകും. അമ്മ ഇവിടന്നു പുറപ്പെടുന്ന വിവരത്തിന് ഞാൻ കമ്പിയടിച്ചിട്ടുണ്ട്. സുരേട്ടൻ അവിടെ റെയിൽവേ സ്റ്റേഷനിൽ കാത്തുനില്ക്കും."

"എന്റെ ഭഗവതീ, എങ്ങനെയൊക്കെയാണെന്ന് എനിക്കറിയാൻ മേലാ."

അമ്മുക്കുട്ടിയമ്മ പറഞ്ഞു; "ഞാനിതിനു മുമ്പെങ്ങും തനിയെ ഇത്ര ദൂരം യാത്ര ചെയ്തിട്ടില്ല."

“അതൊന്നും സാരമില്ലമ്മേ! ട്രെയിനിൽ വേറെയും യാത്രക്കാരില്ലേ? എനിക്കീ അമ്മയുടെ പേടി കാണുമ്പോഴാ! അപ്പോൾ കൊച്ചുകുട്ടികളെ തനിയെ അന്യരാജ്യങ്ങളിലേക്കു വിമാനം കയറ്റി അയയ്ക്കുന്നതോ?”

“എന്റെ കാര്യം പോട്ടെ. നീ ഇവിടെ ഒറ്റയ്ക്കാവൂല്ലേ?”

“ഇതെന്താ അമ്മയീ പറയുന്നെ? ഞാൻ ഹോസ്റ്റലിൽ എത്രയോ പേരുടെ കൂടെയാ!”

“എന്നാലും ഓർക്കുമ്പോൾ.... വല്ലാത്ത ഒരു മനഃപ്രയാസം. വീട് പൂട്ടിയിട്ടേച്ച് ഓരോന്നും ഓരോ വഴിക്ക്!”

“അതൊന്നും സാരമില്ലമ്മേ. ഞാൻ ഇടയ്ക്കിടയ്ക്കുവന്ന് വീട് നോക്കിക്കോളാം. പിന്നെ, തൊട്ടപ്പുറത്ത് മ്യൂസിക് ടീച്ചറില്ലേ?”

“അല്ലെങ്കിൽ നിനക്കുംകൂടി പോരാമോ എന്റെ കൂടെ?”

“അമ്മയെന്താ ഈ പറയുന്നെ? ചേച്ചിയുടെ അടുത്തു വേണ്ടത് ഞാനല്ല, അമ്മയാ.”

അമ്മയെ ചേച്ചിയുടെ അടുത്തേക്കയക്കുന്നതിന്റെ ഒരുക്കങ്ങൾക്കിടയിൽ ആ പകൽ അവൾ അവളുടെ ദുഃഖങ്ങളോർത്തില്ല.

രാത്രി ഉറക്കം വരാതെ മുറിക്കകത്തെ ഇരുട്ടിൽ കണ്ണും തുറന്നു കിടക്കുമ്പോൾ അവളുടെ മനസ്സ് വീണ്ടും പ്രക്ഷുബ്ധമായിത്തീർന്നു.

അകലെനിന്ന് ഇരുട്ടിൽ പറന്നുവരുന്ന കഴുകന്റെ ചിറകടിയൊച്ചകൾ അവളുടെ ഹൃദയത്തിൽ പ്രതിദ്ധ്വനികളുണ്ടാക്കുന്നു.

ഇരുണ്ട് അഗാധമായ ഒരു നീർച്ചുഴിയിലേക്ക് അവൾ താണുതാണു പോകുന്നു. ആകാശത്തിൽ ഉയർന്നുനിന്നിരുന്ന കൊട്ടാരവും അതിന്റെ കോട്ടയും അവളുടെ ഹൃദയത്തിൽ ഇടിഞ്ഞുപൊളിഞ്ഞുവീഴുന്നു.

തടാകത്തിന്റെ തീരത്തെ മരക്കൂട്ടങ്ങൾക്കിടയിൽ ഒറ്റപ്പെട്ടുപോയ ഒരു ദേശാടനപ്പക്ഷിയുടെ ദീനമായ കരച്ചിൽ അവളുടെ ഹൃദയത്തിൽ വന്നലയ്ക്കുന്നു.

പിന്നെ അവൾ ഒരു ദുഃസ്വപ്നത്തിൽനിന്നു ഞെട്ടിയുണർന്നു നോക്കുമ്പോൾ മണി നാല് കഴിഞ്ഞു. അമ്മയെ വിളിച്ചെഴുന്നേല്പിച്ച് വേഗം കുളിച്ചൊരുങ്ങാൻ പറഞ്ഞതിനുശേഷം അവൾ ആ ദുഃസ്വപ്നത്തിന്റെ ചിതറിപ്പോയ ഓർമ്മകൾ പെറുക്കിയെടുക്കാൻ വൃഥാ ശ്രമിച്ചു.

വെളുപ്പിന് അഞ്ചേകാലിനാണ് വടക്കോട്ടുള്ള വണ്ടി. ആ വണ്ടിയിൽ അമ്മയെ കയറ്റി ഇരുത്തിയതിനുശേഷം അവൾ പറഞ്ഞു:

“അമ്മ പേടിക്കേണ്ടാ. ട്രെയിനിൽ അമ്മയ്ക്കു യാതൊരു ബുദ്ധിമുട്ടും ഉണ്ടാവില്ല. ഇവരൊക്കെയില്ലേ കൂടെ? എന്റെ കാര്യമോർത്തും വിഷമിക്കണ്ടാ. ഞാൻ തിരിച്ചുചെന്ന് വീട് പൂട്ടി എന്റെ പെട്ടിയുമെടുത്തുകൊണ്ട് ഹോസ്റ്റലിലേക്കുപോകും.”

ആധിയും സങ്കടവും ഉള്ളിൽ ഒതുക്കിക്കൊണ്ട് അമ്മ അവളെ

നോക്കി.

അവൾ സന്തോഷം ഭാവിക്കാനും ചിരിക്കാനും ശ്രമിച്ചു.

അമ്മയെ വഹിക്കുന്ന ട്രെയിൻ അതിന്റെ യാത്ര ആരംഭിക്കുമ്പോൾ കണ്ണിമയ്ക്കാതെ അമ്മയെ നോക്കിക്കൊണ്ട് അവൾ പ്ലാറ്റ്ഫോമിൽ നിന്നു.

ട്രെയിൻ അകലെ കാഴ്ചയിൽനിന്നു മറയുവോളം അവൾ പ്ലാറ്റ്ഫോമിൽ കണ്ണിമയ്ക്കാതെ നോക്കിനിന്നു. സ്റ്റേഷനിൽനിന്ന് പുറത്തേക്കു നടക്കുമ്പോൾ അവളുടെ കണ്ണുകൾ നിറഞ്ഞൊഴുകി.

ഇരുപത്തിയഞ്ച്

എന്തോ സംസാരിച്ചുവരുന്നതിനിടയിൽ ഒരിക്കൽ ബാലുവാണ് പറഞ്ഞത്, സ്വപ്നങ്ങൾ രണ്ടുമൂന്നുതരമുണ്ടെന്ന്. യാഥാർത്ഥ്യമാണെന്നു തോന്നിപ്പിക്കുന്ന സ്വപ്നവും വെറും സ്വപ്നമാണെന്നു തോന്നിപ്പിക്കുന്ന സ്വപ്നവും.

അതോർത്തുകൊണ്ടു കിടക്കുമ്പോൾ ഗീതയ്ക്കു തോന്നി, ദുഃസ്വപ്നങ്ങളെ ഏതു പട്ടികയിൽ പെടുത്തും?

അവൾ വല്ലാത്ത ഒരവസ്ഥയിലായിരുന്നു. ഓർക്കുമ്പോൾ ഒരു വലിയ ചതിയിൽപ്പെട്ടതുപോലെയാണ് തോന്നുന്നത്. സഹിക്കാൻ കഴിയുന്നില്ല. അവൾ അത്രയധികം സ്നേഹിച്ചതായിരുന്നു. അത്രയധികം വിശ്വസിച്ചതായിരുന്നു. ആ സ്നേഹത്തിൽ അവൾ ഇത്രയും കാലം ജീവിച്ചു.

അറിഞ്ഞോ, കൃഷ്ണമോഹൻസാറിന്റെ വിവാഹം ഉറപ്പിച്ചു, ഇന്നലെ എന്നു ഭൈരവൻപിള്ള പറഞ്ഞപ്പോൾ മനസ്സിൽ എന്തോ പൊട്ടിത്തെറിക്കുന്നതുപോലെ തോന്നി.

ഇപ്പോൾ മനസ്സിലാകുന്നു, അതു തന്റെ ജീവിതമായിരുന്നു. ഇടിഞ്ഞുപൊളിഞ്ഞുവീണ ജീവിതത്തിന്റെ അവശിഷ്ടങ്ങൾക്കിടയിൽ തന്റെ സ്വപ്നങ്ങൾ ചതഞ്ഞരഞ്ഞു കിടക്കുന്നു.

“ഗീതയെ കാണാൻ ഒരാൾ വന്നിരിക്കുന്നു” എന്നുപറഞ്ഞ് റൂംമേറ്റ് ഗിരിജ അകത്തേക്കു വന്നപ്പോൾ അവൾ ആശ്ചര്യപ്പെട്ടു. ആരാണ് ഇവിടെ തന്നെ കാണാൻ വന്നിരിക്കുന്നത്?

താഴെ വിസിറ്റേഴ്സ് റൂമിലേക്കു കയറിച്ചെന്നപ്പോൾ വളരെ ദൂരം നടന്നലഞ്ഞതിന്റെ ക്ഷീണത്തോടെ ബാലു അവിടെ ഇരിക്കുന്നു.

അവൾക്ക് ആദ്യത്തേതിനേക്കാൾ അത്ഭുതമായിരുന്നു അപ്പോൾ.

ബാലു. എങ്ങനെയറിഞ്ഞു താനിവിടെയാണെന്ന്?....

ബാലു പറഞ്ഞു:

"ഞാൻ വീട്ടിൽ ചെന്നിരുന്നു. അപ്പോഴുണ്ട് വീട് പൂട്ടിക്കിടക്കുന്നു. സത്യം പറയാമല്ലോ. എനിക്കത് വലിയ ആശ്ചര്യമായിരുന്നു. വീടില്ലാത്ത ഞാൻ ആ ദുഃഖത്തോടെ കണ്ടേടം നിരങ്ങി നടക്കുന്നു. വീടുള്ളവർ അതു പൂട്ടിയിട്ടിട്ട് ഹോസ്റ്റലിൽ വന്നു താമസിക്കുന്നു. എന്താ അതിന്റെ രഹസ്യം?"

ഗീത പറഞ്ഞു:

"ഒരു രഹസ്യവുമില്ല. അമ്മ ചേച്ചിയുടെ അടുത്തേക്കു പോയി. മടങ്ങിവരാൻ കുറെ വൈകിയേക്കും. വീട്ടിൽ തനിയെ കഴിയാൻ എനിക്കു വിഷമമുണ്ടായിട്ടല്ല. മറ്റുള്ളോർക്കു പിന്നെ അതായിരിക്കും വിചാരം. ഒരു പെണ്ണു തനിയെ."

"അതെ. അതെ. നമ്മുടെ ആൾക്കാരായതുകൊണ്ട് അവർ എന്തു ചിന്തിച്ചുകളയുമെന്ന് ഊഹിക്കാൻ നിവൃത്തിയില്ല. നമ്മുടെ സമൂഹം എപ്പോഴും മറ്റുള്ളവരെക്കുറിച്ചാണല്ലോ ചിന്തിക്കുന്നത്."

"എങ്ങനെ അറിഞ്ഞു ഞാനിവിടെയാണെന്ന്?"

"ആ വാടകവീട്ടിലെ മ്യൂസിക്ക് ടീച്ചർ പറഞ്ഞു."

"സത്യത്തിൽ എനിക്കു വിഷമമുണ്ട്. വീടു പൂട്ടിയിട്ടേച്ച്..."

"ഞാൻ ഗീതയെ അന്വേഷിച്ച് റോസ് ഗാർഡൻസിലും പോയിരുന്നു."

പെട്ടെന്ന് അവളുടെ മുഖം വിളറി.

"എന്നിട്ട്?"

അവളുടെ മുഖത്തെ ഭാവപ്പകർച്ച സൂക്ഷിച്ചുകൊണ്ട് ബാലു പറഞ്ഞു:

"ആ കണക്കൻപിള്ള പറഞ്ഞു അവിടെ ചെന്നിട്ട് ആറേഴു ദിവസമായെന്ന്.

അവൾ മുഖം കുനിച്ചു നിശ്ശബ്ദമായി നിന്നു.

എന്നെ ഒന്നും ഒളിക്കണ്ടാ എന്ന അർത്ഥത്തിൽ ബാലു ചോദിച്ചു:

"എന്താ സംഗതി?"

ഒന്നുമില്ലെന്നു അവൾ തലയനക്കി.

ബാലു സമ്മതിച്ചില്ല.

"ഗീതയുടെ നിലപാട് എനിക്കു മനസ്സിലാകും. അന്യ ഒരാളോട് രഹസ്യങ്ങൾ പറയാതിരിക്കുകയാണ് നല്ലത്."

"അയ്യോ, അതല്ല" എന്ന അർത്ഥത്തിൽ ഗീത ബാലുവിന്റെ നേരെ നോക്കി.

ബാലു പറഞ്ഞു:

"അത്ര സെന്റിമെന്റ്സ് ഒന്നുമുള്ള ആളല്ല ഞാൻ. എങ്കിലും എന്തുകൊണ്ടോ, ഗീതയെ പരിചയപ്പെട്ടതു മുതൽ എനിക്കൊരടുപ്പം

തോന്നിയിരുന്നു. അടുപ്പമെന്നു പറയുമ്പോൾ അതിനു ദുരർത്ഥമൊന്നുമില്ല. അന്യൻ, ഏകാകി, അനാഥൻ എന്നീ ബഹുമതികളൊക്കെയുള്ള എനിക്ക് വർത്തമാനം പറയാൻ ഒരാൾ."

"അതിനു ഞാനെന്തെങ്കിലും എതിർപ്പ് കാണിച്ചോ?"

"പിന്നെ ഇതിനെന്താ അർത്ഥം? എനിക്കറിയാം ഗീത എന്തുകൊണ്ടാണ് അശ്വതി റോസ് ഗാർഡൻസിൽ പോകാത്തതെന്ന്."

ഉള്ളിലെ നടുക്കത്തോടെ അവൾ അയാളെ നോക്കി.

ബാലു പറഞ്ഞു:

"ഞാനൊരു ക്രൂരനാണെന്നു വിചാരിക്കരുത്. മുമ്പൊരിക്കൽ ഞാൻ പറഞ്ഞത് ഓർമ്മയുണ്ടോ, ഗീതയുടെ സ്നേഹം ആവർത്തനവിരസമായ ഒരു കഥയാണെന്ന്? അന്നു ഞാനതു ചുമ്മാ തമാശിനു പറഞ്ഞതായിരുന്നു. ഇപ്പോൾ തോന്നുന്നു. എന്റെ കരിനാക്ക് ഫലിച്ചെന്ന്."

അവളുടെ മനസ്സ് അപ്പോൾ മറ്റൊരു ചുഴിയിൽ കിടന്ന് കറങ്ങുകയായിരുന്നു.

എത്ര യാദൃച്ഛികമായിട്ടാണ് താൻ ആ സ്നേഹബന്ധത്തിൽ ചെന്നു വീണത്! ആദ്യം ചേച്ചിയെ രക്ഷിക്കാൻവേണ്ടി ചേച്ചിയുടെ വഴി തടഞ്ഞുനിന്നു. ആരംഭത്തിൽ അതിൽ കൂടുതൽ ഉദ്ദേശ്യമുണ്ടായിരുന്നില്ല. പിന്നെ അറിയാതെ അടുക്കുകയും സ്നേഹിക്കുകയും ചെയ്തു. നഷ്ടപ്പെട്ട ഒരു സ്നേഹബന്ധത്തിന്റെ ഓർമ്മകളും ദുഃഖങ്ങളും ഹൃദയത്തിൽ കൊണ്ടുനടക്കുന്ന ഒരാളോടു തോന്നിയ സഹതാപം. ബഹുമാനം. അതും ആദ്യം താൻ വെറുക്കുകയും ഉള്ളിൽ പക വച്ചുപുലർത്തുകയും ചെയ്ത ഒരാളോട്!

അവൾ അങ്ങനെയൊക്കെ ഓർത്തു നില്ക്കെ ബാലു പറഞ്ഞു:

"ഞാനതിന്റെ ഫിലോസഫറൊന്നുമല്ല. എങ്കിലും ചുമ്മാ അഭിപ്രായം പറയാമല്ലോ. സ്നേഹിക്കുമ്പോൾ തോന്നും അതിൽക്കവിഞ്ഞൊന്നുമില്ലെന്ന്. അതുകൊണ്ടല്ലേ ചില ശുദ്ധാത്മാക്കൾ അതിനുവേണ്ടി മരിക്കാൻ നില്ക്കുന്നത്! ഒരു കാര്യം ഞാൻ പറഞ്ഞേക്കാം. മണ്ടത്തരമൊന്നും കാണിക്കരുത്."

സങ്കടം അടക്കിപ്പിടിച്ചുകൊണ്ട് അവൾ ബാലുവിന്റെ നേരെ നോക്കി. അപ്പോൾ അവളുടെ മുഖത്ത് വിഷാദവും നിസ്സഹായതയും അതിന്റെ നഗ്നഭാവത്തിൽ ബാലു കണ്ടു.

"എനിക്കൊരു കുഴപ്പമുണ്ട്." ബാലു പറഞ്ഞു: "ആരോടെങ്കിലും എന്തെങ്കിലും പറയേണ്ടി വരുമ്പോൾ മുമ്പെന്നോ വായിച്ചത് ഓർമ്മ വരും. ഇപ്പോഴും അതുതന്നെ സംഭവിക്കുന്നു. *ബൈബിളി*ലെയാണെന്നാ തോന്നുന്നത്. അതായത്, ഒരു മരവും ഒരു മനുഷ്യനും തമ്മിലുള്ള അന്തരം ചെറുതല്ല. മരമായിരുന്നാൽ അതിനു പ്രത്യാശയുണ്ട്. വെട്ടിക്കളഞ്ഞാൽ വീണ്ടും കിളിർക്കും. മനുഷ്യനോ? മനുഷ്യന് കുറ്റിയിൽ

നിന്നു പൊടിക്കാനുള്ള വാസനയില്ല."

അവൾ ദീനമായി ബാലുവിന്റെ മുഖത്തേക്കു നോക്കി. ഹോസ്റ്റലിലെ വിസിറ്റേഴ്സ് റൂമിൽവച്ചല്ലായിരുന്നെങ്കിൽ അവൾ അപ്പോൾ ബാലുവിന്റെ കാല്ക്കൽ വീണ് പൊട്ടിക്കരഞ്ഞേനെ. അത്രയ്ക്കടുപ്പം തോന്നുന്നു അയാളോട്. ബാലുവിന്റെ വാക്കുകളിൽ കുറ്റപ്പെടുത്തലും പരിഹാസവുമൊക്കെയുണ്ട്. എന്നിട്ടും അതും സാന്ത്വനമായിത്തീരുന്നു.

"കാണാൻകൊള്ളാവുന്ന പെൺകുട്ടിയോട് ഒരു ചെറുപ്പക്കാരനു തോന്നുന്ന ഭ്രമത്തിന്റെ പേര് സ്നേഹമെന്നല്ല." ബാലു പറഞ്ഞു: "ശാസിക്കാനാണോ ഞാൻ വന്നതെന്ന് ഗീത സങ്കടപ്പെടരുത്. എനിക്കു തോന്നുന്നതിങ്ങനെയാണ്. അവന്റെ മനസ്സിന്റെയോ ശരീരത്തിന്റെയോ വിശപ്പിനു തല്ക്കാലം കിട്ടിയ ഒരിരയായിരുന്നു ഗീത."

ഓർത്തുനോക്കുമ്പോൾ അതു ശരിയാണെന്ന് ഗീതയ്ക്കും തോന്നുന്നു. പക്ഷേ, അയാൾ തന്റെ ശരീരത്തിന്മേലാണ് കണ്ണുവയ്ക്കുന്നതെന്ന് ഒരിക്കലും തോന്നിയില്ല. അവളുടെ കണ്ണിൽ കൃഷ്ണമോഹൻ നഷ്ടപ്പെട്ട സ്നേഹത്തിന്റെ ദുഃഖമനുഭവിക്കുന്ന ഒരാളായിരുന്നു.

ഇപ്പോൾ സംശയം തോന്നുന്നു, അത് അയാളുടെ തന്ത്രമായിരുന്നുവോ?

അവൾ ആ സംശയത്തിന്റെ മുനയിൽ നില്ക്കുമ്പോൾ ബാലു ചോദിച്ചു:

"അതെന്താ ആറേഴു ദിവസമായി ജോലിക്കു പോകാത്തെ? ഇനി അവന്റെ ഉദ്യോഗം വേണ്ടെന്നുണ്ടോ?"

അവൾ ഒന്നും പറഞ്ഞില്ല.

അവൾ അപ്പോൾ ആലോചിക്കുന്നത് മറ്റൊന്നായിരുന്നു.

ഇനി എങ്ങനെ ആ മനുഷ്യന്റെ മുഖത്തു നോക്കും?

അവൾ അവളുടെ ഹൃദയത്തിൽ പറഞ്ഞു:

"എനിക്കയാളെ കാണണ്ടാ."

"ഇനി അവിടെ ജോലിക്കു പോണോ വേണ്ടയോ എന്നൊക്കെ ഗീത ആലോചിച്ചാൽ മതി." ബാലു പറഞ്ഞു; "പക്ഷേ, പെട്ടെന്നു ജോലി ഉപേക്ഷിക്കുമ്പോൾ എന്താ കാരണമെന്ന് ആരെങ്കിലും ചോദിച്ചാലോ?"

ആ സംശയം അവൾ ലളിതമായി നേരിട്ടു. മറ്റുള്ളവരുടെ ചോദ്യങ്ങൾ സഹിക്കാതിരിക്കാൻ നിവൃത്തിയില്ല.

"ഇനി അവന്റെ കീഴിൽ ജോലിക്കു പോകാൻ പ്രയാസമുണ്ടാവും. ഗീതയ്ക്ക്." ബാലു പറഞ്ഞു: "അതെനിക്കു മനസ്സിലാവും. പക്ഷേ, മറ്റെവിടെയെങ്കിലും ഒരു ജോലി കിട്ടുന്ന കാര്യത്തിൽ ഉറപ്പുണ്ടോ?"

അവൾ അതിനെക്കുറിച്ചൊന്നും ആലോചിച്ചിരുന്നില്ല. എങ്കിലും അശ്വതി റോസ് ഗാർഡൻസിലെ ടൈപ്പിസ്റ്റ് ഉദ്യോഗത്തിലേക്കു തിരിച്ചുപോകാൻ അവൾക്കാഗ്രഹമില്ല.

"നമ്മുടെ നാട്ടിൽ ഒരന്ധവിശ്വാസമുണ്ട്." ബാലു പറഞ്ഞു: "മനുഷ്യൻ ജനിക്കുന്നതുതന്നെ എന്തെങ്കിലും ഉദ്യോഗം നോക്കാനാണെന്ന്! ഓർക്കുമ്പോൾ മനുഷ്യനല്ല, അവന്റെ ഉദ്യോഗമാണ് പ്രധാനം!"

മനുഷ്യന്റെ വ്യക്തിത്വം നിരർത്ഥകവും യാന്ത്രികവുമായിത്തീരുന്നതിനെക്കുറിച്ചാലോചിക്കുവാൻ പാകത്തിലായിരുന്നില്ല അപ്പോൾ അവളുടെ മനസ്സ്.

"ഒരാൾ ടൈപ്പിസ്റ്റോ, അദ്ധ്യാപകനോ, എഞ്ചിനീയറോ, ഡോക്ടറോ, കച്ചവടക്കാരനോ ആയിത്തീരുമ്പോഴാണ് ഒരു മനുഷ്യനെന്ന നിലയ്ക്ക് അയാൾക്ക് ഐഡന്റിറ്റി ഉണ്ടാകുന്നതെന്നു തോന്നിപ്പോകും." ബാലു പരിഹാസം ധ്വനിക്കുന്ന ഒരു ചിരിയോടെ പറഞ്ഞു; "നിലയ്ക്കല്ലെങ്കിൽ അയാൾക്ക് ഐഡന്റിറ്റി ഉണ്ടാകുന്നില്ല. എന്നുവച്ചാൽ മനുഷ്യന് മനുഷ്യൻ എന്ന ഐഡന്റിറ്റി പോരാ. അതിനു വിലയില്ല. ഒരു നല്ല മനുഷ്യനെയല്ല ഒരു എഞ്ചിനീയറെയോ അദ്ധ്യാപകനെയോ കച്ചവടക്കാരനെയോ മന്ത്രിയെയോ കൂട്ടിക്കൊടുപ്പുകാരനെയോ പോലീസുകാരനെയോ ആണ് സമൂഹത്തിന് ആവശ്യം."

അശ്വതി റോസ് ഗാർഡൻസിലെ ജോലിക്കു പോകണമെന്നോ പോകണ്ടന്നോ ബാലു പറഞ്ഞില്ല. അതൊക്കെ ഗീതയുടെ ഇഷ്ടം എന്നൊരു മനോഭാവമായിരുന്നു അയാൾക്ക്.

"ഇങ്ങനെയൊരവസ്ഥയിൽ എന്തു പറഞ്ഞാണ് ഗീതയെ സമാധാനിപ്പിക്കേണ്ടതെന്ന് എനിക്കറിയില്ല." ബാലു പറഞ്ഞു; "എന്റെ സഹതാപം ഗീതയെ കൂടുതൽ ദുഃഖിപ്പിക്കുകയേ ഉള്ളു. എന്റെ ഉപദേശമിതാണ്. കഴിയുമെങ്കിൽ എല്ലാം മറന്നുകളയൂ."

ഒരു മൺപ്രതിമയുടെ നിർവ്വികാരതയോടെ ഗീത വിദൂരതയിലേക്കു നോക്കി.

മെല്ലെ മെല്ലെ അവളുടെ കണ്ണുകൾ നിറഞ്ഞൊഴുകുന്നത് ബാലു കണ്ടു.

ബാലു കുറെക്കൂടി അടുത്തുചെന്ന് അവളുടെ വ്യസനങ്ങളുടെ ആഴം മനസ്സിലാക്കുന്ന ഒരാത്മസുഹൃത്തിനെപ്പോലെ സാന്ത്വനിപ്പിച്ചു:

"ഹാ, സങ്കടപ്പെടാതെന്നേ."

ഇരുപത്തിയാറ്

ഒരു രാത്രി ഗീത ജനലഴികളിൽ പിടിച്ചുകൊണ്ട് പുറത്തേക്കു നോക്കി നിലക്കുമ്പോൾ റൂംമേറ്റ് ഗിരിജ ചോദിച്ചു:

"ഗീതയെ കണ്ടാൽ എന്തോ സങ്കടമുള്ളതുപോലെ തോന്നും. എന്താ?"

അവൾ പുറത്തെ ഇരുട്ടിൽ നിന്ന് നോട്ടം തിരിച്ചെടുത്ത് ഗിരിജയുടെ നേരെ തിരിഞ്ഞു.

"ഏയ് ഒന്നുമില്ല."

ഗിരിജ ചിരിച്ചു.

"ചോദിച്ചാൽ അതേ പറയുകയുള്ളെന്നു ഞാൻ നേരത്തേ ഊഹിച്ചതാണ്. ഇഷ്ടമില്ലെങ്കിൽ പറയണ്ട. നാലഞ്ചു ദിവസമായി ഞാൻ കാണുന്നു. അതുകൊണ്ട് ചോദിച്ചതാ."

ഗീത പറഞ്ഞു:

"ഇഷ്ടമില്ലാഞ്ഞിട്ടല്ല. ഗിരിജ വിചാരിക്കുംപോലെ എനിക്കൊരു സങ്കടവുമില്ല. പിന്നെ ചേച്ചിയുടെ കാര്യമോർത്തിട്ടും, അമ്മയെ പിരിഞ്ഞതു കൊണ്ടും."

ഗിരിജ അതു വിശ്വസിച്ചോ എന്തോ. ഏതായാലും പിന്നെ അവൾ ഒന്നും ചോദിച്ചില്ല.

ഗീത പിന്നെയും ജനലഴികൾക്കിടയിലൂടെ പുറത്തെ ഇരുട്ടിലേക്കു നോക്കി നിന്നു.

നഗരം ഇരുട്ടിൽ മുങ്ങിക്കിടക്കുന്നു. കെട്ടിടങ്ങളും വഴിയരികിലെ മരങ്ങളും കുരിശുയർത്തിപ്പിടിച്ചുനില്ക്കുന്ന കത്തോലിക്കാപ്പള്ളിയും പണി തീർന്നുകൊണ്ടിരിക്കുന്ന ഷോപ്പിങ് കോംപ്ലക്സും ഒന്നും

കണ്ടുകൂടാ. ഇന്ന് വഴിവിളക്കുകൾ കത്തുന്നില്ല. ആകാശവും ഇരുണ്ടു കിടക്കുന്നു.

ഇരുട്ടിൽ ഒരു കഴുകന്റെ ചിറകടിയൊച്ചകൾ കേൾക്കുന്നുണ്ടോ?

ദൂരെ എവിടെയോ ഇരുന്ന് ആരോ പാടുന്നു. കേൾക്കുമ്പോൾ അതൊരു ഏകാകിയുടെ പാട്ടുപോലെ തോന്നുന്നു. നിശ്ശബ്ദമായ ഹൃദയവ്യഥകളുടെ വിലാപം......

അവൾ ആ പാട്ടിനു കാതോർത്തു. ദൂരെ ഇരുട്ടിലിരുന്ന് രാത്രിയിൽ ആരാണ് പാടുന്നത്?

വെളിച്ചം കെടുത്തി ഗിരിജ കിടന്നു. കിടക്കുന്ന താമസമേ ഉള്ളൂ അവൾക്ക് ഉറങ്ങാൻ. സ്പേസ് സെന്ററിൽ ഉദ്യോഗമുള്ള അവൾ സന്തോഷവതിയാണ്. ദൂരെ എവിടെയോ ഉള്ള വീട് അവൾക്ക് ഇടയ്ക്കിടയ്ക്ക് നൊസ്റ്റാൾജിയ ഉണ്ടാക്കുന്നു. ആറേഴുമാസത്തിനകം അവളുടെ വിവാഹം നടക്കും. സ്പേസ് സെന്ററിൽത്തന്നെ ഉദ്യോഗമുള്ള ആളാണ് അവളെ വിവാഹം കഴിക്കുന്നത്. അങ്ങനെ ഒരു പ്രേമബന്ധത്തിലൊന്നുമല്ല അതിന്റെ തുടക്കം. സഹപ്രവർത്തകർ വെറുതെ പറഞ്ഞ ഒരു തമാശ പിന്നീട് കാര്യമായിത്തീർന്നു. ഇപ്പോൾ അവർ തമ്മിൽ എന്നും കാണുന്നുണ്ട്. എങ്കിലും അവൾ പറയുന്നു, അതിൽ പ്രേമത്തിന്റെ ത്രില്ലൊന്നുമില്ലെന്ന്. വിവാഹം കഴിഞ്ഞിട്ടു വേണം അതൊക്കെ!

കണ്ടാൽ തോന്നും നാണംകുണുങ്ങിയാണെന്ന്. ഗിരിജയെ കണ്ടപ്പോൾ ആദ്യം അങ്ങനെയാണ് വിചാരിച്ചത്. പിന്നെയല്ലേ മനസ്സിലായത്, ആൾ മഹാ വായാടിയാണ്. ഒരു നൂറുകൂട്ടം ചോദ്യംകൊണ്ട് സ്വൈരം കെടുത്തും. തന്റെ ദൈന്യം നിറഞ്ഞ അവസ്ഥകൊണ്ട് ചിലപ്പോൾ നുണകൾ പറയേണ്ടിവരുന്നതോർത്ത് ഗീത സ്വയം ലജ്ജിക്കുന്നു. സത്യം പറഞ്ഞ് അവളുടെ സഹതാപം സഹിക്കേണ്ടിവരുന്നതിനേക്കാൾ നല്ലത് അതുതന്നെയാണ്.

അകലെ കേട്ട പാട്ട് നിലച്ചു. എന്നിട്ടും ആ പാട്ടിലെ ഹൃദയവ്യഥയുടെ ഈണം അവളുടെ ആത്മാവിൽ തങ്ങിനിന്നു.

പിന്നെ ഇരുട്ടും നിശ്ശബ്ദതയും മാത്രമായി. അപ്പോൾ ഏതോ തടാകക്കരയിലെ മരക്കൊമ്പിൽ ഒറ്റപ്പെട്ടുപോയ ദേശാടനപ്പക്ഷിയുടെ കരച്ചിൽ അവളുടെ ഹൃദയത്തിൽ വന്നലച്ചു.

പിന്നെ അവൾ ഉറങ്ങാൻ കിടന്നു. ഓർമ്മകളുടെ കനലുകളിൽക്കിടന്ന് എപ്പോഴോ അവളുറങ്ങി. വെളുപ്പിന് ഗിരിജ വാതിൽ തുറക്കുന്ന ഒച്ചകേട്ടാണ് ഗീത ഉണർന്നത്. ഗിരിജ നേരത്തേ ഉണർന്ന് കുളിയും മേക്കപ്പുമൊക്കെ കഴിക്കും. ഏഴരയ്ക്ക് അവൾക്കുള്ള വണ്ടി വരും. അതിനുമുമ്പ് ടെലിഫോൺ എക്സ്ചേഞ്ചിനു മുമ്പിലുള്ള സ്റ്റോപ്പിൽ ചെന്ന് കാത്തുനില്ക്കണം. രാവിലെ അവൾക്ക് ധൃതിയാണ്. തമാശപറച്ചിലും ചിരിയുമൊന്നുമില്ല. വളരെ സീരിയസാണ്.

അവൾ പറയും:

“എന്റെ പൊന്നേ, ഏഴരയ്ക്കുമുമ്പേ ചെന്ന് സ്പേസ് സെന്ററിൽ വണ്ടിക്ക് കാത്തുനില്ക്കണം. ഒന്നോ രണ്ടോ നിമിഷം വൈകിയാൽ ബാക്കിയുള്ളോരുടെ ദുർമ്മുഖം കാണണം. അതുതന്നെയല്ല, ഒരാൾക്കു വേണ്ടി മറ്റുള്ളവരൊക്കെ കാത്തുകിടക്കേണ്ടിവരുന്നത് ശരിയാണോ?”

അവൾ പോയിക്കഴിഞ്ഞതിനുശേഷമാണ് ഗീത തീരുമാനിച്ചത്, റോസ് ഗാർഡൻസിൽ പോകണം. കൃഷ്ണമോഹന്റെ മുഖത്തുനോക്കി ചിലത് ചോദിക്കണം. എന്തിനാണ് അയാളെ കാണാൻ താൻ പേടിക്കുന്നത്?

അവൾ കടന്നുചെല്ലുമ്പോൾ അക്കൗണ്ടന്റ് ഭൈരവൻപിള്ള വാതില്ക്കൽ നില്പുണ്ടായിരുന്നു. അവളെ കണ്ടയുടനെ അയാളുടെ മുഖം വിളറി. അതിന്റെ കാരണം അവൾക്കു മനസ്സിലായില്ല. അയാളും അറിഞ്ഞിട്ടുണ്ടാവുമോ തന്റെ സ്നേഹത്തിന്റെ രഹസ്യം? അതു തകർന്നതും?

അല്ലെങ്കിൽ എന്തിനാണ് ഭൈരവൻപിള്ളയുടെ മുഖം വിളറുന്നത്?

പുറത്തു ഒന്നുരണ്ട് ലോറികളും മറ്റു വാഹനങ്ങളും കിടപ്പുണ്ടായിരുന്നു. ജോലിക്കാർ വാഹനങ്ങളിൽ ചെടിച്ചട്ടികൾ കയറ്റിക്കൊണ്ടിരിക്കുന്നു. അതിന്റെ ഒച്ചയും ബഹളവുമൊക്കെയാണ് ഗാർഡനിൽ.

ഭൈരവൻപിള്ള കൈചൂണ്ടിക്കാട്ടി കൃഷ്ണമോഹൻ അകത്തുണ്ടെന്ന് സൂചിപ്പിച്ചു. ആ വാതില്ക്കൽ ചെല്ലുന്നതുവരെ എന്തോ ഒരാത്മധൈര്യം അവളെ നയിച്ചിരുന്നു. പക്ഷേ, അവിടെവച്ച് അവൾക്കത് നഷ്ടപ്പെട്ടു. അകത്തേക്കു കാലെടുത്തുവയ്ക്കാൻതന്നെ അവൾക്കു മടി തോന്നി.

എങ്ങനെ ആ മനുഷ്യന്റെ മുഖത്തുനോക്കും? എന്തായിരിക്കും അയാൾക്ക് ഇപ്പോൾ തന്നോടുള്ള മനോഭാവം?

ഹൃദയത്തിന്റെ കാളലുകൾ ഒതുക്കിക്കൊണ്ട് അവൾ അകത്തേക്കു കടന്നുചെന്നു.

ഓർക്കാപ്പുറത്ത് അവളെ കണ്ടപ്പോൾ കൃഷ്ണമോഹൻ ഞെട്ടി, അയാളുടെ മുഖം വിളറി.

അവൾ ഇമകളനക്കാതെ അയാളുടെ കണ്ണുകളിലേക്കു നോക്കി. വിങ്ങിപ്പൊട്ടാൻ നില്ക്കുന്ന ഒരു ഭാവമായിരുന്നു അവൾക്ക്.

ഇളകി മറിയുന്ന ഹൃദയത്തെ ആവുന്നത്ര നിയന്ത്രിച്ചുകൊണ്ട് അവൾ ചോദിച്ചു:

“ഞാൻ കേട്ടതു നേരാണോ?”

എന്താണ് പറയേണ്ടതെന്നറിയാതെ പരുങ്ങുന്നതിന്റെ ഒരു പിരിമുറുക്കം അയാളുടെ മുഖത്തു കണ്ടു.

പിന്നെ അയാൾ ചോദിച്ചു:

"എന്താ കേട്ടത്?"

അളന്നു തൂക്കുന്ന മട്ടിൽ അവൾ അയാളുടെ മുഖത്തേക്ക് ഉറ്റുനോക്കി.

"സാറിന്റെ വിവാഹം ഉറപ്പിച്ചെന്ന്! നേരാണോ?"

തന്റെ നേർക്ക് ഒരു കുന്തം വലിച്ചെറിയുകയും അത് തന്റെ ശരീരംതുളച്ച് ഹൃദയം തുളച്ച് അപ്പുറം നൊത്തു പോവുകയും ചെയ്തതു പോലെ കൃഷ്ണമോഹനു തോന്നി.

കുറെ നേരത്തേക്ക് അയാൾക്കു മിണ്ടാൻ കഴിഞ്ഞില്ല.

അപ്പോൾ അവൾ ചോദിച്ചു:

"എന്താ മിണ്ടാത്തെ?"

ഒരു നിമിഷത്തെ നിശ്ശബ്ദതയ്ക്കുശേഷം അയാൾ പറഞ്ഞു:

"ഞാൻ നിസ്സഹായനാണ് ഗീതേ, എന്നെ വിശ്വസിക്ക്. അവസാനനിമിഷംവരെ ഞാൻ എതിർത്തുനോക്കി. എന്റെ അച്ഛനുമമ്മയും സമ്മതിക്കുന്നില്ല."

അതുവരെ അമർത്തിവച്ചിരുന്ന അവളുടെ അരിശവും സങ്കടവും പൊട്ടിത്തെറിച്ചു:

"എങ്കിൽപിന്നെ അച്ഛനോടും അമ്മയോടും ചോദിച്ചു സമ്മതം വാങ്ങിയിട്ടു പോരായിരുന്നോ സ്നേഹിക്കാൻ."

അയാൾ മിണ്ടുന്നില്ല.

മുഖം കുനിച്ചു നില്ക്കുന്ന അയാളുടെ നേർക്ക് അവളുടെ സങ്കടം അണപൊട്ടിയൊഴുകി.

"ഞാൻ നിങ്ങളെ വിശ്വസിച്ചു. നിങ്ങൾ എന്നെ വിശ്വസിപ്പിച്ചു. ഒരു സ്നേഹബന്ധം തകർന്നതിന്റെ ദുഃഖവുമായിട്ടാണ് ജീവിക്കുന്നതെന്നു പറഞ്ഞപ്പോൾ നിങ്ങൾ എന്നെ ഒരു കെണിയിൽ വീഴിക്കുകയാണെന്നു ഞാനോർത്തില്ല. നിങ്ങൾ ചതിയനാണ്, വഞ്ചകനാണ്. നീചനാണ്. പള്ളി സിമിത്തേരിയിൽ ഉറങ്ങുന്ന ആലീസ് നിങ്ങളുടെ ആരാണെന്നാണ് നിങ്ങൾ പറഞ്ഞത്?"

അടിയേറ്റ മൺപ്രതിമപോലെ താൻ തകർന്നുവീഴുകയാണെന്ന് കൃഷ്ണമോഹനു തോന്നി.

"നുണ! നിങ്ങൾ ആരെയെങ്കിലും സ്നേഹിച്ചിട്ടുണ്ടോ?" ഗീത ചോദിച്ചു: "സ്നേഹത്തിന്റെ പൊയ്മുഖം വച്ചുകെട്ടി നിങ്ങൾ ചതിച്ചതല്ലേ ആലീസിനെ? ഒരുദിവസം നിങ്ങളുടെ ഭാര്യയെയും കൂട്ടി എന്റെ ശവകുടീരത്തിലും നിങ്ങൾ വരും, ഒരു കുലപ്പൂവുംകൊണ്ട്! ഇല്ലേ?"

നിസ്സഹായനായി കീഴടങ്ങുംപോലെ അയാൾ അവളുടെ നേരെ നോക്കി.

"ഗീത എന്നെ വിശ്വസിക്ക്. എന്റെ അച്ഛനെയും അമ്മയെയും എതിർക്കാനുള്ള ശക്തി എനിക്കില്ല. അവരെന്നെ എന്റെ ഇഷ്ടത്തിന്

ജീവിക്കാൻ വിടുന്നുമില്ല. അവസാനനിമിഷം വരെ ഞാൻ എതിർത്തു നിന്നു. അവർ സമ്മതിക്കുന്നില്ല. ഇനി ഒറ്റ വഴിയേ ഉള്ളു എനിക്ക്, എന്റെ ആത്മഹത്യ!"

"ഇനീം എന്നെ മണ്ടിയാക്കാമെന്നാണോ വിചാരം? നിങ്ങൾ ആത്മഹത്യ ചെയ്യുന്നു! സ്നേഹിച്ചുകൊന്ന പെൺകുട്ടികളുടെ എണ്ണം ഓർമ്മയുണ്ടോ നിങ്ങൾക്ക്?"

"ഇനി ഞാനെന്തു പറഞ്ഞാലും ഗീത വിശ്വസിക്കുകയില്ല. സത്യത്തിൽ ഞാനെന്തനുഭവിക്കുന്നുണ്ടെന്ന് എനിക്കു മാത്രമേ അറിയു. ആരും എന്നെ മനസ്സിലാക്കുന്നില്ല."

പെട്ടെന്ന് ഫോൺ ബെല്ലടിച്ചു. അയാൾ അതു കേട്ടില്ല. ഫോൺ നിർത്താതെ ബെല്ലടിച്ചുകൊണ്ടിരുന്നു.

അതിനിടയ്ക്ക് തന്റെ സങ്കടം മുഴുവൻ ഒരു നെടുവീർപ്പിലൊതുക്കി അവൾ പറഞ്ഞു:

"നിങ്ങളോട് ദൈവം ചോദിക്കും!"

പിന്നെ നിർത്താതെ ബെല്ലടിക്കുന്ന ഫോണിന്റെ റിസീവറെടുത്ത് അയാളുടെ കൈയിൽ കൊടുത്തതിനുശേഷം അവൾ നിശ്ശബ്ദമായ ഒരു നോട്ടംകൊണ്ട് അയാളോടു യാത്ര പറഞ്ഞു.

മൂടിയിട്ടിരിക്കുന്ന ടൈപ്പ്റൈറ്ററിനരികിൽ ഒരു നിമിഷം അവൾ നിന്നു.

നാളെ ഇവിടെ മറ്റൊരു പെൺകുട്ടിയിരുന്ന് ടൈപ്പ് ചെയ്യും.

വെയിലിൽ ബസ് സ്റ്റോപ്പിലേക്കു നടക്കുമ്പോൾ അവളുടെ അടുത്ത് ഒരു ടാക്സി വന്നുനിന്നു. വളരെ അടുത്ത്. ഞെട്ടിത്തിരിഞ്ഞു നോക്കുമ്പോൾ ടാക്സിക്കുള്ളിൽ ശോഭയും സതീശനും ഇരിക്കുന്നു! ചിരിച്ചുകൊണ്ട് ശോഭ ചോദിച്ചു:

"നീയെങ്ങോട്ടാ."

സങ്കടം അവളെ കാണിക്കാതിരിക്കാൻ ക്ലേശിച്ചുകൊണ്ട് ഗീത പറഞ്ഞു.

"ഹോസ്റ്റലിലേക്ക്."

"ഞാൻ നിന്നെ കാണാൻ വീട്ടിൽ ചെന്നിരുന്നു. അപ്പോഴുണ്ട് വീട് പൂട്ടിക്കിടക്കുന്നു. നിങ്ങളൊക്കെ എവിടെപ്പോയെന്നോർത്ത് അമ്പരന്നു പോയി. പിന്നെ ആ മ്യൂസിക് ടീച്ചറാ പറഞ്ഞത് നീ ഹോസ്റ്റലിലാണെന്ന്."

"അമ്മ ചേച്ചിയുടെ അടുത്തേക്കു പോയപ്പോൾ ഞാൻ തനിച്ചായി."

"എനിക്കൊരു വിശേഷം പറയാനുണ്ടായിരുന്നു നിന്നോട്. ഞങ്ങളുടെ വിവാഹം കഴിഞ്ഞു രജിസ്റ്റർ ആഫീസിൽ വച്ച്."

സ്വന്തം വേദന മറന്ന് അവൾ ചിരിക്കാൻ ശ്രമിച്ചു. ഒരു ബ്രാഹ്മണ പെൺകുട്ടി അന്യജാതിക്കാരനെ സ്നേഹിച്ചു വിവാഹം കഴിച്ചതിന്റെ പേരിൽ ഇപ്പോൾ അഗ്രഹാരത്തിൽ അടിക്കുന്ന കൊടുങ്കാറ്റിനെക്കുറിച്ച് അവൾ ഒരു നിമിഷം ഓർത്തു.

പുറമേ വിപ്ലവകാരിയും അകമേ യാഥാസ്ഥിതികനുമായ ശോഭയുടെ സഹോദരൻ എന്തുചെയ്തു?

ഗീതയുടെ ആലോചന ശോഭയ്ക്ക് ഊഹിക്കാൻ കഴിഞ്ഞു:

"ബ്രദർ അവസാന നിമിഷംവരെ എതിർത്തു. ഇപ്പോഴും ഭീഷണിയുണ്ട്, കാണിച്ചു തരാമെന്ന്."

"അതൊന്നും ഞാൻ കാര്യമാക്കുന്നില്ല." അതുവരെ മിണ്ടാതിരുന്ന സതീശൻ പറഞ്ഞു: "എനിക്കു വേണ്ടത് ശോഭയുടെയും ശോഭയുടെ അമ്മയുടെയും മനസ്സായിരുന്നു. ശോഭയുടെ ബ്രദറിന് ഇഷ്ടക്കേടുണ്ടെങ്കിൽ അതു പതുക്കെ മാറിക്കോളും. അയാൾ വിപ്ലവകാരിയായ ഒരു ചെറുപ്പക്കാരനല്ലേ? ചിന്തിക്കാനും തെറ്റു തിരുത്താനും അയാൾക്കിനിയും സമയമുണ്ട്."

"ഞങ്ങൾ നഗരത്തിന്റെ വടക്കുഭാഗത്ത് ഒരു വീടെടുത്തു, വാടകയ്ക്ക്." ശോഭ പറഞ്ഞു: "ബ്രദർ സമ്മതിക്കുകയാണെങ്കിൽ ഞങ്ങൾ അമ്മയെ അങ്ങോട്ടു കൊണ്ടുപോകും. അമ്മയ്ക്കെതിർപ്പില്ല."

"എനിക്കത്ഭുതം ശോഭയുടെ ബ്രദറിന്റെ കാര്യത്തിലാ." സതീശൻ പറഞ്ഞു: "സമൂഹത്തെ മാറ്റാൻ നടക്കുന്ന അയാൾക്ക് സ്വയം മാറാൻ കഴിയുന്നില്ല."

ശോഭ പറഞ്ഞു:

"ഗീതേ, നീ കേറ്. ഞങ്ങൾ നിന്നെ ഹോസ്റ്റലിനു മുമ്പിലിറക്കാം."

ഗീത ഒഴിഞ്ഞുമാറി:

"വേണ്ട, ഇപ്പോൾ നിങ്ങളുടെ കൂടെ വേറെ ആരും പാടില്ല."

ഇരുപത്തിയേഴ്

എങ്ങോട്ടെങ്കിലും പോകുന്നതിനെക്കുറിച്ച് ബാലു വീണ്ടും ചിന്തിക്കാൻ തുടങ്ങി. തനിക്കീ നഗരത്തിൽ എന്താണ് ആശിക്കാനുള്ളത്?

പണ്ട് ഇതു തന്റെ നഗരമായിരുന്നു. ബാലു ഓർക്കുന്നു. അങ്ങനെ ഒരു ബന്ധമുണ്ടായിരുന്നത് എത്ര അകലെയായിരിക്കുമ്പോഴും അയാൾ ഓർക്കാറുണ്ടായിരുന്നു. എവിടെയൊക്കെയോ അലഞ്ഞുതിരിഞ്ഞ് ആറേഴു വർഷത്തിനു ശേഷം ഈ നഗരത്തിലേക്കു തിരിച്ചുവരുമ്പോൾ അയാളുടെ മനസ്സിൽ ഒരു സങ്കല്പമുണ്ടായിരുന്നു. ദേശാന്തരം പോയ പക്ഷി തിരിച്ചു വരുന്നു. അതിന്റെ പഴയ കാട്ടിലേക്ക്. കാട്ടിലെ മരക്കൊമ്പത്തേക്ക്. മരക്കൊമ്പത്തെ പഴയ കൂട്ടിലേക്ക്.

പക്ഷേ, തിരിച്ചുവന്നപ്പോൾ അയാളുടെ കൂടില്ല. പിന്നെ കൂട് നഷ്ട പ്പെട്ട പക്ഷിയായി അയാൾ നഗരത്തിൽ ഉഴറി നടന്നു. ഇപ്പോഴും അങ്ങനെയാണ്. ഇപ്പോൾ ഈ നഗരത്തിൽ താനൊരന്യനാണെന്നു അയാൾക്കു തോന്നിപ്പോകുന്നു. ഒരു പരദേശിയെ എന്നപോലെയാണ് നഗരം അയാളെ നോക്കുന്നത്.

ഒരു വീട് ഒരു വീട് തന്നെയാണ്. അതില്ലെങ്കിൽ പിന്നെ ഒരാൾക്കെ ന്താണുള്ളത്?

അയാൾ ആലോചിച്ചു. ഈ ഭൂമിയിൽ ഒരേടത്തും ഒരു വീടില്ലാത്ത വന് എങ്ങോട്ടു പോയാലെന്ത്?

ഒരു മൂന്നാംകിട പാരലൽ കോളേജിലെ ഉദ്യോഗം തന്നെ കെട്ടിയിടാനുള്ള കുറ്റിയല്ലെന്ന് അയാൾ തീരുമാനിച്ചു കഴിഞ്ഞു. അയാൾ ഒരിക്കലും ഒരുദ്യോഗത്തിന്റെ ആകർഷണവലയത്തിലായിരുന്നിട്ടില്ല താനും.

ഓവർബ്രിഡ്ജിനടുത്തുകൂടി കടന്നുപോകുമ്പോൾ ബാലുവിനു തോന്നി, കൃഷ്ണമോഹനെ ഒന്നു കണ്ടാലോ? വെയിൽ മുക്കുന്ന ഉച്ചയാണ്. വഴിയിൽ കാക്കയ്ക്കിരിക്കാൻ തണലില്ല. അശ്വതി റോസ് ഗാർഡൻസിലേക്കു കയറിച്ചെന്നപ്പോൾ ടൈപ്പ് റൈറ്ററിനു മുമ്പിൽ മറ്റൊരു പെൺകുട്ടി ഇരിക്കുന്നു. ഒരോർമ്മപ്പിശകിന്റെ ഭാവത്തോടെ ബാലു ഒരു നിമിഷം ആലോചിച്ചു നിന്നു. പിന്നെ അവളുടെ അടുത്തുചെന്നു ചോദിച്ചു:
"കുട്ടിയുടെ പേരെന്താ?"

അവൾ പറഞ്ഞു:

"ജാസ്മിൻ. എന്താ?"

"വെറുതെ ചോദിച്ചതാ. മുമ്പൊരിക്കൽ ഞാനിവിടെ വരുമ്പോൾ ഗീതയെന്നൊരു പെൺകുട്ടിയുണ്ടായിരുന്നു ഇവിടെ."

"ഇവിടെ പറഞ്ഞു കേട്ടിട്ടുണ്ട്."

"മുതലാളി അകത്തുണ്ടോ?"

ഉണ്ടെന്ന് അവൾ തലയാട്ടി.

ബാലു അകത്തേക്കു ചെന്നപ്പോൾ കൃഷ്ണമോഹനല്ല അവന്റെ അച്ഛനാണ് അവിടെ ഇരിക്കുന്നത്.

കൃഷ്ണമോഹന്റെ അച്ഛൻ ചോദിച്ചു:

"എന്താ?"

ബാലു പറഞ്ഞു:

"കൃഷ്ണമോഹനെ ഒന്നു കാണാൻ."

"അവൻ വീട്ടിലുണ്ടാവും. എവിടന്നാ?"

"ഇവിടന്നുതന്നെ. ഞങ്ങൾ ഫ്രണ്ട്സാ."

"വീടറിയുമോ?"

"മുമ്പൊരിക്കൽ ഞാൻ വീട്ടിൽ വന്നിട്ടുണ്ട്."

കൃഷ്ണമോഹനെ അവന്റെ വീട്ടിൽ ചെന്നു കാണുന്ന കാര്യത്തിൽ അത്ര താല്പര്യമുണ്ടായിരുന്നില്ല ബാലുവിന്. പിന്നീടോർത്തപ്പോൾ ചെന്നുകണ്ട് അവനോട് വായിൽ ചുവച്ച് രണ്ടു വർത്തമാനം പറയണമെന്നു തോന്നി. അങ്ങനെ വെറുതെ വിട്ടാൽ പറ്റില്ലല്ലോ ആ യോഗ്യനെ. സിറ്റി ബസിൽ കയറി കൃഷ്ണമോഹന്റെ വീടിനടുത്തുള്ള സ്റ്റോപ്പിൽ ഇറങ്ങുമ്പോൾ അല്പം സംശയമുണ്ടായിരുന്നു. പണ്ടത്തെ ഓർമ്മ വച്ചുകൊണ്ട് അവന്റെ വീട് കണ്ടുപിടിക്കാൻ പറ്റുമോ? ഇപ്പോൾ ആ പ്രദേശം മുഴുവൻ വലിയ വീടുകളായിരിക്കുന്നു. ഒരു കോൺക്രീറ്റ് കാട്.

വഴിവക്കിൽ കണ്ട പീടികയിൽ നിന്ന് ഒരു സിഗരറ്റ് വാങ്ങി. ചൂടിക്കയറിന്റെ തുമ്പിലെ തീയിൽനിന്ന് സിഗരറ്റ് കത്തിച്ചതിനുശേഷം ബാലു ചോദിച്ചു:

"ഈ കൃഷ്ണമോഹന്റെ വീടേതാ?"

കടക്കാരൻ വീട് കാട്ടിത്തന്നു.

“ആ കാണുന്ന മൂന്നാമത്തെ വീട്.”

വലിയ ഗേറ്റ് കടന്ന് അകത്തേക്കു ചെന്നപ്പോൾ കെട്ടിയിട്ട ചങ്ങലയിൽക്കിടന്ന് അൽസേഷ്യൻ നായ കുരച്ചു.

അൽസേഷ്യന്റെ കുര കേട്ട് ബാലു തമ്പിട്ടു നില്ക്കുമ്പോൾ അപ്സ്റ്റെയറിൽ നിന്ന് കൃഷ്ണമോഹൻ വിളിച്ചുപറഞ്ഞു:

പേടിക്കണ്ടാ. കേറിപ്പോര്.”

ബാലു സ്റ്റെയർകേസ് കേറി അപ്സ്റ്റെയറിലേക്കു ചെന്നപ്പോൾ കൃഷ്ണമോഹൻ വിളിച്ചു ചോദിച്ചു:

“നിനക്കെന്താ ഇന്നിങ്ങനെ തോന്നീത്?”

ബാലു പറഞ്ഞു:

“നിന്നെ ഒന്നു മുഖം കാണിക്കാൻ.”

കൃഷ്ണമോഹൻ തോളിൽ കൈയിട്ട് ബാലുവിനെ അകത്തേക്കു കൂട്ടിക്കൊണ്ടു പോയി.

അകത്തേക്കു നടക്കുന്നതിനിടയിൽ ബാലു പറഞ്ഞു:

“ഞാൻ നിങ്ങളുടെ റോസ് ഗാർഡൻസിൽ പോയിരുന്നു.”

കൃഷ്ണമോഹൻ പറഞ്ഞു:

“ഇന്നവിടെ അച്ഛനാണ്.”

ബാലുവിനെ അകത്ത് കസേരയിൽ പിടിച്ചിരുത്തിയതിനു ശേഷം കൃഷ്ണമോഹൻ ചോദിച്ചു:

“നിനക്കെന്താ വേണ്ടത് കുടിക്കാൻ? കാപ്പിയോ ചായയോ?”

തുണികൊണ്ടുള്ള പഴയ സഞ്ചിയെടുത്ത് സോഫയിൽ വയ്ക്കുന്ന തിനിടയിൽ ബാലു പറഞ്ഞു:

“അതൊക്കെ ഏതു പരമുനായരുടെ ചായക്കടേലും കിട്ടും. ഒരു കോപ്പകഞ്ഞിവെള്ളം തരാൻ പറ്റ്വോ എനിക്ക്?”

“കഞ്ഞിവെള്ളോ?”

“ങാ! കുറെ നാളായി അതിന്റെ രുചി അറിഞ്ഞിട്ട്. ഹോട്ടലിൽ ചെന്ന് മീൽസല്ലാതെ കഞ്ഞിവെള്ളം ചോദിക്കാൻ പറ്റില്ലല്ലോ.”

കൃഷ്ണമോഹൻ എഴുന്നേറ്റ് അകത്തെ മുറിയിൽ ചെന്ന് ആരോടോ കഞ്ഞിവെള്ളം കൊണ്ടുവരാൻ പറഞ്ഞതിനുശേഷം തിരിച്ചുവന്നു.

“നീയും ഞാനും പഴയ സ്നേഹിതന്മാരാണല്ലോ.” ബാലു പറഞ്ഞു: അതിന്റെ പേരിൽ ചോദിക്കുന്നതാണ്. “നീ ഗീതയെ പിരിച്ചുവിട്ടോ?”

“ഇല്ല.” കൃഷ്ണമോഹൻ പറഞ്ഞു: “അങ്ങനെ ആരെങ്കിലും പറഞ്ഞോ?”

“ഇല്ല, ഞാനിന്നു ചെന്നപ്പോൾ ഗീതയുടെ സ്ഥാനത്ത് മറ്റൊരു പെൺകുട്ടി ഇരിക്കുന്നു.”

“ഗീത ജോലിക്കു വരുന്നില്ല.”

“എന്താ കാരണം?”

"അതവൾ പറഞ്ഞില്ല."

"പറഞ്ഞില്ലല്ലേ!" ബാലു പുച്ഛത്തോടെ കൃഷ്ണമോഹനെ നോക്കി; "എടാ ഉവ്വേ, എന്നെ ഒളിക്കണ്ടാ. നീ ആ പെൺകുട്ടിയോടെന്താ ചെയ്തത്?"

എല്ലാം അറിഞ്ഞുകൊണ്ടാണ് ബാലു വന്നിരിക്കുന്നതെന്ന് കൃഷ്ണമോഹന് ഉറപ്പായി.

"നിന്നെപ്പോലുള്ള കൊച്ചുതമ്പുരാക്കന്മാർക്ക് സ്നേഹമെന്നൊക്കെ പറയുന്നത് ചുമ്മാ ഒരു തമാശയായിരിക്കും. പക്ഷേ, ഒരു പെൺകുട്ടിക്ക് അവളുടെ സ്നേഹം അവളുടെ ജീവിതമാണ്."

"എനിക്കു വിഷമമില്ലെന്നാണോ നിന്റെ വിചാരം?" പ്രയാസപ്പെട്ട് കൃഷ്ണമോഹൻ ചോദിച്ചു "എന്റെ അച്ഛനുമമ്മയും സമ്മതിക്കുന്നില്ല. ഞാനിതിന് നിർബ്ബന്ധം പിടിച്ചാൽ വിഷം തിന്നു ചത്തുകളയുമെന്നു പറയുന്ന അവരോട്..."

"എടാ പരമദുഷ്ടാ!" തുണിസഞ്ചിയെടുത്ത് തോളത്തിട്ടുകൊണ്ട് ബാലു എഴുന്നേറ്റു: "ആ പെൺകുട്ടി എന്റെ ആരുമല്ല. നീ അവളോടു ചെയ്തത് വലിയ ചതിയായിപ്പോയി. എനിക്കു ലജ്ജ തോന്നുന്നു, നീ എന്റെ സ്നേഹിതനായിരുന്നല്ലോ എന്നോർത്ത്. ഒരുകാലത്ത് വലിയ പുരോഗമനം പറയുന്ന ആളായിരുന്നല്ലോ നീയ്!"

നിസ്സഹായന്റെ മട്ടിൽ കൃഷ്ണമോഹൻ പറഞ്ഞു:

"എന്റെ നില നീ മനസ്സിലാക്കുന്നില്ല. ആത്മഹത്യ ചെയ്തെങ്കിലോ എന്നുവരെ ഞാനാലോചിക്കുന്നുണ്ട്."

"ഫാ, പുല്ലേ!" ബാലു പുച്ഛത്തോടും പരിഹാസത്തോടുംകൂടി കൃഷ്ണമോഹനെ നേരിട്ടു; "നീ നിന്റെ അമ്മയുടെ മടിയിൽച്ചെന്നു കിടന്നു കരയ്. നീ ആത്മഹത്യയെക്കുറിച്ച് പറയുന്നല്ലോ! എനിക്കു വലിയ വിവരമൊന്നുമില്ല. എങ്കിലും തത്ത്വം പറയാം; നിന്നെപ്പോലുള്ള ഒരയോഗ്യൻ ആത്മഹത്യ ചെയ്യുകയില്ല."

ബാലു യാത്ര പറയാതെ അവിടന്നിറങ്ങി. പുറത്ത് ഉച്ചവെയിലിന്റെ തിറയാടുന്നു. ബാലു അതറിഞ്ഞില്ല. ഗ്രീഷ്മ മദ്ധ്യാഹ്നത്തിന്റെ ആകാശം അപ്പോൾ മേഘശൂന്യമായിരുന്നു. നീലനിറത്തിൽ തിളങ്ങുന്ന ഗ്രീഷ്മമദ്ധ്യാഹ്നത്തിന്റെ മേഘശൂന്യമായ ആകാശത്തിനു കീഴിൽ ബാലു നടന്നു.

ഗ്രീഷ്മ മദ്ധ്യാഹ്നത്തിന്റെ മേഘശൂന്യമായ ആകാശത്തിനു കീഴിൽ ഗീതയും നടന്നു. പുഴക്കരയിലൂടെ നടന്ന് ക്ഷേത്രത്തിനു മുമ്പിലെ ആലിന്റെ തണൽ കടന്ന് ഇടവഴിയിറങ്ങി. അവൾ വീടിനു മുമ്പിൽ ചെന്നു കയറി. തകരംകൊണ്ടുള്ള ഗേറ്റ് തുറന്ന് അകത്തേക്കു കാലെടുത്തു വയ്ക്കുമ്പോൾ അറിയാതെ അവളുടെ കണ്ണുകൾ നിറഞ്ഞു.

ദിവസങ്ങൾക്കുമുമ്പ് വീട് പൂട്ടി ഗേറ്റ് പൂട്ടി ഇവിടന്നിറങ്ങി

പോകുമ്പോൾ താൻ കരഞ്ഞില്ലല്ലോ എന്ന് അവൾ ഓർത്തു.

സങ്കടം വിങ്ങുന്ന ഹൃദയം അടക്കിക്കൊണ്ട് അവൾ ഉമ്മറത്തേക്കു കയറിച്ചെന്നു. പൂട്ടിയിട്ട വീട് നിശ്ശബ്ദതയുടെ ഒരു തുരുത്തോ കൂടാരമോ പോലെ തോന്നിപ്പിക്കുന്നു.

എന്തോ ഒരുൾപ്രേരണയോടെ അവൾ അച്ഛന്റെ ശവകുടീരത്തിന്നരികിലേക്കു നടന്നു. ചുറ്റിനും തുളസിയും ചെത്തിയും ചെമ്പരത്തിയും മന്ദാരവുമൊക്കെ നട്ടുപിടിപ്പിച്ചിട്ടുള്ള അച്ഛന്റെ ശവകുടീരത്തിനരികിൽ കുറെനേരം അവൾ അച്ഛനെ ധ്യാനിച്ചുനിന്നു. അവൾക്കൊരു സങ്കടവും പറയാനുണ്ടായിരുന്നില്ല അച്ഛനോട്. അപ്പോൾ അവളുടെ കണ്ണിൽ ദുഃഖത്തിന്റെ ജലവുമുണ്ടായിരുന്നില്ല. അച്ഛനെ ധ്യാനിച്ച് വല്ലാത്ത ഒരു നിർവ്വികാരതയോടെ അവൾ അവിടെ നിന്നു. യഥാർത്ഥത്തിൽ അപ്പോൾ ഒരു നിഴൽപ്രതിമയായിരുന്നു അവൾ.

ഒരു നെടുവീർപ്പിൽ ഓർമ്മകളും വ്യസനങ്ങളും ഒതുക്കിക്കൊണ്ട് അവൾ അച്ഛന്റെ ശവകുടീരത്തിൽനിന്നു മടങ്ങി.

വീട് തുറന്ന് അകത്തു കയറി അവൾ വീടിന്റെ അകം മുഴുവൻ നോക്കി. പിന്നെ വീടിനകം മുഴുവൻ നടന്നു. അതു കഴിഞ്ഞ് അവൾ അവളുടെ മുറിക്കുള്ളിൽ വന്നുനിന്നു.

ഏതോ മഹാശൂന്യതയിൽ നില്ക്കുന്നതുപോലെ തോന്നി അവൾക്ക്.

താനെന്നും ചെന്നകപ്പെടുന്ന മഹാശൂന്യതകളെക്കുറിച്ചോർത്തുകൊണ്ട് നീലനിറത്തിൽ തിളങ്ങുന്ന ഗ്രീഷ്മമദ്ധ്യാഹത്തിന്റെ ആകാശത്തിനു കീഴിൽ ബാലു പിന്നെയും നടന്നു.

തനിക്കിപ്പോൾ ഗീതയോടു തോന്നുന്ന മനോഭാവത്തെ എന്തു പേരിട്ടുവിളിക്കണമെന്ന് ബാലു സംശയിച്ചു. സഹതാപമെന്നോ? സ്നേഹമെന്നോ?

ആരുടെയെങ്കിലും സഹതാപംകൊണ്ട് അവളുടെ നിരാശയും ദുഃഖവും തീരാൻ പോകുന്നുണ്ടോ?

അയാൾ തന്റെ വാടകവീട്ടിൽ ചെന്നു കിടന്നു. അന്നു കൊണ്ട വെയിലിന്റെ തളർച്ച അപ്പോഴാണ് അയാളെ ബാധിച്ചത്. പലകക്കട്ടിലിൽക്കിടന്ന് അയാൾ മയങ്ങിപ്പോയി.

ശ്മശാനത്തിന്റെ അതിരിൽ നില്ക്കുന്ന മരത്തിന്മേൽ കാക്കക്കൂട്ടത്തിന്റെ കരച്ചിൽ കേട്ട് ബാലു മയക്കത്തിൽ നിന്നുണരുമ്പോൾ പടിഞ്ഞാറ് സായാഹ്നം ചായുന്നു.

പെട്ടെന്ന് അയാൾക്കു തോന്നി ഗീതയെ ഒന്നു കാണണമെന്ന്. സമാധാനിപ്പിക്കുന്ന ഒരു വാക്ക് ഇപ്പോൾ അവൾക്ക് വലിയ ഒരു സാന്ത്വനമായിരിക്കും.

മുറിപൂട്ടി കോണിപ്പടി ഇറങ്ങിനടക്കുമ്പോൾ അയാളുടെ മനസ്സ് അവളോടുള്ള സഹതാപവും സ്നേഹവും കൊണ്ട് നിറയുന്നത് അയാൾ

അറിഞ്ഞു. അപ്പോൾ അയാൾക്ക് യാതൊരു സംശയവും ഉണ്ടായിരുന്നില്ല. അവളോട് തനിക്കുള്ളത് സഹതാപമല്ല, സ്നേഹമാണ്. സ്നേഹം തന്നെയാണ്.

കാണുമ്പോൾ അവളോട് എന്താണ് പറയേണ്ടതെന്ന് നടക്കുന്നതിനിടയിൽ അയാൾ ആലോചിച്ചു.

ഞാൻ വന്നത് എന്റെ സഹതാപം കാണിക്കാനല്ല. ഈ നാടകത്തിന് ഇങ്ങനെ ഒരന്ത്യം ആർക്കും സങ്കല്പിക്കാവുന്നതേയുള്ളൂ. ഇനി സങ്കടപ്പെട്ടിട്ടെന്താണ് പ്രയോജനം? ഇരയുടെ പിടച്ചിൽ കണ്ടു സന്തോഷിക്കുന്ന വന്യമൃഗത്തിന് അതിന്റെ വേദന മനസ്സിലാവില്ല. ഇനി അതൊന്നും ഓർത്തു വിഷമിക്കണ്ടാ. സ്നേഹബന്ധങ്ങൾ തകർന്നു പോകുന്നത് ലോകത്തിതാദ്യമൊന്നുമല്ല. ആരോ പറഞ്ഞതു ഓർമ്മ വരുന്നു. സ്നേഹിക്കുകയും അതു നഷ്ടപ്പെടുകയും ചെയ്യുന്നത് നല്ലതാണ്. അതായത് ഒരിക്കലും സ്നേഹിക്കപ്പെട്ടിട്ടില്ലാത്തതിനേക്കാൾ! ഞാൻ ചുമ്മാ സ്റ്റൈലിന് ഒരു മഹദ്വാക്യം പറഞ്ഞതല്ല. ഈ മഹദ്വാക്യങ്ങളുടെ പിന്നിൽ അനുഭവങ്ങളുണ്ടാവും. ഞാൻ വന്നതെന്തിനാണെന്നറിയാമോ? ഗീതയെ കാണാൻ. എന്താണ് അതിന്റെ കാരണമെന്നൊന്നും ഞാൻ ആലോചിക്കുന്നില്ല. എല്ലാറ്റിനും ഒരു കാരണം വേണമെന്നു ശഠിക്കേണ്ട കാര്യമില്ല. ഗീതയെ ആദ്യം കണ്ട നിമിഷത്തിൽ തന്നെ എനിക്കെന്തോ ഒരു പ്രത്യേകത തോന്നിയിരുന്നു. സ്നേഹത്തിന്റെ നിഗൂഢമായ ഒരനുഭവമായി ഞാനതു മനസ്സിൽ സൂക്ഷിച്ചു. പിന്നെയല്ലേ അറിയുന്നത് ഗീതയുടെ മനസ്സിൽ മറ്റൊരാളെ പ്രതിഷ്ഠിച്ചിട്ടുണ്ടെന്ന്. അപ്പോഴും എനിക്കു നിരാശ തോന്നിയില്ല. ശരി, അങ്ങനെയെങ്കിൽ അങ്ങനെ എന്നു വിചാരിച്ചു ഞാൻ ആ ആഗ്രഹം ഉപേക്ഷിച്ചു. പിന്നെയല്ലേ ഈ സംഭവവികാസങ്ങളൊക്കെ! സ്നേഹിക്കുകയും ഇഷ്ടപ്പെടുകയും ചെയ്യുന്നതിൽ നിന്നൊക്കെ അകന്നു പോവുകയായിരുന്നു എന്റെ പ്രകൃതം. എനിക്കും മാറ്റം വന്നിരിക്കുന്നു. ഇപ്പോൾ എനിക്ക് ഇഷ്ടപ്പെടുകയും സ്നേഹിക്കുകയും ചെയ്യുന്നതിലേക്കു തിരിച്ചുവരാൻ തോന്നുന്നു. അങ്ങനെ ഞാൻ വന്നിരിക്കുന്നു. അങ്ങനെയൊക്കെ പറയണമെന്നു വിചാരിച്ചുകൊണ്ട് ബാലു ഹോസ്റ്റലിൽ ചെന്നപ്പോൾ ഗീത അവിടെയില്ല.

മേട്രൻ പറഞ്ഞു:

"എന്തോ ആവശ്യമുണ്ടെന്നും പറഞ്ഞ് ഗീത വീട്ടിലേക്കു പോയി."

ഛെ, കാണാനാശിച്ചു വന്നിട്ട് ഇങ്ങനെയാണല്ലോ കലാശിച്ചതെന്നോർത്തുകൊണ്ട് പുറത്തു കടന്നു. ഇനി എന്തു ചെയ്യണമെന്നാലോചിച്ചു നടക്കുമ്പോൾ എതിരേ ഒരു ആട്ടോറിക്ഷ വന്നു. അയാൾ അതു കൈ കാണിച്ചു നിർത്തി.

പുഴക്കരയിൽ ക്ഷേത്രത്തിനപ്പുറത്ത് ഇടവഴിയിൽ നിന്ന് താഴോ

ട്ടിറങ്ങി തകരം കൊണ്ടുള്ള ഗേറ്റ് തള്ളിത്തുറന്ന് അയാൾ അകത്തേക്കു ചെന്നു.

വീട്ടിൽ ആരുമുള്ള ലക്ഷണമില്ല. ഒച്ചയനക്കങ്ങളില്ല. വാതിൽ തുറന്നു കിടക്കുന്നു. നോക്കുമ്പോൾ ഉമ്മറത്തിനു താഴെയുള്ള പടി ക്കെട്ടിൽ ഗീതയുടെ ചെരുപ്പുകൾ കണ്ടു. അപ്പോൾ ഗീത അവിടെ ഉണ്ടെന്ന് അയാൾക്കുറപ്പായി.

എന്നിട്ടെന്താണ് ഒച്ചയും അനക്കവുമില്ലാത്തത്? അയാൾ ഉമ്മറ ത്തേക്കു നോക്കി. അകത്ത് ഇരുട്ടാണ്. പുറത്ത് സന്ധ്യ മയങ്ങാൻ തുടങ്ങുന്നു.

അയാൾ ഉമ്മറത്തുനിന്ന് ഗീതേ എന്നു വിളിച്ചു. വിളി കേൾക്കുന്നില്ല. വീണ്ടും കുറേക്കൂടി ഉറക്കെ വിളിച്ചു. എന്നിട്ടും അനക്കമില്ല.

അയാൾ കട്ടിളപ്പടിമേൽ കൈയൂന്നി നിന്ന് അകത്തേക്കു നോക്കി. വടക്കേ മുറിയിൽ ആരോ കിടക്കുന്നത് നേർത്ത ഇരുട്ടിൽ അയാൾ കണ്ടു.

ബാലു വീണ്ടും വിളിച്ചു.

"ഗീതേ..."

അകത്ത് നേർത്ത ഇരുട്ടിൽ കിടക്കുന്നത് ഗീതയാണെങ്കിൽ വിളി കേൾക്കില്ലേ?

അവളല്ലെങ്കിൽ പിന്നെ ആരാണ്?

അയാൾ രണ്ടും കല്പിച്ച് അകത്തേക്കു കയറിച്ചെന്നു. അടുത്തു ചെന്നു നോക്കുമ്പോൾ നേർത്ത ഇരുട്ടിൽ കിടക്കുന്നത് ഗീത തന്നെ.

അയാൾ അടുത്തുചെന്ന് അവളെ വിളിച്ചു. അവൾ വിളി കേൾ ക്കുന്നില്ല. അയാൾ കുനിഞ്ഞുനിന്ന് അവളെ കുലുക്കി വിളിച്ചു.

തണുത്തു വിറങ്ങലിച്ച അവളുടെ ശിരസ്സ് കൈയിൽ താങ്ങിയെടു ക്കുമ്പോൾ സ്നേഹത്തോടും വ്യസനത്തോടും കൂടി അയാൾ ഒരു കാര്യം മനസ്സിലാക്കി.

ഇനി അവൾക്ക് ആരുടെയും സ്നേഹവും സഹതാപവും ആവശ്യ മില്ല. ഇനി അവൾക്ക് ഒരു ചിത മതി.

www.ingramcontent.com/pod-product-compliance
Lightning Source LLC
LaVergne TN
LVHW100259051026
849517LV00006B/2142